PERIPLUS

POCKET
VIETNAMESE
DICTIONARY

Vietnamese–English
English–Vietnamese

REVISED AND EXPANDED

Compiled by Phan Van Giuong

PERIPLUS

Published by Periplus Editions (HK) Ltd.

www.periplus.com

Copyright © 2003, 2017 Periplus Editions (HK) Ltd.

LCC Card No. 2004558651
ISBN: 978-0-7946-0779-1

Distributed by:

Asia Pacific
Berkeley Books Pte Ltd
61 Tai Seng Avenue #02-12
Singapore 534167
Tel: (65) 6280 1330; Fax: (65) 6280 6290
inquiries@periplus.com.sg
www.periplus.com

Japan
Tuttle Publishing
Yaekari Building, 3rd Floor,
5-4-12 Osaki, Shinagawa-ku,
Tokyo 141-0032, Japan
Tel: (81) 3 5437 0171; Fax: (81) 3 5437 0755
sales@tuttle.co.jp
www.tuttle.co.jp

North America, Latin America & Europe
Tuttle Publishing
364 Innovation Drive
North Clarendon, VT 05759-9436 U.S.A.
Tel: 1 (802) 773-8930; Fax: 1 (802) 773-6993
info@tuttlepublishing.com
www.tuttlepublishing.com

21 20 19 18 17   5 4 3 2 1   1611RR

Printed in China

Contents

Introduction

This Pocket Dictionary is an indispensable companion for those who are working in Vietnam and learning Vietnamese. It contains all the 15,000 or so Vietnamese words that are most commonly used in everyday communication.

For the sake of clarity, only the common Vietnamese equivalents for each English word have been given. When an English word has more than one possible meaning, with different Vietnamese equivalents, each meaning is listed separately, with a clear explanatory gloss. The layout is clear and accessible, with none of the abbreviations and dense nests of entries typical of many small dictionaries.

Vietnamese is the official language of Vietnam and is also used in neighboring regions of Cambodia and Laos and by substantial overseas Vietnamese communities. It has over 86 million speakers. Centuries of close cultural contact and linguistic influence have obscured the question of whether it is fundamentally related to Cambodia and the Mon language of Thailand and Burma, or to Lao and Thai.

From around the beginning of the Common Era until the 10th century Vietnam was politically and culturally dominated by China, and the earliest form of the Vietnamese writing system, dating from the 9th century CE, was borrowed from Chinese. From the 13th century it evolved into a distinctive form adapted to the representation of Vietnamese by the addition of phonetic markers, but this system was never very widely used.

The current form of written Vietnamese was developed in the 17th century by French Jesuit missionaries. It was further refined in the 18th and 19th centuries and became widely known and used during the period of French colonization after 1864. Since liberation from Japanese occupation in 1945 and especially since the reunification of North and South Vietnam in 1976 it has become an important symbol of national pride under the name of **quoc ngu** ("national language").

Like Thai and Chinese, Vietnamese is a tonal language. There are three major dialects—Northern, Southern, and Central—which differ quite markedly in pronunciation, although they are generally mutually intelligible. The Northern dialect distinguishes between six tones, the Southern between five, and the Central only four. The standard system of writing, followed in this dictionary, distinguishes between all six tones by means of diacritical marks written over the vowels (or no mark in the case of the mid level tone). For further details, please see the separate section on Pronunciation.

Grammatically, Vietnamese is relatively simple: words are not inflected for number or tense, and the usual word order is similar to that of English, with the exception that all attributive adjectives have to be placed after the noun they modify.

Notes

1. The Vietnamese alphabetical order used in this dictionary is as follows: **a, ă, â, b, c, d, đ, e, ê, g, h, i, k, l, m, n, o, ô, ơ, p, q, r, s, t, u, ư, v, x, y.**

2. The order of the tones is as follows:
    (a) No tone, e.g. **ma**
    (b) Low-falling, e.g. **mà**
    (c) Low-rising, e.g. **mả**
    (d) High-broken, e.g. **mã**
    (e) High-rising, e.g. **má**
    (f) Low-broken, e.g. **mạ**

3. Words in brackets ( ) are used to clarify or explain the meaning of the word, e.g. **đón rước** to receive (someone).

4. The numbers I, II after Vietnamese entries indicates words of the same form but have different meanings, e.g. **ba** I N father, daddy, dad II NUM three.

5. The list of abbreviations used in this dictionary is as follows:

ABBREV	abbreviation
ADJ	adjective
ADV	adverb
CONJ	conjunction
EXCLAM	exclamation
GR	greeting
INTERJ	interjection
N	noun
NUM	numeral
P	particle
PHR	phrase
PL	plural
PREP	preposition
PRON	pronoun
SING	singular
V	verb

Pronunciation

The Vietnamese alphabet has 29 letters: **a, ă, â, b, c, d, đ, e, ê, g, h, i, k, l, m, n, o, ô, ơ, p, q, r, s, t, u, ư, v, x, y**.

Vietnamese consonants are written as a single letter or a cluster of two or three letters, as follows: **b, c, ch, d, đ, g, gh, gi, h, k, kh, l, m, n, ng, ngh, nh, p, ph, qu, r, s, t, th, tr, v, x**.

The vowels in Vietnamese are the following: **a, ă, â, e, ê, i/y, o, ô, ơ, u, ư**. Vowels can also be grouped together to form a cluster.

The following lists the consonants and vowels with their Vietnamese pronunciation followed by their English equivalent.

Consonants

VIETNAMESE	ENGLISH	EXAMPLE	MEANING
b	<u>b</u>ook	**bút**	pen
c, k	<u>c</u>an	**cá**	fish
		kem	ice-cream
qu	<u>qu</u>een	**quý**	precious
ch	<u>ch</u>ore	**cho**	to give
d, g	<u>z</u>ero	**da**	skin
(before **i**)			
		gì	what
đ	<u>d</u>o	**đi**	to go
g, gh	<u>g</u>o	**ga**	railway
		ghe	boat
h	<u>h</u>at	**hai**	two
kh	(no real English equivalent)	**không**	no
l	<u>l</u>ot	**làm**	to do
m	<u>m</u>e; hi<u>m</u>	**mai**	tomorrow
n	<u>n</u>ot; i<u>n</u>	**nam**	south
ng, ngh	si<u>ng</u>er	**ngon**	delicious
		nghe	to hear
nh	can<u>y</u>on	**nho**	grape
ph	<u>ph</u>one	**phải**	right
r	<u>r</u>un	**ra**	to go out
s	<u>sh</u>ow	**sữa**	milk
t	<u>t</u>op	**tốt**	good
th	<u>th</u>in	**thăm**	to visit
tr	en<u>tr</u>y	**trên**	on/above
v	<u>v</u>ery	**và**	and
x	<u>s</u>ee	**xa**	far

Vowels

VIETNAMESE	ENGLISH	EXAMPLE	MEANING
a	f<u>a</u>ther	**ba**	three
ă	h<u>a</u>t	**ăn**	to eat
â	b<u>u</u>t	**âm**	sound
e	b<u>e</u>t	**em**	younger brother/sister
ê	m<u>ay</u>	**đêm**	night
i/y	m<u>e</u>	**kim**	needle
o	l<u>aw</u>	**lo**	to worry
ô	n<u>o</u>	**cô**	aunt
ơ	f<u>ur</u>	**bơ**	butter
u	t<u>oo</u>	**ngu**	stupid
ư	<u>uh</u>-uh	**thư**	letter

Tones

The standard Vietnamese language has six tones. Each tone is a meaningful and integral part of the syllable. Every syllable must have a tone. The tones are indicated in conventional Vietnamese spelling by marks placed over (**à, ả, ã, á**) or under (**ạ**) single vowels or the vowel in a cluster that bears the main stress.

VIETNAMESE NAME	TONE MARK	TONE	DESCRIPTION	EXAMPLE	MEANING
Không dấu	None	mid-level	Voice starts at middle of normal speaking range and remains at that level	**ma**	ghost
Huyền	à	low-falling	Voice starts fairly low and gradually falls	**mà**	but
Hỏi	ả	low-rising	Voice falls initially then rises slightly	**mả**	tomb
Ngã	ã	high-broken	Voice rises slightly, is cut off abruptly, then rises sharply again	**mã**	horse
Sắc	á	high-rising	Voice starts high and rises sharply	**má**	cheek
Nặng	ạ	low-broken	Voice falls, then cuts off abruptly	**mạ**	rice seedling

Basic Vietnamese Grammar

Vietnamese is written in the Roman alphabet and it is usually considered a monosyllabic language. Each single word (or syllable) can be formed by at least a vowel or vowel cluster and consonant and a tone marker. In this introductory basic grammar, we will look at the structural formation of words (single and compound) and sentences.

A. The Vietnamese Alphabet

There are 29 letters in the Vietnamese alphabet.

I. **Vowels (V):** There are 12 vowels: **a, ă, â, e, ê, i, y, o, ô, ơ, u, ư.**

II. **Consonants (C):** There are 17 single consonants and 11 consonant clusters:

1. 17 single consonants: **b, c, d, đ, g, h, k, l, m, n, p, q, r, s, t, v, x.**

2. 11 consonant clusters: **ch, gh, kh, nh, ph, th, ng, ngh, gi, tr, qu.**

3. Final consonants: only 8 can appear in the final position: **p, c, m, n, t, ch, nh, ng.**

III.Tone markers (T)

There are six tones, but only five tone markers. Four of them are put above and one under a vowel or a vowel cluster.

TONE MARKER	NAME	EXAMPLE	MEANING
a	**dấu ngang**	**ma**	*ghost*
à	**dấu huyền**	**mà**	*which*
ả	**dấu hỏi**	**mả**	*tomb*
ã	**dấu ngã**	**mã**	*horse*
á	**dấu sắc**	**má**	*cheek*
ạ	**dấu nặng**	**mạ**	*rice seedling*

B. Word Forms

Single words:

A Vietnamese single word can be formed in one of the following four ways:

a. A vowel or vowel cluster with or without a tone marker.

Examples: **ô!** (*oh!*)

ai (*who*)

áo (*shirt*)

b. A vowel or vowel cluster with or without a tone marker plus a final consonant.

Examples: **ăn** (*to eat*)

uống (*to drink*)

ấm (*warm*)

c. An initial consonant plus a vowel or vowel cluster with or without tone markers.

Examples: **da** (*skin*)

dạ (*yes*)

dao (*knife*)

d. An initial consonant plus a vowel or vowel cluster with or without tone markers and a final consonant.

Examples: **cơm** (*cooked rice*)

thương (*to love*)

soạn (*to prepare*)

buồn (*sad*)

The following chart is a summary of the structure formation of a single word/syllable:

a. **V (T)** b. **C1V (T)** c. **V (T) C2** d. **C1V (T) C2**

Notes:

V is a vowel or vowel cluster.

T is a tone marker.

C1 is an initial consonant.

C2 is a final consonant.

Compound words

Two or more single words join together to form a compound word. There are three kinds of compound words according to semantic criteria.

Conjunctive compound words

A conjunctive compound word is formed by two different single words.

Examples:

SINGLE WORD	COMPOUND WORD

a. **bàn** (*table*), **ghế** (*chair*)   **bàn ghế** (*furniture*)
    cha (*father*), **mẹ** (*mother*)   **cha mẹ** (*parents*)

b. **máy +**
(*machine*)
{
bay
(*flying*)

may
(*sewing*)

giặt
(*washing*)
}
máy bay
(*airplane*)

máy may
(*sewing machine*)

máy giặt
(*sewing machine*)

c.
trái (*leaf*)
lá (*leaf*)
cành (*branch*)
}
+ cây (*tree*)
{
trái cây (*fruit*)
lá cây (*leaf/leaves*)
cành cây (*branch*)

Reduplication compound words

A compound word may be formed by the reduplication of the entire stem, or by a part of it affixed to itself, or by a meaningful single word plus a meaningless structural element.

Examples:

SINGLE WORD	COMPOUND WORD
a. **nhỏ**	**nho nhỏ** (*slightly small*)
xanh	**xanh xanh** (*slightly blue*)
ngày	**ngày ngày** (*everyday*)
b. **nhỏ**	**nhỏ-nhoi** (*unimportant*)
nhanh	**nhanh-nhẹn** (*quickly*)
vui	**vui-vẻ** (*pleasant*)
c. **mua**	**mua-sắm** (*to buy*)
khóc	**khóc-lóc** (*to cry*)
xơ xác	**xơ-xơ xác-xác** (*all ragged*)
ngày xưa	**ngày xửa ngày xưa** (*once upon a time*)

Free compound words

A free compound word is formed by two or three single words, which do not follow the above formation. There are not many free compound words in Vietnamese.

Examples:

cà-lăm (*stammer*)
bất thình lình (*suddenly*)
ấn loát (*printing*)

Important notes

1. Vietnamese words never change in number, gender, person or tense. Plurality in Vietnamese is expressed by a limited number of words called plural markers (number) which always precede the invariable names.

2. More than half of Vietnamese words are derived from Chinese. Therefore, there are often two words to designate the same thing, one coming from Chinese and the other being pure Vietnamese.

3. The Vietnamese words may be classified as follows: noun, pronoun, verb, adverb, adjective, conjunction, preposition, numeral, exclamation, adverbial particle.

4. Idioms are phrases with a fixed structure. They have a special formation with rhythms.

   Examples:
   Tiền rừng bạc bể   (*very rich*)
   Ba chìm bảy nổi   (*up-and-down*)
   Một nắng hai sương   (*hardworking life*)

C. The Basic Sentence Structure

A sentence is made up of one or more phrases. It provides a complete expression of meaning. It expresses a statement, a question, a command or an exclamation. In the written form it begins with a capital letter and ends with a full stop, a question mark or an exclamation mark. Sometimes a sentence may not have a subject or a verb.

Phrases

A phrase is a compound of two or more words which together make up a particular element of a sentence (e.g. the subject or the predicate). There are four types of phrases: noun phrases, verb phrases, adjectival phrases and adverbial phrases.

   Examples:
   Hai người thanh niên đang đẩy một chiếc xe hơi.
   Hai người thanh niên   is a noun phrase.
   đang đẩy một chiếc xe hơi   is a verb phrase.

Simple sentences

The simple sentence is made up of a subject and a predicate. The subject and the predicate can be simple words or phrases. A simple sentence normally consists of two main parts, a subject and a predicate.

Examples:

subject	predicate
Ông Nam	**vui.** (*Mr Nam is happy.*)
Xe tôi	**chạy nhanh.** (*My car runs quicky.*)
Bạn tôi	**đã mua sách.** (*My friend bought some books.*)
Cô ấy	**học tiếng Việt không?** (*Does she learn Vietnamese?*)
Tôi	**20 tuổi.** (*I'm 20 years old.*)

In a simple sentence, there may be more than one subject or predicate.

Examples:

a. **Ông Nam và tôi đã đi ăn cơm Việt Nam.**
(*Mr Nam and I have had a Vietnamese meal.*) —2 subjects + a predicate

b. **Sinh viên sẽ học nghe, nói, đọc, viết tiếng Việt.**
(*Students will learn to listen to, speak, read and write Vietnamese.*) —a subject + 4 predicates

Optional parts of sentences

Many sentences have an optional part of a sentence which is dependent on the main part; it modifies the whole sentence. It cannot, therefore, stand independently as a sentence. The optional part can be an adverb or adverbial phrase of time, place, manner, purpose.

The optional part of a sentence may be put at the beginning of a sentence or at the end, but in Vietnamese, 80% of them have to be put at the beginning of a sentence.

Examples:

OPTIONAL PARTS	MAIN PARTS
Ngày Thứ Hai,	**tôi sẽ đi học.**
(*On Monday*	*I will go to school.*)
Ở trên bàn	**có 3 quyển sách.**
(*On the table,*	*there are three books.*)

or

Có 3 quyển sách   **ở trên bàn**
(*There are three books on the table*)

Tôi sẽ đi học   **ngày Thứ Hai.**
(*I will go to school*   *on Monday.*)

Compound sentences

A compound sentence is made up of two simple sentences linked by a conjunctive particle.

Examples:
1. **Vì hôm nay trời đẹp nên tôi đi chơi.**
   (*Because it is a beautiful day, I am going out.*)
   – **Hôm nay trời đẹp**   is a single sentence.
   – **Tôi đi chơi**   is a single sentence.
   – **Vì... nên...**   is a conjunctive particle.

2. **Trong khi mẹ tôi làm việc thì em tôi học bài.**
   (*While my mother is working, my younger brother is studying.*)
   – **Mẹ tôi làm việc**   is a single sentence.
   – **Em tôi học bài**   is a single sentence.
   – **Trong khi... thì...**   is a conjunctive particle.

Some Well-Known Idioms

Vietnamese-English Idioms

1. **ăn quả nhớ kẻ trồng cây:** be grateful to those who help you
2. **ba chìm bảy nổi:** the ups and downs of life
3. **ba cọc ba đồng:** fixed small income
4. **bút sa gà chết:** when you signed, you must take responsibility
5. **cá lớn nuốt cá bé:** big fish eat small one
6. **cái nết đánh chết cái đẹp:** virtue is more important than beauty
7. **cần kiệm liêm chính:** diligent, frugal, honest and right
8. **chọn mặt gởi vàng:** choose the right man
9. **dãi nắng dầm mưa:** soaked by the sun and the rain; hard life
10. **gạo châu củi quế:** high cost of living
11. **gió chiều nào theo chiều ấy:** be an opportunist
12. **học thầy không tày học bạn:** learning from your friends is better than learning from your teachers
13. **không thầy đố mầy làm nên:** you can't be successful without a teacher
14. **lá lành đùm lá rách:** the rich must help the poor
15. **làm ơn mắc oán:** doing a favor and get hated
16. **lầm đường lạc lối:** making a mistake
17. **ma chê quỉ hờn:** very ugly
18. **màn trời chiếu đất:** homeless
19. **đất lành chim đậu:** a good place for settling down
20. **muôn hình nuôn vẻ:** variety
21. **năm lần bảy lượt:** many times
22. **năm thì mười hoạ:** rarely
23. **ngày qua tháng lại:** time flics
24. **phòng bệnh hơn chữa bệnh:** prevention is better than cure
25. **tai trời ách nước:** calamity

English-Vietnamese Idioms

1. like father, like son: **cha nào con nấy**

2. give as good as one gets: **đối xử với người khác như họ đối xử với mình**

3. from the ground up: **làm đến nơi đến chốn**

4. come to one's senses: **suy nghĩ hay hành động hợp lí**

5. caught in the crossfire: **đi giữa hai làn đạn**

6. blow hot and cold: **hay thay đổi ý kiến**

7. can't make heads or tails of something: **không hiểu đầu đuôi ra sao**

8. burn the candle at both ends: **luôn làm hết sức lực**

9. breathe down someone's neck: **theo dõi người nào làm người ta khó chịu**

10. more bang for the buck: **đầu tư được nhiều lợi nhuận**

11. ask for the moon: **đòi hỏi quá đáng**

12. do someone a world of good: **giúp người được tốt đẹp hơn**

13. keep one's head above water: **cố gắng khó khăn đối phó với vấn đề gì**

14. a light purse is a heavy curse: **đời khốn khổ nếu không có tiền**

15. a still tongue keeps a wise head: **người khôn không nói nhiều**

16. a smile costs nothing: **nụ cười không mất tiền mua**

17. half a loaf is better than no bread: **có ít còn hơn không**

18. laughter is the best medicine: **cười là liều thuốc bổ**

19. no smoke without fire: **không có lửa sao lại có khói**

20. Nothing ventured, nothing gained: **không vào hang hùm sao bắt được cọp**

21. prevention is better than cure: **phòng bệnh hơn chữa bệnh**

22. seeing is believing: **có thấy mới tin**

23. sell like hot cakes: **bán đắt như tôm tươi**

24. spare a rod and spoil the child: **thương con cho roi cho vọt**

25. the bigger they are, the harder they fall: **trèo cao té nặng**

Vietnamese–English

A

a dua v to imitate slavishly
a ha INTERJ aha
a lô INTERJ hello (on the telephone)
a ma tơ ADJ amateur
a phiến N opium
A Rập N Arab, Arabia
a tòng v to act as an accomplice
a xít N acid
à INTERJ ah!
ả N dame, she, her
Á Châu N Asia, Asian
Á Đông N the East, the Orient, Asian
á hậu N runner-up in a beauty contest
á khẩu ADJ speechless
Á Phi N Asian-African
ạ PHR yes, sir; yes, madam
ác ADJ wicked, cruel
ác cảm N dislike, antipathy, ill feeling
ác chiến N a bloody fight
ác độc ADJ wicked, cruel
ác liệt ADJ very violent
ác miệng ADJ foul-mouthed
ác mộng N nightmare
ác nghiệt ADJ cruel, harsh
ác nhân N cruel person
ác ôn ADJ cruel, thug-like
ác quỷ N demon
ác thú N wild animal
ác tính ADJ malignant
ác ý N ill-will
ách N yoke
ách tắc ADJ congested, blocked up
ai PRON who, whom
ai ai PRON everyone
Ai Cập N Egypt
Ai Lao N Laos
ai nấy PRON everyone
ai ngờ ADV suddenly, unexpectedly
ai oán ADJ plaintive
ái INTERJ Ouch!, oh!
ái ân v to make love
ái chà INTERJ Well!
ái mộ v to admire
ái ngại v to feel worried for
ái nữ N daughter
ái quốc ADJ patriotic
ái tình N love, passion
am N small temple
am hiểu v to know well

am tường v to understand very well
ảm đạm ADJ gloomy, sad
ám ảnh v to haunt, to obsess
ám chỉ v to hint, to allude to
ám hại v to harm
ám muội ADJ shady, dubious
ám sát v to assassinate, to murder
an ADJ safe
an bài v to preordain; to be arranged
an hưởng v to enjoy peacefully
an khang ADJ healthy and safe
an nghỉ v to rest; to die
an ninh I ADJ secure II N security
an nhàn ADJ leisurely
an phận v to satisfy one's fate
an sinh N security
an táng v to bury a dead body
an tâm v to have peace of mind; to be confident
an toạ v to be seated
an toàn ADJ safe, secure
an toàn dữ liệu N data safety
an toàn giao thông N road safety
an toàn lao động N working safety
an ủi v to console, to condone
án mạng N murder, homicide
án ngữ v to block, to hide
án phí N legal costs
án treo N suspended sentence
anh N older brother; darling (term a wife/lover calls her husband/lover); you (addressing a young man)
Anh N England, English
anh dũng ADJ brave, heroic
anh đào N cherry
anh em N brothers, brother and sister
anh hùng I N hero II ADJ heroic
anh hùng lao động N labor hero
anh linh N soul
anh tài N outstanding talent
anh thư N heroine
ảnh N image; photograph
ảnh hưởng N influence, effect
ánh sáng N light
ao N pond
ao tù N stagnant pond
ao ước v to dream, to long for
ào ào ADJ roaring
ảo ADJ imaginary, illusive
ảo ảnh N illusion; mirage

A

- **ảo giác** N optical illusion
- **ảo thuật** N magic
- **ảo tưởng** N illusion, imaginary
- **áo** N shirt, dress (piece of clothing covering the upper part of the body)
- **Áo** N Austria
- **áo ấm** N sweater, jumper
- **áo ba lỗ** N singlet
- **áo choàng** N overcoat; gown, jacket
- **áo mưa** N raincoat
- **áo quan** N coffin
- **áo quần** N clothes
- **áo tắm** N swimwear, swimsuit
- **áp** V to approach, to get close
- **áp bức** V to oppress, to tyrannize
- **áp dụng** V to apply, to put into practice
- **áp đặt** V to impose, to force on
- **áp giải** V to escort
- **áp lực** N pressure
- **áp phe** V to make a deal for a commission
- **áp phích** N poster, bill
- **áp suất** N pressure (force)
- **áp xe** N abscess
- **áy náy** V to feel uneasy
- **ắc quy** N battery
- **ẵm** V to carry (a baby) in one's arms
- **ăn** I V 1 to eat, to feed on 2 to win II ADJ suitable, matched
- **ăn bám** V to sponge on, to live on
- **ăn cắp** V to steal, to rob
- **ăn chơi** V to over-indulge oneself; to eat for fun
- **ăn chay** N to eat vegetarian food
- **ăn chặn** V to squeeze
- **ăn chia** V to have a commission, to be a parasite
- **ăn chịu** V to eat on credit
- **ăn cướp** I V to rob II N robber
- **ăn diện** V to dress smartly
- **ăn đứt** V to defeat; to be better than
- **ăn gian** V to cheat
- **ăn hại** V to be a parasite
- **ăn hiếp** V to bully
- **ăn học** V to study, to learn
- **ăn hỏi** V to propose marriage
- **ăn hối lộ** V to take bribes, to be corrupt
- **ăn khách** V to be in great demand
- **ăn khớp** V to match with, to fit in with
- **ăn kiêng** V to diet
- **ăn mày** I N beggar II V to beg
- **ăn mừng** V to celebrate
- **ăn nằm** V to make love
- **ăn năn** V to repent, to regret
- **ăn nói** V to express oneself verbally, to speak

- **ăn ở** V to live; to behave
- **ăn quịt** V to eat or take without paying, to evade paying
- **ăn rơ** V to have an agreement with
- **ăn tạp** V to eat everything
- **ăn theo** V to live on, to depend on
- **ăn thua** V to compete with, to win or lose
- **ăn tiền** V to take bribes
- **ăn tiêu** V to spend
- **ăn trộm** I V to burgle II N burglar, thief
- **ăn uống** V to eat and drink
- **ăn vạ** V to stage a fall for restitution
- **ăn xin** I V to beg II N beggar
- **ăn ý** ADJ matched, suitable
- **ăng ten** N aerial, antenna
- **Ăng Lê** N English
- **âm** N 1 yin, negative 2 sound 3 syllable, letter
- **âm bản** N negative photography
- **âm cực** N cathode, negative pole
- **âm dương** N yin and yang
- **âm đạo** N vagina
- **âm điệu** N tune, melody
- **âm hộ** N vulva
- **âm lịch** N lunar calendar
- **âm mưu** I N plot, scheme II V to plot, to scheme
- **âm nhạc** N music
- **âm phủ** N hell
- **âm thanh** N sound
- **âm thầm** ADJ silent
- **âm u** ADJ gloomy
- **âm vang** N echo
- **ấm** N bang, noise
- **ấm ĩ** ADJ very noisy
- **ấm ừ** V to hum and haw
- **ấm** I N tea-pot, kettle II ADJ warm
- **ấm áp** ADJ nice and warm
- **ấm cúng** ADJ snug, harmonious
- **ấm no** ADJ well off
- **ẩm** ADJ damp
- **ẩm mốc** ADJ moist, damp
- **ẩm thấp** ADJ humid
- **ẩm thực** N eating and drinking
- **ẩm ướt** ADJ wet
- **ân** N favor, good deed
- **ân cần** ADJ kind
- **ân hận** V to feel regretful, to regret
- **ân huệ** N favor
- **ân nghĩa** N gratitude
- **ân nhân** N benefactor, savior
- **ân oán** N resentment
- **ân tình** N gratitude
- **ân xá** V to grant amnesty
- **ẩn** V to push; to hide
- **ẩn chứa** V to imply, to hint
- **ẩn dật** V to live a secluded life

ẩn dụ N metaphor
ẩn giấu V to hide
ẩn náu V to hide oneself, to take shelter
ẩn núp V to hide
ẩn số N unknown number
ẩn ý N hint, implication
ấn định V to define, to fix
Ấn Độ N India, Indian
Ấn Độ giáo N Hinduism
ấn hành V to publish
ấn loát V to print
ấn phẩm N publications
ấn tượng N impression
ấp I N hamlet II V to hatch
ấp ủ V to nurture
ập V to burst into
Âu Châu N Europe
âu lo V to worry
âu phục N Western clothes
âu sầu ADJ sorrowful, sad
âu yếm V to fondle, to love
ẩu ADJ careless, negligent
ẩu đả V to brawl
ấu thơ N childhood
ấu trĩ ADJ childish, immature
ấy CONJ that

B

ba I N father, daddy, dad II NUM three
ba ba N softshell turtle
ba bảy NUM several
ba chỉ N fresh bacon
ba gác N handcart
ba gai ADJ rowdy, impolite
ba hoa I ADJ talkative, boastful II V to boast, to talk too much
Ba Lan N Poland, Polish
ba láp ADJ nonsensical
ba lăng nhăng ADJ undisciplined, worthless
Ba Lê N Paris
ba lô N knapsack, backpack
ba mươi NUM thirty
ba phải ADJ agreeing with everyone, yes-man
Ba Tây N Brazil; Brazilian
ba tê N pâté
ba toong N stick, cane
ba trợn ADJ rude
bà N 1 grandmother 2 lady, madame, you
bà ba N casual clothes of South Vietnamese women
bà con N relatives
bà phước; bà xơ N Catholic nun
bả vai N shoulder blade
bã N waste, residue

bá cáo V to announce
bá chủ N lord, master, ruler
Bá Linh N Berlin
bá quyền N hegemony
bác I N uncle (father's older brother) II PRON you (to uncle, elderly) III V 1 to scramble (eggs) 2 to reject (application, proposal)
bác ái ADJ generous, tolerant
bác bỏ V to reject
bác học N scientist
bác sĩ N doctor (of medicine)
bạc I N 1 silver 2 money II ADJ faded, discolored
bạc hà N mint, peppermint
bạc ác ADJ uncompassionate, wicked
bạc bẽo ADJ ungrateful
bạc đãi V to betray; to treat with indifference
bạc hà N peppermint, mint
bạc màu ADJ faded, discolored
bạc mệnh ADJ ill-fated
bạc nhược ADJ feeble; cowardly
bạc phơ ADJ quite white
bạc tình ADJ unfaithful
bách bộ V to go for a walk
bách hoá N all kinds of goods
bách khoa N polytechnic; encyclopaedia
bách phân N per cent
bách thảo ADJ botanical
bách thú ADJ zoological
bạch V to greet with high respect
bạch huyết N lymph, leucocyte
bạch kim N platinum
bạch nhật N daylight
bạch phiến N opium, heroin
bạch tuộc N octopus
bài I N 1 lesson 2 card (game) II V to be against
bài bác V to object
bài bạc N gamble
bài học N lesson
bài làm N task; exercise
bài ngoại V to be xenophobic
bài tập N exercise, task
bài tiết V to excrete
bài toán N mathematical problem
bài trí V to decorate
bài trừ V to abolish
bài vở N class materials
bài xích V to disapprove
bài hoài ADJ exhausted
bãi I N field, flat expanse II V to cease, to stop
bãi biển N beach
bãi bỏ V to cancel
bãi chức V to sack, to dismiss

bãi công v to go on strike
bãi miễn v to dismiss
bãi nhiệm v to terminate the official term, to finish one's duty
bái v to bow, to kowtow
bái phục v to admire greatly
bại v to lose, to be defeated
bại liệt ADJ paralysed; crippled
bại lộ v to be revealed
bại trận v to be defeated
bám v to hang on, to stick
ban I N section, board II v to grant, to confer
ban bố v to issue
ban chấp hành N executive committee
ban công N balcony
ban đầu ADV at the beginning, at first
ban đêm ADV during the night
ban hành v to issue
ban khen v to praise; to award
ban mai N early morning
ban nãy ADV just now, a short while ago
ban ngày N daytime
ban ơn v to bestow favors
ban phát v to distribute
ban sơ ADV at the beginning
ban tặng v to award
ban tối N evening
ban trưa N noon, midday
bàn I N table; desk II v to discuss
bàn bạc v to discuss
bàn cãi v to debate
bàn chải N brush
bàn chân N foot
bàn cờ N chess board
bàn đạp N pedal
bàn định v to discuss something for a decision
bàn giao v to hand over
bàn giấy N desk
bàn là N iron
bàn luận v to discuss
bàn phím N keyboard
bàn tay N hand
bàn thờ N altar
bàn ủi N iron
bản N edition, copy
bản án N sentence, verdict
bản cáo trạng N indictment
bản chất N nature, essence
bản doanh N headquarters
bản địa N native
bản đồ N map
bản ghi nhớ N memorandum of understanding
bản gốc N original
bản lề N hinge

bản lĩnh N strong will
bản năng N instinct
bản ngã N ego, self
bản ngữ N native language
bản nhạc N song
bản quyền N copyright
bản sao N photocopy
bản thảo N draft
bản thân N self; oneself
bản tính N innate nature
bản xứ N native country
bán I v to sell II ADJ half, semi
bán buôn v to sell wholesale
bán cầu N hemisphere
bán chạy v to sell out quickly
bán chịu v to sell on credit
bán công ADJ semi-public
bán đảo N peninsula
bán đấu giá v to sell by auction
bán đứng v to sell someone to the devil
bán hoa v to sell flowers
bán hoá giá v to sell something at the sale price
bán kết N semi-final
bán khai ADJ underdeveloped, uncivilized
bán kính N radius
bán lẻ v to sell in retail
bán nguyệt N semi-circular
bán nguyệt san N bi-monthly magazine
bán niên N half year, one semester
bán non v to sell crops in ears
bán nước v to betray one's country
bán phá giá v to sell with a reduced price
bán sống bán chết ADJ being in danger of one's life
bán tháo v to sell out all stocks
bán thân N half body, half-length
bán tín bán nghi ADJ doubtful
bán trả góp v to sell in installment payments
bán trú v to be an intern
bán tự động ADJ semi-automatic
bạn N friend
bạn bè N friends
bạn đọc N reader
bạn đời N spouse, wife/husband
bạn hàng N customer
bạn hữu N friend
bạn nối khổ N close friend
bạn vong niên N old friend
bang N state
bang giao v to have international relations with
bàng N Malabar almond tree

bàng bạc v to teem, to overflow
bàng hoàng ADJ stunned, stupefied
bàng quan v to be indifferent
bàng quang N bladder
bảng N board; blackboard/whiteboard
bảng chỉ dẫn N guide
bảng chữ cái N alphabet
bảng cửu chương N multiplication table
bảng đen N blackboard
bảng giá N price list
bảng hiệu N shop sign
bảng lương N salary sheet
bảng thống kê N statistics
bảng vàng N list of successful candidates
banh I N ball (game) II v to open widely
bành ADJ wide
bành bạnh ADJ broadish
bành tô N jacket, coat
bành trướng v to expand; to develop; to spread
bảnh ADJ smart
bảnh bao ADJ smart, well-groomed
bảnh mắt v to be just awakened; to be early morning
bảnh trai ADJ handsome
bánh N cake; all types of cake; cookies
bánh bao N dumpling
bánh bèo N fern-shaped rice cake
bánh canh N Vietnamese rice noodle soup cooked with crab/meat
bánh chưng N Vietnamese square glutinous rice cake
bánh cuốn N steamed fresh rolled rice cake
bánh đa N dry rice paper
bánh đậu xanh N mung bean cake
bánh in N glutinous rice cake filled with mung bean
bánh khoái N Hue pancake
bánh lái N steering wheel
bánh mì N bread
bánh nướng N pie
bánh phồng tôm N shrimped cake
bánh phở N fresh rice noodle
bánh qui N biscuit
bánh tét N Vietnamese cylindric glutinous rice cake filled with mung bean paste and pork
bánh trái N cakes
bánh tráng N dry rice paper
bánh Trung Thu N mid-autumn festival cake
bánh ú N small pyramidal glutinous rice cake
bánh xe N car wheel

bánh xèo N Saigon pancake filled with shrimp, pork and soybean sprouts
bao I N bag II v to cover, to pack, to wrap
bao bì N packing, wrapping
bao biện v to act as a pooh-bah
bao bọc v to protect; to surround
bao cao su N condom
bao cấp v to centralize budget subsidies
bao che v to defend, to cover up
bao dung ADJ generous, tolerant
bao giờ PRON when, what time
bao gồm v to include
bao hàm v to imply
bao la ADJ immense, unlimited
bao lâu PRON how long
bao nhiêu PRON how much, how many
bao phủ v to cover
bao quát v to embrace, to include
bao qui đầu N foreskin
bao tải N jute bag
bao tay N glove
bao thầu v to take a contract
bao tránh thai N condom
bao trùm v to cover the whole thing
bao tử N stomach
bao vây v to surround, to besiege; to sanction
bao vây tiền tệ v to blockade a monetary system
bao xa ADJ how far
bào I N plane II v to plane, to smoothen
bào chế v to produce medicines, to make drugs
bào chữa v to defend
bào ngư N abalone
bào thai N fetus
bảo v to tell; to say
bảo an N security
bảo ban v to give an advice
bảo chứng v to warrant
bản dưỡng v to take care of, to maintain
bảo đảm v to ensure; to guarantee
bảo hành v to give a warranty
bảo hiểm v to insure; to be insured
bảo hiểm du lịch N travel insurance
bảo hiểm hàng hoá N merchandise insurance
bảo hiểm nhân thọ N life insurance
bảo hiểm tài sản N property insurance
bảo hiểm xã hội N social security insurance
bảo hiểm xe N car insurance
bảo hiểm y tế N health insurance
bảo hộ v to protect

B

bảo hộ lao động v to protect labor safety
bảo hộ mậu dịch N trade protection
bảo lãnh v to sponsor
bảo mật v to keep secretly, to be confidential
bảo quản v to maintain; to preserve
bảo sanh N maternity
bảo tàng viện N museum
bảo tháp N Buddhist stupa tower
bảo thủ ADJ conservative
bảo toàn v to keep intact, to preserve perfectly
bảo tồn v to conserve; to preserve
bảo trì v to maintain
bảo trợ v to sponsor
bảo vệ v to protect; to defend
bão N storm; cyclone
bão bùng ADJ stormy
bão hoà ADJ saturated
bão táp N violent storm, severe hurricane
bão tố N violent storm
bão tuyết N snow storm
báo N 1 newspaper; magazine 2 panther
báo cáo I v to report II N report
báo chí N press (in general)
báo danh N candidate list
báo đáp v to requite
báo động v to be alert; to alarm
báo giới N media, press
báo hại v to cause harm to someone
báo hỉ v to announce a wedding
báo hiếu v to show gratitude towards one's parents
báo hiệu v to give the signal
báo mộng v to have an omen in a dream
báo oán v to revenge oneself upon
báo ơn v to requite one's favors
báo tang v to announce one's death
báo thù v to revenge oneself
báo thức v to wake up
báo tin v to inform; to advise
bạo ADJ brave, bold
bạo bệnh N serious illness
bạo chúa N tyrant
bạo dạn ADJ daring, fearless
bạo động v to be violent
bạo gan ADJ brave, audacious
bạo hành N violence
bạo lực N violence
bạo ngược ADJ wickedly cruel
bạo tàn v to be cruel
bát N eating bowl
bát đĩa N dishes, bowls and plates
bát hương N joss-stick bowl

bát ngát ADJ immense, limitless
bát phố v to loiter in the shopping streets
bạt N canvas
bạt mạng ADJ reckless
bạt tai v to slap
bạt thiệp ADJ elegant
bàu N pond
báu vật N valuables
bay I N trowel II v to fly
bay biến v to disappear
bay bổng v to fly very high
bay bướm ADJ refined, flowery
bay hơi v to evaporate
bay nhảy v to be free to do anything
bày biện v to arrange, to display
bày đặt v to create unnecessarily
bày tỏ v to express, to convey
bày vẽ v to contrive unnecessary things
bảy NUM seven
bắc I N north II v to bridge a space with
bắc bán cầu N Northern Hemisphere
Bắc bộ N north part of Vietnam
bắc cầu v to build a bridge
bắc cực N North Pole
Bắc Hàn N North Korea
Bắc Kinh N Beijing
Bắc kì N North Vietnam
Bắc Mĩ N North America
Bắc thuộc N Chinese domination
Bắc Việt N North Vietnam
băm v to mince, to chop finely
bằm v to chop
băn khoăn v to be worried, to be perplexed
bặn bặt ADJ completely silent
bắn v to shoot
bắn tiếng v to send words
bắn tin v to spread the news; to drop a hint
băng I N 1 ice 2 band, tape; ribbon II v to cross (a road)
băng bó v to dress a wound
Băng Cốc N Bangkok
băng đảng N gang, band
băng giá N freeze, frost
băng hà I N glacier II v to pass away
băng hình N video tape, digital video disc (DVD)
băng hoại v to destroy
băng huyết v to have metrorrhagia
băng nhóm N gang, band
băng sơ N iceberg
bằng I v to be equal to II N license; qualifications III ADJ flat, level IV CONJ by
bằng cấp N qualifications
bằng chứng/cớ N evidence; proof

bằng hữu N friends
bằng lòng I v to agree II ADJ content; agreeable
bằng phẳng ADJ even and flat
bằng sáng chế N invention license
bằng thừa ADJ useless
bằng ADJ without news
bắp N corn
bắp cải N cabbage
bắp thịt N muscle
bắt v to catch; to arrest
bắt bẻ v to find fault with
bắt bí v to impose one's terms
bắt bớ v to arrest
bắt buộc v to compel; to be forced to
bắt chước v to imitate
bắt chuyện v to strike up a conversation
bắt cóc v to kidnap
bắt đầu v to begin; to start
bắt đền v to ask for compensation
bắt ép v to force, to compel
bắt gặp v to meet, to come across
bắt giữ v to catch, to detain
bắt mạch v to take a pulse
bắt mối v to make contact
bắt nạt v to bully
bắt nguồn v to originate from
bắt nọn v to frighten someone
bắt quả tang v to catch someone in the act
bắt tay v to shake hands
bắt thăm v to draw lots
bặt ADJ completely silent
bặt thiệp ADJ elegant
bậc N step (of a ladder); grade; rank
bầm ADJ bruised
bẩm sinh ADJ innate, inborn
bấm v to press, to touch
bấm bụng v to endure silently
bần ADJ poor
bần cố nông N poor peasant
bần cùng ADJ destitute, very poor
bần tiện ADJ mean; ignoble
bẩn ADJ dirty
bẩn thiu ADJ dirty
bận I v to put on; to wear II ADJ busy
bận bịu v to be busy, to be occupied
bận rộn ADJ very busy, bustling
bận v to be worried
bâng khuâng ADJ melancholic
bâng quơ ADJ vague
bấp bênh ADJ unstable, uncertain
bập v to thrust, to snap
bập bẹ v to jabber, to mutter
bập bõm ADV defectively, vaguely
bất ADJ not
bất an ADJ unsafe

bất bạo động ADJ non-violent
bất bình ADJ unhappy, displeased
bất cẩn v to be careless, not to care
bất cập ADJ too late, unsufficient
bất chấp v to ignore
bất chính ADJ unrighteous
bất chợt ADV suddenly
bất công ADJ unfair, unjust
bất cứ ADJ any
bất di bất dịch ADJ immutable, fixed
bất diệt ADJ everlasting, immortal
bất đắc chí ADJ disappointed
bất định ADJ unstable; moving
bất đồng ADJ different, dissimilar
bất động ADJ motionless
bất động sản N real estate
bất hạnh ADJ unlucky, unfortunate
bất hảo ADJ bad
bất hiếu ADJ undutiful, unfaithful
bất hoà ADJ disagreeable
bất hồi tố ADJ non-retroactive
bất hợp pháp ADJ illegal, unlawful
bất hợp tác v to be uncooperative
bất hủ ADJ immortal, excellent
bất kể ADV irrespective of; regardless of
bất khả kháng v to be unavoidable
bất kì ADV any
bất lịch sự ADJ impolite; rude
bất lợi ADJ unfavorable; disadvantaged
bất lực ADJ powerless; impotent
bất lương ADJ dishonest
bất mãn ADJ discontented with
bất nghĩa ADJ disloyal
bất ngờ ADJ sudden; unexpected
bất nhã ADJ rude, impolite
bất nhân ADJ inhumane, non-benevolent
bất nhất ADJ inconsistent
bất ổn ADJ unsafe, unstable
bất tài ADJ incompetent
bất tận ADJ unending, limitless
bất thần I ADV suddenly II ADJ unexpected
bất thình lình ADV suddenly
bất thường ADJ unusual, extraordinary
bất tiện ADJ inconvenient
bất tỉnh ADJ unconscious
bất trắc ADJ unlucky
bất trị ADJ incurable
bất tử ADJ immortal
bật v to snap; to switch on
bật đèn xanh v to give the green light
bật lửa N cigarette lighter
bật mí v to disclose
bâu v to swarm over; to crowd about
bầu v to elect
bầu bán v to vote, to elect

B

- **bầu bạn** N friends
- **bầu bĩnh** ADJ plump, chubby
- **bầu cử** N election
- **bầu dục** N oval
- **bầu trời** N sky
- **bấu** v to pinch, to snip off
- **bấu véo** v to snip off little by little
- **bấu víu** v to hold fast to
- **bây giờ** ADV now
- **bầy** N flock, group, herd
- **bầy nhầy** ADJ slimy, soft but leathery
- **bẩy** v to pry up
- **bẫy** v to trap, to snare
- **bấy** I ADJ meltingly soft II ADV then
- **bấy giờ** ADV at that time
- **bấy lâu** ADV so long, since then
- **bấy nhiêu** PRON that much
- **bậy** ADJ wrong, nonsense
- **bậy bạ** ADJ wrong, improper
- **be** N bottle, jar
- **be bét** ADJ crushed to pulp
- **bè** N raft
- **bè bạn** N friends
- **bè cánh** N faction, party, clique
- **bè lũ** N gang, clique
- **bè phái** N faction, party
- **bẻ** v to break
- **bẽ mặt** v to feel ashamed
- **bé** I ADJ small, little, tiny II N baby
- **bé bỏng** ADJ little
- **bé con** N little child
- **bé nhỏ** ADJ small, little
- **bèn** ADV then
- **bẽn lẽn** ADJ shy, timid
- **bén** ADJ sharp
- **bén mảng** v to come around
- **bén mùi** v to become familiar with; to be accustomed to
- **bèo** N duckweed, water hyacinth
- **bèo bọt** N trifle, nonetity
- **béo** ADJ fat, plump, obese
- **béo bở** ADJ profitable; easy to do
- **béo phì** ADJ obese, pot-bellied
- **béo tốt** ADJ fat and healthy
- **bẹp** ADJ flat, crushed
- **bê** I N calf II v to carry with both hands
- **bê bết** ADJ smeared all over
- **bê bối** ADJ in a mess, in a bother
- **bê rê** N beret
- **bê tha** I v to plunge into dissipation II ADJ shabby
- **bê tông** N concrete
- **bê trễ** v to leave undone, to neglect
- **bề** N 1 side, dimension 2 aspect
- **bề bộn** ADJ jumbled, busy
- **bề mặt** N surface, area
- **bề ngoài** N appearance
- **bề thế** N influence

- **bề tôi** N subject
- **bề trên** N superior
- **bể** I N 1 sea 2 tank, cistern II v to break
- **bể bơi** N swimming pool
- **bể khổ** N miserable life
- **bế** v to carry in one's arms
- **bế bồng** v to carry in one's arms
- **bế giảng** v to end a course/school year
- **bế mạc** v to close, to end
- **bế quan toả cảng** N closed-door policy
- **bế tắc** ADJ dead-locked, obstructed
- **bệ** N platform, pedestal
- **bệ hạ** N Your Majesty, Your Excellency
- **bệ phóng** N ramp, launch pad
- **bệ rạc** ADJ slovenly, squalid
- **bệ vệ** ADJ stately, imposing
- **bên** N side
- **bên bị cáo** N defendant
- **bên nguyên đơn** N plaintiff
- **bền** ADJ strong, durable; long-lasting
- **bền bỉ** ADJ enduring, endured
- **bền chặt** ADJ steadfast
- **bền chí** ADJ patient, determined
- **bền gan** ADJ enduring, tenacious
- **bền lòng** ADJ steady, tenacious
- **bền vững** ADJ steady, unshakeable
- **bến** N landing place, pier, port
- **bến tàu** N wharf, seaport
- **bến xe** N bus station/terminal
- **bện** v to plait, to entangle
- **bênh** v to protect, to defend
- **bênh vực** v to protect, to defend
- **bệnh** N disease, illness
- **bệnh bẩm sinh** N inborn disease
- **bệnh da liễu** N skin and venereal disease
- **bệnh di truyền** N hereditary disease
- **bệnh dịch** N epidemic disease
- **bệnh gút** N gout
- **bệnh hoa liễu** N venereal disease
- **bệnh hoạn** I N sickness, illness II ADJ sick, ill
- **bệnh lí** N pathology
- **bệnh lị** N haemorrhoids
- **bệnh lở mồm long móng** N foot and mouth disease
- **bệnh nghề nghiệp** N occupational disease
- **bệnh ngoại cảm** N common cold
- **bệnh nhân** N patient
- **bệnh phấn hoa** N hay fever
- **bệnh phong tình** N venereal disease
- **bệnh sởi** N measles
- **bệnh tả** N cholera
- **bệnh tâm thần** N mental illness
- **bệnh tim** N heart disease
- **bệnh tình** N patient's condition
- **bệnh trạng** N state of an illness

B

bệnh viện N hospital
bếp N kitchen; cooking stove
bếp núc N cooking
bết I V to stick II ADJ bad
bi N marble (toy); ball (in ball bearings)
bi ai ADJ sorrowful, sad
bi bô V to babble
bi da N billiards
bi đát ADJ lamentable; tragic
bi hài kịch N tragicomedy
bi kịch N drama
bi quan ADJ pessimistic
bi thảm ADJ tragic
bi thương ADJ sorrowful
bì I N 1 skin 2 bag II V to compare
bì thư N envelope
Bỉ N Belgium, Belgian
bí I N pumpkin II ADJ stuffy, obstructed
bí ẩn ADJ hidden, secret
bí danh N pseudonym, pen name
bí đao N marrow
bí đỏ N pumpkin
bí hiểm ADJ mysterious
bí mật ADJ secret, mysterious
bí ngô N pumpkin
bí quyết N hint; secret
bí rợ N pumpkin
bí số N secret number, secret code
bí thư N secretary
bị I N bag, knapsack II V to suffer something unpleasant
bị can N defendant
bị cáo N defendant
bị động ADJ passive
bị thương V to be wounded
bia N 1 beer 2 target 3 tombstone, slab
bia hơi N draught beer
bia tươi N draught beer
bìa N cover (of a book)
bịa V to invent, to fabricate
bịa đặt V to invent, to fabricate
bích báo N wall magazine
bích chương N poster
bích qui N biscuit
biếm hoạ N cartoon
biên V to write down, to note down
biên bản N report; minutes
biên chép V to write, to copy
biên chế V to arrange staff
biên dịch V to translate
biên đạo V to write scripts for something
biên giới N frontier, border
biên khảo V to study; to do research
biên lai N receipt
biên phòng V to defend the country's border
biên soạn V to compile; to write

biên tập V to edit; to compile
biên tập viên N editor, writer
biền biệt V to leave behind no traces whatsoever
biển N 1 signboard; poster; plate 2 sea
biển cả N sea, ocean
Biển Đông N Eastern Sea
biển lận ADJ fraudulent
biển thủ V to embezzle
biến V to disappear
biến cải V to change, to transform
biến chất V to degenerate
biến chuyển V to change, to develop
biến chứng N side-effect; complication
biến cố N event
biến dạng V to deform
biến đổi V to change, to alter
biến động V to change, to vary
biến hoá V to change, to evolve
biến loạn ADJ rebellious; tumultous
biến sắc V to change color
biện bác V to argue; to explain
biện bạch V to justify, to defend
biện chứng ADJ dialectic
biện chứng pháp N dialectics
biện hộ V to defend
biện lí N public prosecutor
biện luận V to discuss, to argue
biện minh V to justify
biện pháp N method, measure, means
biếng nhác ADJ lazy
biết V to know; to realize
biết bao ADV how much/many
biết đâu ADV who knows, no one knows
biết điều ADJ reasonable, sensible
biết ơn ADJ thankful, grateful
biết than V to serve one right
biết tổng V to know very well
biệt V to disappear without a trace
biệt danh N nickname, alias
biệt đãi V to treat exceptionally
biệt hiệu N pen name, pseudonym
biệt lập ADJ isolated, independent
biệt li V to part, to be separated
biệt phái V to second; to detail
biệt tài N special talent
biệt tăm V to go away without a trace
biệt thự N villa
biệt xứ ADJ exiled
biểu V to tell; to advise
biểu diễn V to perform; to demonstrate
biểu dương V to display, to show; to praise
biểu đồ N diagram
biểu hiện V to manifest
biểu lộ V to reveal, to convey

biểu mẫu

B

biểu mẫu N sample, model
biểu ngữ N banner, slogan
biểu quyết V to vote, to decide
biểu thị V to show, to display
biểu tình V to demonstrate
biểu tượng N symbol
biểu V to give something as a gift, to offer
binh lính N soldiers
binh nghiệp N military career
binh nhì N private
binh phục N military uniform
binh quyền N military power
binh sĩ N soldier, service men
bình N vase, pot
bình an ADJ well, safe
bình chọn V to select the best through discussion
bình chữa cháy N fire extinguisher
bình dân ADJ common, popular
bình dị ADJ simple, ordinary
bình diện N aspect, field
bình đẳng ADJ equal (legally)
bình điện N battery
bình định V to pacify
bình lặng ADJ quiet
bình luận V to comment on
bình minh N dawn
bình nguyên N plain
bình ổn V to stabilize
bình phẩm V to comment; to criticize
bình phong N screen
bình phục V to recover
bình quân ADJ average
bình quyền N equal rights
bình sinh ADV in one's lifetime
bình tâm V to be calm, to calm
bình thản ADJ peaceful; indifferent
bình thông nhau N siphon pipe
bình thuỷ N thermos
bình thường ADJ ordinary; normal
bình thường hoá V to normalize
bình tĩnh ADJ calm; cool
bình yên ADJ safe, well
bịp V to cheat, to deceive
bịp bợm ADJ tricky, dishonest
bít V to stop, to block, to seal
bít tất N socks, stockings
bít tết N beefsteak
bịt V to cover, to stop up
bịt bùng ADJ completely close, shut up
bo N tip
bò I N ox, cow II V to crawl, to creep
bỏ V 1 to put, to place 2 to give away, to abolish
bỏ bê V to neglect
bỏ cuộc V to give up, to drop off
bỏ dở V to leave unfinished

bỏ mạng V to die
bỏ mặc V to abandon oneself
bỏ ngỏ V to leave unclosed
bỏ ngoài tai V to ignore something
bỏ phiếu V to cast a vote, to vote
bỏ qua V to pass, to let go; to miss
bỏ rơi V to leave far behind
bỏ tù V to put in jail, to jail
bỏ túi V to put into a pocket
bỏ ADJ abandoned, giving up
bó I V to tie in a bundle II N bunch
bó buộc V to compel, to force
bó tay V to be unable to do anything
bọ N insect
bọ cạp N scorpion
bọ chét N flea
bóc V to peel, to take off
bóc lột V to exploit
bóc trần V to expose
bọc I V to wrap, to pack II N package, parcel
bói V to tell someone's fortune
bon chen V to scramble
bòn V to save every amount of
bòn mót V to save every smallest bit of
bòn rút V to squeeze
bón I ADJ constipated II V to fertilize
bọn N small group, gang
bong V to get loose, to come off
bong bóng N bubble, balloon
bỏng ADJ burned, scalded
bóng I ADJ shiny II N 1 shade, shadow 2 ball, balloon
bóng bàn N table tennis
bom N bomb
bom nguyên tử N nuclear bomb
bong bóng N balloon
bỏng ADJ burned, scalding
bóng N shadow, shade
bóng bàn N table tennis
bóng bầu dục N rugby
bóng chuyền N volleyball
bóng đá N soccer
bóng đèn N light bulb
bóng gió ADJ hinted, implied
bóng loáng ADJ shiny, bright, glossy
bóng lộn ADJ shiny
bóng mát N shade
bóng rổ N basketball
bóng tối N darkness
bóp I N wallet II V to crush with the fingers; to press with the hands
bóp bụng V to suffer
bóp chẹt V to strangle; to blackmail
bóp chết V to crush
bóp cổ V to fleece, to oppress ruthlessly
bóp méo V to distort

bóp miệng v to suffer
bóp óc v to rack one's brains for
bót N post, station
bọt N foam, froth
bô N chamber pot, bedpan
bô lão N village elderly
bồ N 1 friend, lover, boy/girl friend 2 bamboo basket
bồ bịch N lovers
bồ câu N pigeon
Bồ Đào Nha N Portugal, Portuguese
bồ đề N Bodhi tree
bồ hòn N soapberry
bồ hóng N soot
bồ nhìn N puppet
bồ tát N Bodhisattva
bổ I v 1 to split, to cut 2 to appoint II ADJ nutritious, nourishing
bổ dụng v to appoint, to nominate
bổ dưỡng v to improve one's health
bổ ích ADJ useful, helpful
bổ khuyết v to complement; to fill (position)
bổ nhiệm v to appoint, to designate
bổ sung v to supplement
bổ túc v to complement, to supplement, to add to
bố N father, daddy, dad
bố cáo v to announce, to proclaim
bố cục N structure, arrangement
bố dượng N step-father
bố láo ADJ cheeky
bố phòng v to take defense measures
bố thí v to give alms, to give to charities
bố trí v to arrange, to deploy (troops)
bộ N 1 set of items 2 government department 3 appearance, look, gait
bộ binh N infantry
bộ dạng N figure, gesture
bộ điều khiển N control unit
bộ điều tốc N speed control unit
bộ điệu N gesture, attitude
bộ đồ N suit
bộ đội N army
bộ hạ N subordinate
bộ hành N pedestrian
bộ khuếch đại N amplifier set
bộ lạc N tribe
bộ luật N set of law
bộ luật dân sự N civil law
bộ luật hình sự N criminal law
bộ máy N system; machine
bộ máy hô hấp N respiratory system
bộ máy tiêu hoá N digestive system
bộ mặt N face, look, air
bộ môn N subject
bộ nhớ N memory

bộ óc N brain
bộ phận N part (of a machine), organ
bộ trưởng N minister (of a government department)
bộ vi xử lí N micro-processor
bộ xử lí N processor
bộ xương N skeleton
bốc v to pick with one's fingers
bốc dỡ v to load and unload
bốc đồng v to be hotheaded
bốc hơi v to evaporate
bốc phét v to boast
bốc vác v to load and unload by hands
bộc lộ v to expose, to reveal
bộc phát v to flare up; to happen suddenly
bộc trực ADJ frank, outspoken
bôi v to apply in a thin layer
bôi bác v to smear
bôi nhọ v to slander, to soil, to dishonor
bồi N houseboy, porter, waiter
bồi bàn N waiter, waitress
bồi bổ v to foster; to strengthen
bồi bút N hack writer, ghost writer
bồi dưỡng v to feed up, to cultivate
bồi đắp v to consolidate, to raise level of
bồi hoàn v to refund money, to reimburse
bồi hồi ADJ fretty
bồi phòng N room-keeper, chambermaid
bồi thẩm N juror
bồi thẩm đoàn N jury
bồi thường v to pay damages, to pay compensation for
bối cảnh N background, setting
bối rối ADJ uneasy, perplexed
bội v to break
bội bạc ADJ unfaithful
bội chi ADJ overspending
bội nghĩa v to betray, to be unfaithful
bội ơn v to be ungrateful
bội số N multiple
bội thu ADJ bumper, yield more than usual
bội thực v to have indigestion, to have stomach upset
bội tín v to violate a trust
bội tinh N medal
bội ước v to break one's promise
bôn ba v to run after (honors and wealth); to wander
bồn N basin, vase; bed
bồn chồn ADJ anxious, worried
bồn hoa N flower bed
bổn phận N duty, obligation

bốn NUM four
bốn mươi NUM forty
bốn phương N four directions, everywhere
bông N 1 cotton, cotton-wool 2 flower
bông đùa v to make a joke
bông lông ADJ vague, unsettled, aimless
bông tai N earring
bồng v to carry in one's arms
bồng bế v to carry by arms
bồng bềnh v to bob
bồng bột ADJ enthusiastic; eager, ebullient
bồng lai N fairland
bổng I N benefits; bonus II ADJ high-pitched, rising up
bổng lộc N bonus, fringe benefits
bỗng ADV suddenly
bỗng chốc ADV suddenly
bỗng dưng ADV by chance, by accident
bỗng nhiên ADV suddenly
bốp chat v to be snappy, to be blunt
bộp chộp ADJ to be of a impulsive nature
bốt N 1 boot 2 post, station
bột N flour, powder
bột phát v to flare up; to happen suddenly
bơ N butter
bơ phờ ADJ tired; dishevelled
bơ vơ ADJ lonely, desolate
bờ N edge, rim; bank
bờ bến N bound; coast
bờ cõi N frontier, territory
bờ lu dông N blouse, lumber-jacket
bờ rào N fence, hedge
bở ADJ friable, crumbly
bở hơi tai ADJ flagged out
bỡ ngỡ ADJ new and unexperienced
bợ v to hold with both palms
bợ đỡ v to flatter, to be toady
bơi v to swim
bơi bướm v to swim the butterfly stroke
bơi ếch v to swim breast stroke
bơi lội v to swim
bơi sải v to swim the trudgen stroke
bởi vì CONJ because
bởi thế CONJ therefore, because of
bởi vậy CONJ therefore
bởi vì CONJ because, since
bới v to dig up
bới móc v to pick out for hostile criticism
bơm v to pump
bợp v to slap, to smack

bớt v to diminish, to reduce; to discount
bu N mother
bu long N bolt, nut
bù v to compensate
bù đắp v to compensate, to make up for
bù đầu ADJ very busy
bù khú v to have a rollicking time together
bù nhìn N puppet, dummy
bù trừ v to compensate, to make up
bù xù ADJ ruffled
bú v to suckle
bụ ADJ chubby, fat
bụ bẫm ADJ chubby
bùa N written charm, amulet
bủa v to cast
bủa vây v to besiege, to encircle
búa N hammer
bục N platform, dais
bùi ADJ nutty flavored
bùi ngùi ADJ sad, melancholy
bùi tai ADJ palatable, honeyed
búi N knot, chignon, bun
bụi I N 1 bush, clump 2 dust II ADJ dusty
bụm v to scoop up with one's hands
bùn N mud
bùn lầy ADJ muddy, slushy
bún N rice vermicelli, fresh rice noodles
bún bò N beef and pork rice noodle soup (of Huế)
bún chả N grilled pork rice noodles
bùng v to flare up, to blow up
bùng binh N roundabout, traffic circle
bùng nổ v to break out
bụng N belly, tummy
buộc v to bind, to tie
buộc lòng v to be reluctant
buộc tội v to accuse, to charge
buổi N half day, session
buồm N sail
buôn v to trade, to buy in and sell
buôn bán v to trade, to do commerce
buôn lậu v to smuggle
buồn ADJ sad
buồn bã ADJ sad, melancholy
buồn bực ADJ annoyed, displeased, angry
buồn cười ADJ funny
buồn ngủ ADJ sleepy
buồn nôn ADJ nauseous
buồn phiền ADJ sad and worried
buồn tẻ ADJ dull, boring
buồn thiu ADJ gloomy, sad
buồn tủi v to feel sad
buông v to let go, to drop, to release

buông lỏng v to relax
buông tha v to release, to free
buông thả v to be careless
buông xuôi v to drop off, to let something run its course
buồng N 1 room, chamber 2 bunch (of banana)
buồng lái N cabin, steering room
buồng lạnh N cooling room
buồng trứng N ovary
buốt ADJ sharp, bitter
buột miệng v to make a slip of the tongue
búp N shoot
búp bê N doll
búp phê N cupboard
bút N pen
bút bi N ballpoint pen
bút chì N pencil
bút chiến v to engage in a polemic
bút đàm D written conversation
bút hiệu N pen name
bút kí N travelling notes, memoirs
bút máy N fountain pen
bút pháp N style of writing
Bụt N Buddha
bự ADJ big, large
bừa v to rake, to harrow
bừa bãi ADJ messy, rash
bừa bộn ADJ messy
bữa N 1 meal 2 a period of time
bức I N a set, a piece II ADJ hot and sultry, humid
bức hại v to force someone to die unjustly
bức hiếp v to bully, to oppress
bức thiết ADJ urgent, pressing
bức xạ N radiation
bức xúc ADJ upset, pressing
bực v to fret, to displease
bực bội v to be upset, to fret
bực mình v to be upset, to be unhappy
bưng v to carry with both hands
bưng bít v to cover up
bừng v to flare up, to blaze up
bứng v to uproot, to pull up
bước v to step, to march
bước đầu N the initial, at the beginning
bước ngoặt N turning point
bước tiến N advance, progress
bươi v to dig up
bưởi N grapefruit, pomelo
bươm bướm N butterfly
bướng ADJ obstinate, stubborn
bứt v to pick
bứt rứt ADJ uneasy, restless
bưu điện N post office
bưu kiện N parcel

bưu phẩm N parcel post
bưu thiếp N postcard
bửu bối N secret trick

C

ca I N 1 mug 2 shift (of work) II v to sing
ca bin N cabin
ca cao N cacoa
ca dao N folk song
ca hát v to sing
ca khúc N song
ca kịch N opera, play
ca-lo N calories
ca múa v to sing and dance
ca ngợi v to praise
ca nhạc N music and song
ca nô N motor boat
ca nông N cannon
ca sĩ N singer
ca tụng v to praise, to eulogize
cà N eggplant
cà chua N tomato
cà lăm v to stammer
cà phê N coffee
cà rá N carat; ring
cà ri N curry
cà rốt N carrot
cà vạt N necktie
cả I ADJ eldest, senior; main II PRON whole, all, entire
cả gan ADJ careless, reckless
cả thảy PRON all, altogether
cá I N fish II v to bet, to wager
cá biệt ADJ individual; particular
cá độ v to bet, to wager
cá heo N dolphin
cá nhận N personal, individual
cá thể N individual
các N 1 card, business card 2 all, every
các tông N cardboard
cách N way, manner, method
cách biệt v to separate; to be very different from
cách chức v to dismiss, to sack; to revoke
cách li v to be isolated
cách mạng N revolution
cách mạng công nghiệp N industrial revolution
cách mạng giải phóng dân tộc N national liberation revolution
cách nhiệt v to insulate
cách tân v to renovate; to reform
cách thức N method, style
cách trở v to be difficult
cai I N foreman II v to give up (an addiction), to quit

C

cai quản v to manage, to supervise; to rule
cai trị v to rule, to govern
cài v to pin, to fasten
cài đặt v to install
cải bắp N cabbage
cải biến v to transform
cải cách v to reform
cải chính v to correct, to rectify
cải tạo v to improve, to re-educate
cải thiện v to improve
cải tiến v to improve
cải tổ v to reshuffle, to reorganize
cãi v to argue, to quarrel
cãi lộn v to quarrel
cãi vã v to argue, to debate
cái I N female 1 (used for animals, plants) 2 (used for objects) II ADJ main, principal
cam N orange
cam chịu v to content oneself with
cam đoan v to guarantee
cam go ADJ difficult, hard
cam kết v to promise
cam phận v to resign oneself to one's fate
cảm v to have flu, to catch a cold
cảm động v to be moved, to be touched
cảm lạnh v to catch a cold
cảm giác N sensation, feeling
cảm hoá v to convert
cảm hứng N inspiration, feeling
cảm mến v to admire and esteem
cảm nghĩ I v to think positively II N impression and feeling
cảm nhận v to appreciate
cảm ơn v to thank
cảm phục v to admire
cảm tạ v to thank
cảm thông v to sympathize with, to be understanding
cảm tình N sympathy, affection, sentiment
cảm từ N interjection, exclamation
cảm tử v to volunteer for death
cảm tưởng N impression
cám N bran
cám dỗ v to seduce
cạm bẫy N trap
can I v to advise against, to intervene II N can, tin
can dự v to be implicated
can đảm ADJ courageous
can ngăn v to stop someone doing something
can phạm N offender
can thiệp v to intervene, to interfere
càn v to rush through; to raid

càn quấy ADJ unruly
càn quét v to raid
cản v to prevent, to stop
cán I N handle, staff II v to run over
cán bộ N cadre
cán cân N balance
cán cân thương mại N balance of trade
cán sự N technician
cạn I v to become dry, to become empty II ADJ shallow
càng...càng CONJ the -er...the -er
cảng N port, harbor
canh I N soup II v to watch, to keep an eye on
canh gác v to guard, to watch
canh giữ v to protect, to defend, to guard
canh nông N agriculture
canh tác v to cultivate, to do farming
canh tân v to reform, to modernize
cành N branch, twig
cảnh N sight, scenery, landscape
cảnh cáo v to warn
cảnh giác v to be vigilant, to be watchful
cảnh ngộ N situation, plight
cảnh quan N landscape, scene
cảnh sát N police, police officer
cảnh tượng N sight, spectacle, scene
cảnh vật N nature; spectacle
cánh N wing
cánh tay N arm, hand
cạnh N edge, side
cạnh tranh N to compete
cao ADJ high, tall
cao bồi N cowboy
cao cả ADJ great, noble
cao cấp ADJ high-ranking, advanced
Cao Đài N Cadaist, Caodaism
cao đẳng N higher education
cao điểm N height, peak
cao độ N pitch, high degree
cao giá N high price/value
cao học N postgraduate studies
cao hứng ADJ inspired
cao lớn ADJ high, tall
Cao Miên N Cambodia, Khmer
cao ngạo ADJ arrogant
cao nguyên N highlands
cao niên ADJ old, elderly
cao ốc N high building
cao quý ADJ noble
cao su N rubber
cao tần N high frequency
cao thế ADJ high-voltage
cao thủ N champion, the best person
cao thượng ADJ noble

cao tốc N highway, expressway
cao trào N movement
cao tuổi V to be elderly
cao vọng N high ambition
cao xa ADJ far-reaching, unrealistic
cào V 1 to rake 2 to scratch
cào cào N locust, grasshopper
cáo I N fox II V to pretext, to inform
cáo biệt V to say goodbye
cáo buộc V to condemn
cáo lỗi V to apologize
cáo phó N death notice
cáo trạng N charge, indictment
cáo từ V to leave, to say goodbye
cạo V to shave, to scrape
cáp N cable
cáp quang N optical cable
cát N sand
cát sê N cashier
cau N areca palm
cau mặt V to frown
cau có V to frown
càu nhàu V to grumble
cáu kỉnh V to be furious
cay ADJ hot (spicy)
cay cú V to have a passion for
cay đắng ADJ bitter, painful
cay độc ADJ cruel, malicious
cày V to plow
cắc N cent, dime, penny
căm ghét V to bear a grudge against, to feel resentment
căm giận V to be angry
căm hờn V to resent and hate
căm phẫn V to feel indignant
căm thù V to hate and resent
cằm N chin
cắm V to pitch, to set up; to plant
cắm đầu V to concentrate on doing something
căn bản ADJ basic
căn bệnh N cause of disease
căn cứ I V to base on II N base
căn cước N identity card
căn dặn V to recommend, to advise
căn hộ N flat, apartment
căn nguyên N cause, root, source
cằn cỗi ADJ improverished
cằn nhằn V to grumble; to complain
cắn V to bite
cắn rứt V to gnaw, to worry
cặn N dregs
cặn bã N dregs, the worst
cặn kẽ ADJ careful, thorough
căng I V to stretch, to strain II ADJ tense
căng thẳng I ADJ stressed II N stress
căng tin N canteen
cẳng N leg

cặp I N 1 school bag, briefcase 2 pair, couple II V to nip, to grip
cặp kè V to be side by side, to be inseparable
cặp nhiệt V to take the temperature (of a patient)
cắt V to cut
cắt cử V to assign
cắt đặt V to assign
cắt nghĩa V to explain, to interpret
câm ADJ mute, dumb
cầm V to hold
cầm chắc V to be sure
cầm chừng V to take one's time, to take it easy
cầm cố V to mortgate
cầm cự V to resist
cầm đầu V to be the ring leader of
cầm đồ V to pawn
cầm hơi V to survive
cầm lòng V to hold back one's feeling
cầm quyền V to be in power, to govern
cẩm nang N manual, handbook
cẩm thạch N marble (stone)
cấm V to forbid, to prohibit, to ban
cấm chỉ V to prohibit, to forbid, to ban
cấm địa N penalty area
cấm vận V to sanction, to embargo
cân V to weigh, to balance
cân bằng V to balance
cân đối ADJ well-proportioned, symmetrical
cân nhắc V to consider carefully
cân xứng ADJ proportionate
cần I V to need II N shaft, rod
cần câu N fishing rod
cần cù ADJ industrious, hard-working
cần kiệm ADJ thrifty
cần kíp ADJ urgent, pressing
cần lao ADJ laborious
cần sa N heroin, drug
cần tây N celery
cần thiết ADJ necessary, indispensable
cẩn V to inlay, to incrust
cẩn thận ADJ careful, cautious
cận ADJ near, short-sighted, close
cận đại N modern times, modern
cận thị ADJ short-sighted, myopic
cận vệ N bodyguard
cấp I N rank, level, class, grade II V to grant, to issue
cấp bách ADJ urgent
cấp báo V to notify immediately
cấp bậc N rank, class, hierarchy
cấp cứu N emergency
cấp dưỡng V to provide relief for
cấp phát V to supply, to issue
cấp tiến ADJ radical, reformed

C

cấp tính ADJ acute
cấp tốc ADJ urgent
cập V to land, to reach
cập nhật ADJ up-to-date
cất V 1 to lift, to raise, to build (a house) 2 to store, to put away
cất bước V to set off, to take off
cất cánh V to take off (airplane)
cất giấu V to hide, to conceal
cất giữ V to keep, to store
cất nhắc V to promote
cật N kidney
cật lực ADV fully stretched
câu I N sentence (writing) II V to fish
câu chuyện N story, talk
câu đố N riddle
câu đối N parallel sentence
câu lạc bộ N club
cầu I N bridge II V to pray for
cầu an V to pray for peace and safety
cầu bơ cầu bất ADJ homeless, vagrant
cầu cạnh V to request for a favor
cầu chì N fuse
cầu chúc V to wish
cầu cứu V to plead for help, to ask for help
cầu đường N bridges and roads
cầu hôn V to ask for an engagement
cầu khẩn V to beg, to entreat
cầu khỉ N bamboo bridge
cầu kì ADJ sophisticated
cầu kinh V to pray
cầu lông N badminton
cầu may V to try one's luck
cầu mong V to aspire, to wish
cầu nguyện V to pray
cầu tàu N pier, quay
cầu thang N staircase
cầu thang máy N lift, elevator
cầu thủ N players (of soccer, rugby)
cầu tuột N slide (in playground)
cẩu thả ADJ careless
cầu xin V to beg for, to ask for
cẩu thả ADJ negligent, careless
cấu V to pinch, to nip off
cấu kết V to join hands
cấu tạo V to create, to build, to design
cấu thành V to form, to make up
cấu trúc N structure
cấu xé V to tear, to claw and tear
cậu N uncle (mother's brother)
cây N tree, plant
cây cảnh N nursery plants, displayed rare plants
cây cỏ N vegetation
cây số N kilometer, milestone
cây xăng N petrol station
cấy V to transplant, to implant

cậy V to rely on
cha N father
cha cố N Catholic priests, clergymen
cha mẹ N parents
chà V to scrape, to crush
chà đạp V to trample on
chà là N date palm
chà xát V to rub, to crush
chả N grilled meat roll
chả giò N spring roll
chai I N bottle II ADJ callous III N callousness
chài V 1 to fish with fishing net 2 to bewitch, to charm
chài lưới N fishing nets
chải V to brush, to comb
Chàm N Champa, Cham
chạm V 1 to touch, to collide 2 to carve, to sculpt
chạm trán V to meet someone face-to-face
chạm trổ V to carve
chan V to souse, to pour
chan chứa ADJ overflowing
chán V to be bored, to be fed up with
chán chê ADJ satiated, plentiful
chán chường V to be sick of
chán ghét V to dislike, to hate
chán nản ADJ disheartened, dispirited
chanh N lemon
chanh chua ADJ sharp-tongued, sour
chánh N head, chief
chánh án N presiding judge
chánh chủ khảo N chief examiner
chánh văn phòng N chief of secretariat
chạnh lòng V to be affected, to be moved
chao N soybean paste
chao đảo V to stagger
chao ôi! INTERJ Oh dear!
chào V to greet, to salute
chào đón V to welcome, to greet warmly
chào đời V to be born
chào hỏi V to greet
chào mừng V to welcome
chảo N frying pan
cháo N congee, gruel
cháo hoa N plain rice congee
chát ADJ tart, acrid
chát chúa ADJ clanged
chau V to frown
cháu N 1 nephew, niece 2 grandchildren
chay ADJ vegetarian, abstaining from meat
chảy V 1 to flow, to run 2 to melt
cháy V to burn, to be set on fire
cháy túi V to be broken

chạy v to run

chạy bàn v to serve at tables

chạy chọt v to solicit, to bribe

chạy chữa v to treat one's best, to treat with all means

chạy đua v to race

chạy đua vũ trang v to be in an arms race

chạy làng v to run away; to give up the game

chạy sô v to keep up a show, to run for shows

chắc ADJ solid, stable

chắc ăn ADJ sure, reliable

chắc chắn ADJ firm, secure, steady

chắc hẳn ADV surely, certainly

chắc nịch ADJ firm, steady

chăm ADJ assiduous, diligent

chăm chỉ ADJ hardworking, diligent

chăm chú v to concentrate

chăm lo v to take care of, to look after

chăm nom v to care for, to take care of

chăn N blanket

chăn gối I v to make love II N blanket and pillow

chăn nuôi v to breed, to raise

chẵn ADJ even (of number)

chẳng bao giờ ADV never

chắn v to stop, to bar

chặn v to stop, to bar

chặn đứng v to hold, to stop short

chăng v to stretch, to spread

chằng chịt ADJ interlacing, interwined

chẳng ADV not at all, not to be

chẳng bao giờ ADV never

chẳng bao lâu ADV soon

chẳng hạn ADV for example, for instance

chẳng lẽ ADV no reason why

chẳng những CONJ not only

chẳng qua ADV just, only

chẳng thà ADV it would be better

chẳng trách CONJ no wonder

chắp v to join, to assemble

chắp nối v to connect, to join

chắp vá v to patch up

chặt I v to cut off, to chop II ADJ tight, close

chặt chẽ ADJ tight, close

châm v to light, to ignite

châm biếm v to ridicule, to satirize

châm chích v to sneer, to criticize

châm chọc v to tease, to sneer

châm chước v to forgive, to be tolerant

châm cứu N acupuncture

châm ngôn N saying, proverb

chấm I N dot, point, full-stop II v 1 to put a full stop 2 to mark (a school assignment) 3 to dip

chấm dứt v to end, to come to an end, to terminate

chấm hết v to put a final stop

chấm hỏi N question mark

chấm phẩy N semi-colon

chấm than N exclamation mark

chậm ADJ slow; late

chậm rãi ADJ slow and poised

chậm rì ADJ very slow

chậm tiến ADJ underdeveloped, blackward

chậm trễ ADJ late

chân N leg, foot

chân chất ADJ honest-minded

chân chính ADJ true, legitimate

chân dung N portrait

chân giá trị N true value

chân lí N truth

chân tay N limbs

chân thành ADJ sincere, honest

chân thật ADJ honest, frank

chân trời N horizon

chần chừ ADJ hesitant, undecided

chẩn bệnh v to diagnose, to treat an illness

chấn chỉnh v to reorganize; to correct

chấn động v to shake up

chấn hưng v to develop; to restore

chấn thương N trauma, injured

chấp v to give as an advantage; to reproach

chấp hành v to execute

chấp nhận v to accept, to approve

chấp thuận v to approve, to accept

chất I N material, substance II v to pile up

chất béo N lipid, fat

chất dẻo N plastic

chất đạm N protein

chất độc N poison, toxic

chất đốt N fuel

chất khí N gas

chất lỏng N liquid

chất lượng N quality

chất nổ N explosive

chất phác ADJ simple-mannered

chất phóng xạ N radioactive substance

chất rắn N solid

chất thải N waste

chất vấn v to question, to investigate

chất xám N intellectual

chật ADJ tight, narrow, crammed, cramped

chật chội ADJ tidy; cramped

chật hẹp ADJ narrow

C

chật ních ADJ tightly packed, over-crowded

chật vật ADJ difficult, hard

châu N continent

Châu Á N Asia

Châu Âu N Europe

châu báu N precious things, valuables

châu chấu N grasshopper

Châu Mĩ N American continent

Châu Phi N Africa

châu thổ N delta

chầu I N party, round II V to attend court

chầu chực V to wait to see somebody

chầu trời V to die, to pass away

chậu N pot, basin

chảy lười ADJ very lazy

chấy N head louse

che V to cover, to hide

che chắn V to protect, to shield

che chở V to protect

che đậy V to cover up, to conceal

che giấu V to hide, to cover

chè N 1 tea (term used in the north) 2 sweetened porridge

chè chén V to feast

chè tàu N Chinese tea

chè xanh N green tea

chẻ V to split, to chop

chém V to cut, to chop, to behead

chen V to creep in

chen chúc V to jostle, to hustle

chen lấn V to jostle someone out

chèn ép V to block, to keep back

chén N small bowl

chèo V to row, to paddle

chèo kéo V to invite with insistence

chép V to copy, to write

chê V to comment negatively, to speak scornfully

chê bai V to criticize, to scorn

chê cười V to laugh at, to mock

chê trách V to speak scornfully of

chế V to prepare; to manufacture, to process

chế biến V to process

chế độ N regime, system

chế độ dân chủ N democratic regime

chế độ phong kiến N feudalism

chế độ quân chủ N monarchy

chế độ sở hữu N ownership

chế độ tư bản N imperialism

chế giễu V to ridicule, to mock at

chế ngự V to control

chế nhạo V to mock, to jeer

chế tác V to create, to invent

chế tạo V to manufacture, to make

chênh ADJ tilted, slanting

chênh lệch ADJ uneven, unequal

chểnh mảng V to be negligent, to neglect

chếnh choáng ADJ tipsy, groggy

chết V 1 to die, to pass away 2 to stop working, to break down

chết cha! INTERJ Oh my god!

chết chóc I V to die II N death

chết đói V to starve to death

chết đuối V to be drowned

chết hụt V to escape death

chết non V to die young

chết oan V to die because of some-one's error

chết tươi V to die on the spot

chết yểu V to die young

chi V to pay, to spend out

chi bộ N cell of a political party

chi chít ADJ dense, thick

chi cục N branch office

chi dung V to spend money

chi hội N branch of association

chi nhánh N branch (office)

chi phí N expenditure, expenses

chi phối N to manipulate, to control

chi tiết N detail

chi tiêu V to spend

chì N lead (metal)

chỉ I N thread, yarn II V to point out, to show III ADV only, just

chỉ dẫn V to instruct, to direct, to guide

chỉ đạo V to guide, to manage

chỉ điểm V to inform

chỉ định V to appoint, to assign

chỉ huy V to command, to conduct, to direct

chỉ số N index

chỉ thị V to instruct, to direct

chỉ tiêu N target, quota

chỉ trích V to criticize

chí N will, ambition

chí choé V to argue noisily

chí hướng N aim, purpose in life

chí khí N strong will

chí lí ADJ most reasonable

chí tình ADJ whole-hearted

chị N, PRON elder sister, you (used for addressing a young woman)

chị em N sisters

chia V to divide, to share

chia buồn V to convey sympathy to, to share the sorrow

chia cắt V to divide, to split

chia li V to separate

chia rẽ V to divide, to split, to separate

chia sẻ V to share

chia tay V to part, to say goodbye, to say farewell

chìa khóa N key
chích V 1 to sting 2 to inject
chiêm bao V to dream
chiêm ngưỡng V to admire
Chiêm Thành N Champa
chiếm V to occupy; to appropriate
chiếm cứ V to occupy forcibly
chiếm đoạt V to appropriate; to usurp
chiếm giữ V to occupy, to withhold
chiếm hữu V to possess, to own
chiên V to fry
chiến công N feat of arms, victory
chiến cụ N war materials
chiến cuộc N war situation
chiến dịch N campaign, operation
chiến đấu V to fight, to struggle
chiến địa N battlefield
chiến hạm N warship
chiến hữu N comrade-in-arms
chiến khu N military base
chiến lược N strategy
chiến sĩ N soldier, fighter
chiến thắng V to win victory over, to triumph over
chiến thuật N tactics
chiến tranh N war, warfare
chiến trường N battlefield
chiến xa N tank
chiêng N gong
chiết V 1 to graft 2 to deduct, to take off
chiêu N trick
chiêu bài N label
chiêu dụ V to lure, to entice
chiêu đãi V to receive; to treat, to entertain
chiêu hồi V to welcome a surrendered enemy
chiêu mộ V to recruit, to enlist
chiêu sinh V to enroll students
chiều I N 1 afternoon 2 direction, side II V to please, to pamper
chiều chuộng V to pamper
chiều hướng N trend, tendency
chiều tối N dusk, nightfall
chiếu I V to project, to radiate II N straw mat
chim N bird
chim chóc N birds
chìm V to sink
chín I V to ripen; to be cooked II NUM nine
chín chắn ADJ mature, experienced
chinh phục V to conquer
chỉnh V to fix, to repair; to correct
chỉnh đốn V to reorganize, to revamp
chỉnh lí V to re-adjust, to correct
chỉnh tề ADJ tidy; formal
chỉnh trang V to embellish

chính ADJ main, major
chính đảng N political party
chính đáng ADJ legitimate, proper
chính đạo N right way
chính giới N politicians, political circles
chính hiệu ADJ genuine
chính khách N politician
chính khoá N curricular subject
chính kiến N political views
chính ngạch ADJ permanent, tenable
chính nghĩa N justice, cause
chính phủ N government
chính quyền N state power, regime, administration
chính sách N policy
chính tả N dictation
chính thể N regime, political system
chính thức ADJ official
chính trị N politics
chính trị gia N politician
chính trị phạm N political prisoner
chính trị viên N political instructor
chính trực ADJ straightforward, righteous
chính xác ADJ accurate, corrected
chính yếu ADJ main, important
chịu V 1 to bear, to endure 2 to give up
chịu chơi V to indulge in playing
chịu đựng V to endure
chịu khó V to take pains to, to be patient
chịu tang V to be in mourning
cho I V to give, to donate, to allow (to do something) II PREP to, for
cho không V to give away
cho nên CONJ therefore, hence
cho phép V to permit, to allow, to authorize
cho qua V to pass, to forgive
chó N dog
chó chết INTERJ Damn!
chó sói N wolf
choàng V to embrace
choán V to occupy space, to block
choáng váng ADJ dizzy, giddy
choắt ADJ dwarfed, stunted
chọc V 1 to poke, to puncture 2 to tease, to bother
chọc ghẹo V to tease
chọc trời V to rise high to the sky
chói ADJ dazzling
chói chang ADJ very bright, vivid
chói lọi ADJ brilliant, radiant
chọi V to clink; to compete with
chòm N tuft, clump
chọn V to choose, to select
chọn lọc V to select, to choose
chóng ADJ quick, fast

chóng mặt v to feel dizzy
chóp N top, summit
chóp bu N top man
chót ADJ last, final
chót vót ADJ very tall/high
chỗ N place, space, seat
chỗ đứng N position
chốc lát N short moment, a short while
chồi N bud
chổi N broom
chối v to deny, to refuse
chối bỏ v refuse, to deny
chối cãi v to reject, to deny
chối từ v to refuse
chôm chôm N rambutan
chồm v to jump up, to spring up
chôn v to bury
chôn cất v to bury
chôn nhau cắt rốn N birth place
chôn sống v to bury alive
chồn N fox
chốn N place, spot, destination
chộn rộn ADJ crowded and noisy
chông N caltrops, spikes, stakes
chông chênh ADJ tottering
chông gai N spikes and thorns; difficulties; danger
chồng I N husband II v to pile up
chồng chất v to heap up
chồng chéo v to overlap
chống v 1 to prop, to lean on a prop 2 to oppose, to resist, to fight against
chống án v to appeal (a case)
chống chế v to defend oneself, to try to justify oneself
chống chọi v to resist, to confront
chống cự v to resist
chống đối v to oppose
chống đỡ v to prop up, to resist
chống giữ v to defend, to hold out
chống trả v to oppose, to fight back
chốt I v to bolt II N bolt
chơ vơ ADJ abandoned; desolate
chờ v to wait for
chờ chực v to cool one's heels
chờ đợi v to wait
chở v to carry, to transport
chớ ADV do not, not
chợ N market
chợ đen N black market
chợ trời N open market
chơi v to play, to amuse oneself
chơi bời v to be a playboy, to indulge in playing
chơi vơi ADJ lonely, dangerous
chớm v to start to, to begin to
chớm nở v to begin budding
chớp ADJ lightning, flare, flash

chớp nhoáng ADV at lightning speed
chợt ADV suddenly
chu cấp v to support, to assist, to help
chu đáo ADV carefully
chu kỳ N cycle, frequency
chu vi N circumference
chủ N owner, proprietor, master, employer, boss
chủ chứa N brothel owner, gamble organizer
chủ bút N editor-in-chief
chủ đề N theme, subject
chủ đích N main objective/aim
chủ điểm N main subject, main topic
chủ động v to be active
chủ hôn N person presiding over a wedding
chủ mưu N instigator
chủ nghĩa N doctrine, -ism
chủ nghĩa duy vật N materialism
chủ nghĩa tư bản N capitalism
chủ nghĩa xã hội N socialism
chủ nhân N owner, boss
chủ nhật N Sunday
chủ nhiệm N chairperson, director, head
chủ nợ N creditor
chủ quan ADJ subjective
chủ quyền N sovereignty
chủ thầu N contractor
chủ tịch N president, chairperson, speaker
chủ tọa I v to chair, to preside II N chairperson
chủ trương I N policy, advocate II v to advocate, to assert
chủ ý v to intend, to aim
chủ yếu ADJ essential
chú N uncle (father's younger brother)
chú ý v to pay attention to
chua ADJ sour
chua cay ADJ bitter
chua xót ADJ painful, heart-rending
chùa N Buddhist temple, pagoda
chúa N god, lord
chuẩn N standard, criteria
chuẩn bị v to prepare, to make ready
chuẩn chi v to authorize a payment
chuẩn y v to approve
chúc v to wish
chúc mừng v to congratulate
chúc thư N will, testament
chục NUM ten
chui v to glide headlong, to creep
chùi v to wipe, to scrape off
chum N cluster, bunch
chung ADJ common, public
chung cư N public house

chung đụng v to share with other people
chung kết ADJ final
chung quanh N around; surrounding
chung thủy ADJ loyal; faithful
chủng v to vaccinate
chủng tộc N race
chúng PRON they, them
chúng mình; chúng ta PRON we, us
chúng tôi PRON we, us
chuộc v to redeem, to buy back
chuôi N handle, hilt
chuỗi N string
chuối N banana
chuông N bell; buzzer
chuồng N stable; cage
chuột N rat; mouse
chụp v to snatch; to photograph
chụp ảnh; chụp hình v to take a photo; to pose for a photo
chụp giật v to snatch
chụp mũ v to label
chút ADJ little
chút đỉnh ADJ little bit
chuyên ADJ specialized in, expert in
chuyên cần ADJ diligent, industrious
chuyên chở v to transport
chuyên gia N specialist, expert
chuyên khoa N specialty
chuyên môn N expertise
chuyên nghiệp N professional
chuyên tâm v to concentrate on
chuyên viên N expert
chuyền v to pass (from…to)
chuyển v to move, to transfer, to shift
chuyển giao v to hand over
chuyển ngữ v to translate
chuyển tiền v to remit; to transfer money
chuyển tiếp v to transit, to pass on
chuyện N story, tale
chữ N word, written language
chữ cái N letters of the alphabet
chữ kí N signature
chữ nhật I N rectangle II ADJ rectangular
chữ thập N cross
chữ viết N script, writing
chưa ADV not yet
chưa bao giờ ADV never
chừa v to give up
chửa v to be pregnant
chữa v 1 to treat; to cure 2 to repair; to correct
chứa v to contain, to hold
chứa đựng v to contain, to fill with
chức N position, title
chức năng N function

chức vụ N position, function
chửi v to swear; to call names
chửi thề v to swear
chưng v to display
chưng cất v to distill
chừng ADV about, roughly (estimating)
chừng nào PROP when
chứng bệnh N symptom, disease
chứng chỉ N certificate
chứng cớ N proof, evidence
chứng khoán N securities; stocks and shares
chứng kiến v to witness
chứng minh nhân dân N identity card
chứng nhân N witness
chứng nhận v to certify
chứng tỏ v to prove; to denote
chứng từ N receipt, document
chương N chapter
chương trình N program, project, plan
chướng ngại vật N obstacle, barricade
co v to shrink
co bóp v to pulsate
co giãn I ADJ elastic II v to stretch (fabric)
co giật v to convulse
cò N stork
cò kè v to bargain, to haggle
cò mồi N decoy, trading cheater
cỏ N grass
có I v to have; there is/are II ADV yes (answering to a Yes/No question)
có chửa v to be pregnant
có của ADJ wealthy
có hiếu v to show filial peity
có học ADJ educated
có ích ADJ useful
có khi ADV sometimes
có lẽ ADV perhaps; maybe
có lí ADJ reasonable; rational
có mặt v to be present
có thể v to be able; to be possible
có vẻ v to seem, to appear, to look
cọ N brush
cọ xát v to rub repeatedly
cóc N toad
cọc N stake, pale, picket
coi v to see, to watch, to read
coi chừng v to beware of
coi thường v to think lightly of
com lê N suit
compa N compasses
con I N child II ADJ small
con gái N girl; daughter
con ngươi N pupil (of the eye)
con tin N hostage
con trai N boy; son
còn ADV still; there is/are still…

C

- **còn lại** v to remain, be left
- **cong** ADJ bent, curved
- **cõng** v to carry on one's back
- **cóp** v to copy, to cheat
- **cọp** N tiger
- **cô** I N aunt II PRON miss, Ms; Madam; you (used for addressing a young woman)
- **cô dâu** N bride
- **cô độc** ADJ lonely, solitary
- **cô đơn** ADJ alone
- **cô giáo** N female teacher
- **cô nhi** N orphan
- **cô nhi viện** N orphanage
- **cổ** I N neck II ADJ ancient
- **cổ điển** ADJ classical
- **cổ động** v to campaign for
- **cổ họng** N throat
- **cổ hủ** ADJ outdated
- **cổ kính** ADJ ancient
- **cổ phần** N share (on stock market)
- **cổ võ** v to encourage
- **cổ xưa** ADJ ancient
- **cố** ADJ late, deceased
- **cố định** ADJ fixed
- **cố gắng** v to try very hard, to do one's best
- **cố nhân** N old friend/lover
- **cố tình** ADJ intentional, deliberate
- **cố vấn** I v to advise II N adviser
- **cố ý** ADJ intentional, on purpose
- **cốm** N grilled rice
- **côn đồ** N hooligan
- **côn trùng** N insect
- **công** I N 1 peacock 2 credit, account II ADJ public
- **công an** N police, security service
- **công bằng** ADJ just, fair, impartial
- **công bố** v to proclaim, to announce
- **công chúa** N princess
- **công chúng** N public, masses
- **công chức** N public servant
- **công chứng** N notary
- **công cộng** ADJ public
- **công cụ** N tool, instrument
- **công dân** N citizen
- **công dụng** N use, function
- **công đoàn** N trade union
- **công giáo** N, ADJ Catholicism; Catholic
- **công hiệu** ADJ efficacious, effective
- **công kích** v to attack
- **công khai** ADJ public, open
- **công luận** N public opinion
- **công minh** ADJ fair, just
- **công nghệ** N technology, industry
- **công nghệ phần mềm** N software technology

- **công nghệ thông tin** N information technology
- **công nghiệp** N industry
- **công nghiệp hóa** v to industrialize
- **công nhân** N worker, employee
- **công nhân viên** N public servant, government employee
- **công nhận** v to recognize, to admit
- **công quỹ** N public/state funds
- **công tác** N work, task, official business
- **công thự** N public building
- **công tơ** N meter
- **công trình** N project, monument
- **công trường** N construction site
- **công ty** N company, firm
- **công việc** N work, business
- **công viên** N park
- **công xưởng** N workshop, factory
- **cổng kềnh** ADJ cumbersome
- **cổng** N gate
- **cống rãnh** N sewage
- **cộng** v to add up
- **cộng đồng** N community
- **cộng hòa** N republic
- **cộng sản** N communist; communism
- **cộng tác** v to cooperate, to collaborate
- **cột** I N pillar, column II v to tie, to bind
- **cột sống** N spine, backbone
- **cơ** N muscle
- **cơ bản** ADJ basic, fundamental
- **cơ cấu** N structure
- **cơ chế** N mechanism, organization, system
- **cơ giới** N mechanized
- **cơ hàn** N poverty, misery
- **cơ hội** N opportunity, chance
- **cơ khí** N mechanical
- **cơ nghiệp** N assets, fortune
- **cơ quan** N organ (of the body); office, department (of an administration)
- **cơ sở** N base, basis, foundation
- **cơ thể** N human body
- **cờ** N 1 flag, banner 2 chess
- **cờ bạc** N gambling
- **cỡ** I N size, caliber II ADV approximately, roughly
- **cởi** v to untie; to take off
- **cơm** N cooked rice
- **cơm bụi** N popular meal
- **cơm bữa** N daily meal
- **củ** N underground tuber; bulb
- **cũ** ADJ old (not new)
- **cú** N owl
- **cú pháp** N syntax
- **cụ** N title for old people
- **cụ thể** ADJ concrete
- **cua** I N crab II v to turn

của I N property, belongings II V to belong to

của anh, chị, ông, bà PRON you, your, yours

của cải N wealth, property

của họ, chúng PRON their, theirs

của tôi PRON my, mine

cúc N button (for clothing)

cục N small lump, piece (of something hard)

cục bộ ADJ partial, local

cùi chỏ, cùi tay N elbow

củi N firewood

cúi V to bow, to stoop

cúm N influenza

cụm N cluster

cùn ADJ blunt (not sharp)

cung N 1 bow 2 palace

cung cấp V to supply

cung chúc V to wish

cung điện N royal palace

cung kính ADJ deferential, respectful

cung văn hoá N cultural theater

cùng I ADV same together II N extremity, end, limit

cùng nhau ADV together

củng cố V to consolidate

cũng ADV also

cúng V to worship; to donate something to a religious organization

cúng giỗ V to worship

cuốc N hoe

cuộc đời N life

cuộc sống N existence, living

cuối, cuối cùng ADJ last, final

cuốn I V to roll, to roll up; a roll of something II N book; copy

cúp I N cup, trophy II V to cut, to reduce

cụt ADJ short, lame

cư dân N inhabitant

cư ngụ V to stay, to live

cư trú V to reside

cư xử V to deal with, to behave

cử V 1 to lift 2 to appoint, to designate

cử chỉ N gesture

cử động I V to move II N movement, motion

cử nhân N bachelor (university qualification)

cử tri N voter

cự tuyệt V to refuse, to reject

cưa I V to saw II N saw (tool)

cửa N door, entrance

cửa hàng; cửa hiệu N shop, store

cửa mình N vulva

cửa sổ N window

cửa hàng N store, shop

cực ADJ miserable, hard (of living)

cực đoan ADJ extreme, extremist

cực khổ ADJ poor

cưng chiều V to pamper, to coddle

cứng ADJ hard (not soft), strong

cứng đầu ADJ stubborn, headstrong

cứng rắn ADJ tough, firm

cước N toll, charge (telephone); carriage

cước chú N footnote

cước phí N fare; charge; carriage

cưỡi V to laugh; to laugh at

cưỡi V to ride

cưới V to marry

cương quyết ADJ firm, determined

cương vị N position, status

cường quốc N powerful nation

cường thịnh ADJ strong and prosperous

cường tráng ADJ strong

cưỡng bức; cưỡng ép V to force/ coerce, to compel

cưỡng hiếp V to rape

cướp V to rob, to plunder

cướp biển N pirate

cứt N excrement, shit

cừu N sheep; lamb; mutton

cứu V to save, to rescue

cứu chữa V to save, to cure

cứu giúp V to give relief to, to help

cứu hỏa I V to fight against fire II N fire service

cứu thương V to give first aid

cứu trợ V to relieve, to give relief to

cứu vãn V to save

cứu xét V to consider

cựu ADJ ex-, former

cựu chiến binh N war veteran

D

da N skin, hide; leather

da dẻ N complexion

da diết ADJ gnawing, tormenting

da liễu N venereal diseases

da thịt N skin and flesh

da thuộc N leather

da trời N sky-blue

dã V to neutralize the effect of (alcohol)

dã man ADJ savage

dã sử N chronicle, unofficial history

dã tâm N wild ambition, wicked intention

dã thú N wild beasts, wild animals

dạ ADV yes (respectful)

dạ dày N stomach

dạ hội N evening party

dạ khúc N serenade

dạ quang N luminous

dạ vũ N night-time dance party

D

dạ yến N evening party, night feast
dai ADJ 1 tough (meat) 2 persistent
dai dẳng ADJ dragged out
dai nhách ADJ very tough
dái N genitals, penis
dài ADJ long, lengthy
dài giòng ADJ wordy
dài hạn N long-term
dài lướt thướt ADJ very long and trailing
dải N band, ribbon
dãi N saliva
dãi dầu V to be exposed
dại; dại dột ADJ foolish, stupid
dại gái V to fall for a skirt, to be manipulated by girls
dám V to dare, to venture
dạm bán V to offer for sale
dan díu V to have an affair
dán V to stick, to paste, to glue
dàn V to put in order, to display
dàn bài N outline, sketch
dàn binh V to deploy troops
dàn cảnh V to stage a play, to arrange a situation
dàn hòa V to mediate, to reconcile
dàn xếp V to settle, to organize
dạn V to be accustomed to; to be bold
dạn dày ADJ shameless, brazen
dang V to extend, to spread out
dáng N figure, appearance
dáng bộ N look, air
dáng dấp N manner, appearance
dáng điệu N gait and gestures
dạng N form, shape
danh N name, reputation
danh bạ N roll, registration
danh ca N famous singer
danh dự I N honor II ADJ honorable
danh gia N famous family
danh giá I N reputation II ADJ honorable
danh hiệu N famous name/label/brand
danh hoạ N famous painting
danh lam N famous scenery
danh lợi N fame and wealth
danh mục N list
danh nghĩa N name, appellation
danh ngôn N famous words, well-known saying
danh nhân N famous personality
danh phận N high position, reputation
danh sách N list of names, roll
danh tài N talent, genius
danh thiếp N business card
danh tiếng I ADJ famed, famous, renowned II N fame
danh từ N noun
danh tướng N famous general

danh vọng N fame, reputation
danh xưng N appellation, official name
danh y N famous doctor
dành V to save, to put aside
dành dụm V to save
dao N knife
dao cạo N razor
dao díp N pocket knife
dao găm N dagger
dao phay N kitchen knife
dạo I N times, period II V 1 to play a prelude 2 to take a walk, to wander
dát V to make thinner; to laminate
dạt dào V to overflow
day V to turn one's back
day dứt V to harass
dày ADJ thick, dense
dày công N much effort
dãy N row, line, range
dạy V to teach, to educate, to train
dạy bảo V to educate, to teach
dạy học V to teach in a school
dạy kèm V to tutor someone at home
dăm PRON a few; some
dặm N mile
dặm trường N long way/journey
dẫn V to press, to emphasize
dặn V to recommend, to advise
dăng V to spread out, to stretch out
dằng V to pull something with someone
dằng co V to pull someone in a struggle
dắt V to lead by hands, to guide
dẫn dắt V to guide
dâm ADJ lustful, sexy
dâm bụt N hibiscus
dâm dục I N lust, sexual indulgence II ADJ lustful, lewd
dâm đãng ADJ lustful
dâm ô ADJ obscene
dâm phụ N adulteress
dâm thư N pornographic book
dầm V to dip, to soak
dầm dề ADJ soaked, overflowing
dầm mưa V to work/walk or stay in the rain
dẫm V to step, to trample
dậm V to pound the floor
dân N citizen; inhabitant
dân biểu N deputy, member of parliament
dân ca N folk song
dân chài N fisherman
dân chủ I N democracy II ADJ democratic
dân chủ hóa V to democratize
dân chúng N the people, the masses

dân công N conscripted laborer
dân cư N population, inhabitants
dân dụng N civil
dân gian N, ADJ the people, popular, folk
dân làng N villager
dân luật N civil law
dân quân N militia
dân quyền N civic rights
dân sinh N people's livelihood
dân số N population
dân sự N civilian; civil affairs
dân tâm N people's will
dân thầy N white-collar workers
dân thợ N blue-collar workers, craftmen
dân tộc N nation; race; ethnic group
dân tộc tính N national identity
dân trí N intellectual standard of the people
dân trị ADV by the people
dân vận V to carry out propaganda
dân ý N popular opinion, people's will
dấn V to push
dấn dà; dần dần I ADJ gradual II ADV gradually
dẫn V to conduct, to guide, to lead
dẫn chứng V to cite, to quote
dẫn dắt V to guide, to conduct
dẫn cưới V to bring wedding offerings to the bride
dẫn dâu V to accompany the bride
dẫn dụ V to induce, to explain using examples
dẫn đạo V to guide, to lead
dẫn đầu V to take the lead
dẫn điện V to conduct electricity
dẫn đường V to show the way, to guide
dẫn giải V to explain and comment
dẫn nhiệt V to conduct heat
dẫn thuỷ V to irrigate (rice-fields)
dẫn xác V to come in person
dận V to step on, to trample
dâng I V to rise; to run high **2** to offer respectfully
dập V to put out (fire); to be broken
dập dìu ADJ busting with people, getting in a great number
dâu N **1** strawberry **2** bride; daughter-in-law
dấu N sign, mark, stamp, seal
dấu chấm N full stop, period
dấu chấm phẩy N semi-colon
dấu hỏi N question mark
dấu huyền N mark for falling tone, grave accent
dấu mũ N circumflex accent

dấu nặng N mark for low constricted tone; dot
dấu ngã N mark for creaky rising tone; tilde
dấu ngoặc đơn N parenthesis
dấu ngoặc kép N inverted commas, quotation marks
dấu ngoặc vuông N bracket
dấu phẩy N comma
dấu sắc N mark for high rising tone, acute accent
dấu than N exclamation mark
dấu vết N trace, vestige
dầu N oil, petroleum
dầu ăn N salad oil, table oil
dầu hỏa; dầu lửa N kerosene
dây N cord, string; cable, wire; line
dây chuyền N chain; line
dây dưa V to drag, to get involved
dây điện N electric wire, power cord
dây đồng N brass wire
dây giầy N shoe lace
dây kẽm gai N steel wire
dây lưng N belt
dây tơ hồng N marriage bonds
dây xích N chain
dậy V to wake up
dậy thì ADJ pubescent
dè ADJ moderate
dè biu V to slight; to sneer at
dè chừng V to foresee the eventuality of
dè dặt V, ADJ to be reserved, to be cautious; careful
dẻo ADJ malleable, plastic, flexible
dẻo dai ADJ enduring; resilient
dẻo quẹo ADV very lithely
dẻo tay ADJ agile
dép N sandal, slipper
dẹp I V to clear, to move aside II ADJ flat
dê N goat; satyr
dế N cricket
dể ngươi V to despise; to scorn
dễ ADJ easy, simple
dễ bảo ADJ docile, obedient
dễ chịu ADJ comfortable, easy, pleasant
dễ coi ADJ attractive, nice
dễ dãi ADJ easy-going, tolerant
dễ ghét ADJ abominable; unpleasant
dễ nghe ADJ palatable; reasonable
dễ thương ADJ agreeable, amiable, likeable
dễ tính ADJ easy-going, easy to please
dệt V to weave
di chỉ N archeological site
di chúc N will, testament
di chuyển V to move, to transfer

di cư v to migrate
di dân I N migrant II v to migrate
di động N mobile
di hài N remains (dead body), relics
di sản N legacy, inheritance
di tản v to evacuate
di tích N vestiges, traces, relics
di truyền I ADJ hereditary II v to transmit to one's heir
dí v to press
dì N aunt (mother's sister)
dì ghẻ N stepmother (second wife of one's widowed father)
dĩ nhiên ADV of course, obvious
dĩ vãng ADJ past
dí dỏm ADJ humorous, witty
dị đoan I ADJ superstitious II N superstition
dị kì ADJ strange
dị nghị v to contest, to dispute
dị thường ADJ extraordinary, unusual
dị tướng N queer appearance
dị ứng I N allergy II ADJ allergic
dĩa N 1 plate, dish 2 disk, disc
dịch I v to translate II N epidemic
dịch giả N translator
dịch hạch N bubonic plague
dịch tả N cholera
dịch thuật v to translate
dịch vụ N service
diêm N match
diễm lệ ADJ glamorous, lovely
diễm phúc N happiness, felicity
diễm tình N beautiful love
diễm tuyệt N exceptional beauty
diễn v to act, to perform
diễn binh N military parade
diễn dịch v to translate and interpret
diễn đàn N rostrum, platform, forum
diễn đạt v to express
diễn giả N speaker, lecturer
diễn giải v to explain, to present
diễn kịch v to act in a play
diễn tả I v to describe II N description
diễn thuyết v to deliver a speech
diễn tiến v to progress
diễn từ N speech, remark, address
diễn văn N speech; talk
diễn viên N actor, performer
diễn xuất v to perform, to act
diện v to be well-dressed
diện kiến v to see in person
diện mạo N face, looks
diện tích N area
diệt v to exterminate, to eliminate, to wipe out
diệt trừ v to destroy, to eliminate
diệt vong v to die out, to exterminate

diều N kite
diệu kì ADJ wonderful, marvelous
dìm v to dip
dinh N official residence; mansion
dinh dưỡng I v to nourish II N nourishment; nutrition
dinh thự N palace, building
dính v to stick, to be sticky: to be involved with
dính dáng v to involve, to relate to
dịp N occasion
dìu dắt v to coach, to lead
dịu ADJ soft, mild
dịu dàng ADJ sweet, soft
dịu hiền ADJ gentle
do PREP because of, by; through; due to
do dự v to hesitate, to waver
do đó CONJ consequently, hence
Do Thái N Jew, Jewish
do thám v to spy, to watch
dò v to fathom
dò hỏi v to seek information, to make an inquiry
dò lại v to check, to read over
dò xét v to investigate, to observe secretly
doạ v to threaten, to warn, to intimidate
doạ nạt v to threaten
doanh nghiệp N trade, business
doanh thu N turnover
doanh thương N business, trade
doanh số N turnover
dóc v to boast
dọc ADV lengthwise, along
dòm v to peep, to spy
dòn ADJ crispy, breakable
dọn v to clear, to tidy up, to put in order
dọn dẹp v to arrange, to clean up
dọn nhà v to clean up the house; to move to other place
dòng N flow; stream; line
dòng dõi N lineage, descent
dỗ v to coax, to flatter, to seduce
dốc N steep; slope
dôi v to be left over or beyond
dối v to be false/deceitful
dối trá ADJ false, deceitful
dồi dào ADJ profuse, plentiful
dỗi v to sulk
dối I v to deceive II ADJ deceitful, lying
dội v to reverberate, to echo
dồn v to gather
dồn dập ADJ uninterrupted and fast
dông, dông tố I v to storm II N thunderstorm

dốt ADJ ignorant, thick-headed
dơ, dơ bẩn ADJ dirty
dơ dáy ADJ dirty, filthy, disgusting
dở I ADJ bad, inadequate II v to open, to turn (page)
dở dang ADJ unfinished, incomplete, inconclusive
dở hơi ADJ cracked
dỡ v to dismantle; to unload
dơi N bat (animal)
dời v to move; to transfer; to leave
du côn N ruffian, hooligan
du dương ADJ harmonious (sound)
du đãng N hooligan, hoodlum
du hành v to travel
du hí v to indulge in amusement
du học v to study overseas
du khách N tourist, traveller
du lịch v to travel, to go on a tour
du nhập v to import (culture)
du thuyền N cruise, yacht
dù I N umbrella, parasol, parachute II CONJ though, although; however, whether
dụ, dụ dỗ v to entice, to lure
dục v to push; to ask someone to be quick
dục vọng N desire, passion, lust
dung hòa v to conciliate, to reconcile
dung nạp v to accept, to admit
dung nhan N beauty, look
dung tha v to forgive
dung thứ v to tolerate, to pardon
dung tích N capacity
dùng v to use; to eat, to drink
dũng cảm ADJ valiant, dauntless
dụng cụ N tool, instrument
dụng tâm v to intend
dụng ý N intention, meaning
duy nhất ADJ unique
duy tân v to modernize, to reform
duy thần N spiritualism
duy thực N realism
duy trì v to maintain, to preserve
duy vật I N materialist II ADJ materialistic
duyên N charm (beauty)
duyên cớ N reason, cause
duyên dáng ADJ charming, graceful
duyên hải N sea coast, coast-line
duyên kiếp N predestined affinity
duyên số N predestined love
duyệt v to review; to approve, to ratify
duyệt y v to approve
dư ADJ odd, surplus, extra
dư dả ADJ plentiful
dư luận N public opinion
dư số N remainder

dư thừa ADJ left over, superfluous
dữ ADJ cruel, ferocious; evil
dữ kiện, dữ liệu N data
dữ tợn ADJ cruel, wicked
dự v to attend; to participate
dự án N project, draft
dự báo v to forecast
dự bị v to prepare
dự định v to intend; to plan
dự đoán v to foresee; to forecast
dự khuyết ADJ alternative
dự kiến v to anticipate; to foresee
dự liệu v to predict, to forecast
dự luật N draft law/bill
dự phòng v to take preventive measures
dự thảo v to draft
dự thi v to sit for an examination
dưa N melon
dưa chuột N cucumber
dưa hấu N watermelon
dừa N coconut
dứa N pineapple
dựa v to lean against; to depend on
dựa dẫm v to lean on, to depend on
dừng v to stop, to come to a halt
dửng dưng I v to be indifferent II ADJ indifferent
dựng v to erect, to raise
dựng đứng v to make up; to stand
dược khoa N pharmacy (subject)
dược phẩm N pharmaceuticals
dược sĩ N pharmacist
dược thảo N herbs
dưới PREP below, under
dương N poplar, male, solar, positive
dương cầm N piano
dương cực N anode, positive pole
dương gian N this world
dương lịch N solar calendar
dương liễu N willow, pine
dương vật N penis
dường như v to seem
dưỡng bệnh v to convalesce
dưỡng đường N hospital, clinic
dưỡng khí N oxygen
dưỡng sinh v to nourish, to feed
dưỡng sức v to conserve one's energy by rest
dượt v to rehearse
dứt v to come to an end, to finish
dứt bệnh v to be cured, to recover
dứt khoát ADJ clear-cut, definite
dứt lời v to stop talking, to end speech

Đ

đa I N banyan II ADJ much, many
đa cảm ADJ sentimental
đa dâm ADJ lustful, lewd
đa đoan ADJ complicated, involved
đa giác N polygonal
đa mang V to take many jobs at the same time
đa mưu ADJ wily, cunning
đa nghi ADJ suspicious
đa ngôn ADJ talkative
đa sầu ADJ melancholic
đa số N majority
đa sự ADJ meddlesome
đa tạ N many thanks
đa tài ADJ talented
đa tình ADJ amorous, sentimental
đà N 1 beam 2 impetus, momentum
đà điểu N ostrich
đả kích V to criticize
đả phá V to attack, to destroy, to hit
đả thương V to wound
đã P already (particle expressing the past tense)
đã vậy ADV in that case; all the same
đá I V to kick II N stone, rock
đá hoa N marble, tile
đá lửa N flint
đá mài N whetstone, grindstone
đá nam châm N magnet
đá vôi N limestone
đai N belt, sash; hoop
đài các I N nobility II ADJ noble-mannered
đài kỉ niệm N memorial
Đài Loan N Taiwan
đài phát thanh N radio broadcasting station
đài thọ V to cover the cost
đài truyền hình N television broadcasting station
đãi V to entertain; to pay for (meal, outing)
đái V to urinate
đái dầm V to be a bed-wetter
đái đường N diabetes
đại I N frangipani II ADJ big, great
đại bác N cannon
đại bại V to a suffer great defeat, to be beaten
đại biểu N representative, delegate
đại chiến N world war
đại chúng N the people, the masses
đại công nghiệp N large-scale industry
đại công trình N big project
đại cuộc N general situation, big state of things

đại cương I N outline II ADJ general
đại diện I V to represent II N representative
đại dương N ocean
đại đa số N vast majority, overwhelming majority
đại điền chủ N big landowner, big landlord
đại đội N battalion, company
đại gia N rich family/person
đại gia đình N extended family
đại gian ác N deceitful criminal
Đại Hàn N Korea
đại hạn N drought
đại hình N crime, criminal act
đại học N higher education, university, college
đại hội N festival, congress, general assembly
đại hội đồng N general assembly
đại khái I N general outline II ADV roughly speaking
đại lễ N big ceremony
đại lộ N boulevard, avenue
đại lục N continent, mainland
đại lượng ADJ generous, tolerant
đại lí N agent, dealer
đại nghĩa N great cause
đại nghiệp N great enterprise
đại nhân N high-ranking mandarin
đại quy mô ADJ large-scale
đại số; đại số học N algebra
đại sứ N ambassador
đại sứ quán N embassy
đại sự N big affair, important business
đại tài AJ great talent
đại tang N deep mourning
Đại Tây Dương N Atlantic Ocean
đại thắng N great victory
Đại thừa N Mahayama
đại thương gia N rich businessman, big trader
đại tiện V to excrete, to have a bowel movement, to go to the toilet
đại tu N big repair, big renovation
đại từ N pronoun
đại tướng N lieutenant-general
đại uý N captain
đại văn hào N great writer
đại xá N amnesty
đại ý N gist, main points
đam mê V to have an intense desire for, to indulge in
đàm luận V to discuss, to debate
đàm phán V to negotiate; to hold diplomatic talks
đàm thoại V to converse
đám cháy N fire

đám cưới N wedding, marriage ceremony

đám ma; đám tang N funeral

đảm bảo v to guarantee

đảm đang I ADJ thrifty II v to be capable

đảm nhận v to assume, to accept

đạm chất N nitrogen, protein

đan v to knit

Đan Mạch N Denmark, Danish

đàn I N 1 herd, flock, gaggle 2 musical instrument II v to play an instrument

đàn anh N senior, elder rank

đàn áp v to suppress

đàn bà N woman; the female sex

đàn em N junior, younger rank

đàn hạch v to impeach

đàn hồi ADJ elastic

đàn ông N man; the male sex

đạn N bullet, cartridge, shell

đang P (particle expressing action at the moment of speaking)

đàng hoàng ADJ dignified, serious; comfortable

đảng N party (political)

đảng bộ N committee of a party

đảng cương N party policy

đảng phí N party fee, membership fee

đảng trị N one-party system

đảng uỷ N committee of a party

đảng viên N party member

đãng trí ADJ absent-minded

đáng I v to deserve, to be worthy of II ADJ worthwide

đáng chê v to be blamed

đáng đời ADJ well-deserved

đáng giá ADJ worthy

đáng kể ADJ considerable, noticeable

đáng khen ADJ praiseworthy

đáng kiếp ADJ deserving well

đáng lẽ ADV instead of, perhaps

đáng thương ADJ pitiful

đáng tiền ADV worth the money

đáng tội ADJ deserving punishment

đáng trách v to be blamed

đanh N nail, screw

đanh thép ADJ trenchant, firm

đánh v to beat, to strike, to hit

đánh bạc v to gamble

đánh bài v to play cards

đánh bại v to defeat

đánh bẫy v to set a trap, to set a snare

đánh bóng v to polish

đánh cá v to catch fish (with a net); to go fishing

đánh cá; đánh cuộc v to bet (in a competition)

đánh dấu N to mark

đánh đòn v to cane; to whip

đánh đôi v to play double

đánh đổi v to swap, to trade in

đánh đu v to swing

đánh ghen v to make a scene because one is jealous

đánh giá I v to evaluate; to appreciate II N evaluation, assessment

đánh giặc v to go to the war

đánh giầy v to polish shoes

đánh hỏng v to fail (a candidate at an examination)

đánh liều v to risk

đánh lộn v to engage in a fight

đánh má hồng v to make up

đánh máy v to type

đánh mất v to lose

đánh nhau v to fight each other

đánh phấn v to powder (make-up)

đánh quần vợt v to play tennis

đánh rắm v to break wind

đánh rơi v to drop

đánh số v to number, to mark

đánh thuế v to levy taxes, to tax

đánh thức v to wake (someone) up

đánh tráo v to swap, to cheat

đánh vẩy v to scale a fish

đánh vần v to spell

đánh vỡ v to break

đao N knife

đào I N peach; lover II v to dig

đào hoa v to be lucky in love

đào luyện v to train

đào mỏ v to mine; to be a gold digger

đào ngũ v to desert

đào tạo I v to form; to train II N training

đào tẩu v to escape

đào thải v to eliminate

đào tơ N young girl

đảo I N island II v to turn over, to turn upside down

đảo chính I v to stage a coup d'état II N coup d'état

đảo lộn v to turn upside down

đảo ngược v to reverse, to turn upside down

đạo N religion

đạo Chúa N Christianity; Christian

đạo diễn v to direct (film)

đạo đức ADJ virtuous, moral

đạo Hồi N Islam; Islamic

đạo hữu N religious follower, Buddhist

đạo lí N doctrine, principle

đạo luật N law, legal act

đạo mạo ADJ imposing, serious-looking

đạo Phật N Buddhism; Buddhist

đạo văn v to plagiarize

đáp v 1 to answer 2 to land, to touch down

đáp án N answer, keys of answer

đáp lễ v to return a visit

đáp từ v to reply to speech

đáp ứng v to meet (demand), to satisfy

đạp v to push away with one's foot, to pedal

đạp đổ v to topple, to overthrow, to kick down

đạt v to attain, to achieve

đau I v to hurt, to feel pain; to be ill II N pain

đau bao tử v to have stomach ache

đau bụng v to have a stomach upset

đau buồn ADJ sorrowful, distressed

đau đẻ v to have labor pains

đau khổ ADJ suffering, miserable

đau lòng I v to feel deep grief II ADJ heart-rending

đau mắt v to have sore eyes

đau ốm ADJ sick, ill

đau thương ADJ sorrowful

đau tim v to have heart trouble

đày v to exile, to deport

đày đọa v to oppress; to humiliate

đáy N bottom

đắc chí ADJ self-satisfied

đắc cử v to be elected

đắc dụng ADJ useful

đắc lực ADJ efficient, capable

đắc thắng v to win a victory

đắc thế v to be favored

đắc tội v to be guilty

đắc ý I v to be satisfied II ADJ contented

đặc ADJ condensed, thick, solid; strong

đặc ân N special favor

đặc biệt ADJ special, particular

đặc cách I N exception II ADV exceptionally

đặc điểm N characteristics

đặc nhiệm I N special mission II ADJ extraordinary

đặc phái viên N special correspondent

đặc quyền N privilege

đặc san N special magazine

đặc sản N seafood, special food

đặc sắc I N characteristic feature II ADJ outstanding, special

đặc thù ADJ particular, specific

đặc tính N characteristics

đặc trưng N specific trait

đặc ước N special agreement

đặc xá v to release prisoners early on a special occasion

đăm đăm v to stare at

đắm v to sink (ship)

đắm đuối ADJ engulfing in (passion)

đằm thắm ADJ fervid, profound

đẫm ADJ wet, soaked

đẵn v to chop, to cut (tree)

đắn đo v to weigh the pros and cons

đăng v to publish (in a newspaper/ magazine)

đăng ba/ký v to register

đăng cai v to host

đăng lính v to enlist in the army

đăng quang v to be crowned

đăng tải v to publish (news, story)

đăng ten N lace

đắng ADJ bitter (taste)

đắp v to cover oneself (with a blanket/ covering)

đắp đổi v to live from day to day, from hand to mouth

đắt ADJ expensive; selling well

đắt đỏ ADJ dear, expensive

đặt v to put, to place, to set

đặt chuyện v to fabricate

đặt cọc v to make a deposit, to pay in advance

đặt điều v to fabricate

đặt đít v to sit down

đặt hàng v to place an order

đặt tên v to name, to give a name

đâm v to stab, to hit

đâm bông v to bloom, to blossom

đâm chồi v to issue buds or shoots

đâm đầu v to throw oneself

đâm vào v to crash into

đấm v to punch, to hit with one's fist

đấm bóp v to massage

đấm đá v to fight, to come to blows

đầm N French lady, western lady

đậm ADJ strong (drink); dark (color)

đần độn ADJ dull, stupid

đập v to strike, to bang, to beat

đập nước N dam

đập vỡ v to break, to smash

đất N earth; soil, land

đất đai N land, property, territory

đất khách N foreign country

đất liền N mainland

đất nước N homeland, country, nation

đất sét N clay

đâu PRON where (used in questions)

đầu N head; tip, end (thing); beginning (fact)

đầu cơ v to speculate

đầu đề N title, heading, headline

đầu độc v to poison

đầu hàng v to surrender

đầu nậu N business leader

đầu máy N engine, locomotive

đầu óc N mind

đầu phiếu v to vote, to go to the polls

đầu tiên NUM first
đầu tóc N hairs (of head)
đầu tư I v to invest II N investment
đấu v to compete; to fight
đấu giá v to auction
đấu khẩu v to quarrel, to argue
đấu lý v to debate, to argue
đấu thầu v to bid for a contract
đấu thủ N opponent, adversary
đấu tố v to accuse (landlords, bourgeois elements) in a public trial
đấu tranh I v to struggle, to fight II N struggle, fighting
đấu trí v to match wits
đấu võ v to box, to wrestle
đấu xảo N exposition, fair
đậu I N bean, pea II v 1 to park, to stop, to anchor 2 to pass an exam; to graduate
đậu mùa N smallpox
đậu nành N soy bean
đậu phọng N peanut
đậu xanh N green bean
đây PRON here; this
đấy ADJ full
đầy bụng ADJ undigested
đầy đủ ADJ enough, full; complete
đầy hơi ADJ flatulent
đầy tớ N servant
đẩy v to push
đấy PRON there; that
đậy v to cover (with a lid)
đe dọa v to threaten, to intimidate
đè v to press down, to keep down
đẻ v to give birth to
đẻ non v to be born prematurely
đem v to bring along
đen ADJ black
đen tối ADJ gloomy, evil
đèn pin N torch (flashlight)
đèn pha N headlight
đeo v to wear (something that dangles)
đèo N mountain pass
đẹp ADJ beautiful, attractive, pretty
đẹp trai ADJ handsome
đê N 1 dyke 2 thimble
đê hèn ADJ base, mean
đê tiện ADJ coward; abject
đề án N program, scheme, project
đề cao v to promote; to think highly of
đề cử v to nominate, to recommend
đề nghị v to propose, to suggest
đề phòng v to prevent
đề tài N subject, topic
đề tựa N preface
đề xuất v to propose
đề xướng v to initiate
để v to put, to place

để dành v to save, to spare
để không v to leave empty, to leave unused
để lộ v to disclose; to release
để mắt v to keep an eye on, to observe
để phần v to spare, to save something for someone
để tang v to be in mourning for
để ý v to pay attention to, to take notice of
đế quốc N empire; imperialist
đệ trình v to submit
đệ tử N student, disciple
đêm N night
đêm hôm ADV during the night, late at night
đêm khuya N late night
đếm v to count
đền N temple
đền bù v to compensate for
đến v to come, to arrive
đều ADJ even, regular
đều đều ADJ monotonous
đều nhau ADJ equal, similar, even
đểu ADJ tricky, treacherous
đi v to go, to leave
đi bộ v to walk
đi buôn v to do business
đi cầu v to go to stool
đi đời ADJ finished, lost
đi ngủ v to go to bed
đi phép v to be on leave
đi thi v to sit for an examination
đi tu v to join a religious order
đi tuần v to go on a patrol
đi vắng v to be away
đĩ N prostitute
đĩ thỏa ADJ promiscuous, wanton
đĩa N leech
đĩa N plate, dish
đĩa hát N disk (music)
đĩa CD-ROM N CD-ROM
địa bàn N field of action, area
địa cầu N globe, earth
địa chỉ N address
địa chủ N landowner
địa danh N placename
địa điểm N place, location, point
địa hạt N district, domain, field
địa lý N geography
địa ngục N hell
địa ốc N real estate
địa phương I N region II ADJ local, regional
địa vị N position; social status
đích N aim target, goal, finish line
đích thân PREP in person
đích xác ADV exactly

VIETNAMESE–ENGLISH

- **địch** N enemy, foe

Đ **địch thủ** N adversary, opponent, competitor

- **điếc** ADJ deaf

điềm N omen, presage

điềm đạm ADJ composed, cool-headed

điềm tĩnh ADJ calm, composed

điểm N mark (for an assignment)

điểm chỉ V to place one's fingerprint; to inform

điểm danh V to call the roll

điểm tâm N breakfast

điếm N prostitute

điên ADJ mad, insane

điên rồ ADJ foolish

điền V to fill in; to fill out

điền chủ N landowner

điền địa N land, ricefield

điền kinh N athletics

điện I N 1 electricity 2 shrine, palace II ADJ electric, electrical

điện ảnh N cinematography

điện khí N electricity

điện lực N electric power

điện năng N electric power

điện thoại I V to telephone II N telephone

điện thoại di động N cell phone, mobile phone

điện thư N e-mail

điện tử N electron, electronics

điện văn N telegram, fax

điêu ADJ lying, false, untrue

điêu đứng ADJ miserable

điêu khắc I N sculpture II V to carve, to sculpt

điêu khắc gia N sculptor

điêu luyện ADJ proficient, skillful

điêu ngoa ADJ dishonest, lying

điêu tàn ADV in ruins

điều N fact, event, occurrence, happening

điều chế V to make, to produce

điều chỉnh V to correct, to adjust

điều dưỡng V to treat and help convalesce

điều đình V to negotiate

điều độ I N moderation II ADJ moderate

điều hành I V to manage, to handle II ADJ executive, managing

điều khiển V to direct, to control; to operate, to drive, to ride

điều khoản N terms, conditions, stipulations

điều kiện N condition, term

điều lệ N regulation, rule

điều tra I V to investigate II N investigation, survey

điều trị I V to treat (a disease) II N treatment

điệu N melody

điệu bộ N carriage, bearing, posture

đinh N nail

đinh ghim N pin

đinh ninh V to be sure

đinh ốc N screw

đinh tán N rivet

đình N communal temple

đình chỉ V to suspend

đình chiến V to have a ceasefire

đình công V to strike

đính chính I V to correct II N corrigendum

đính hôn V to be engaged (to be married)

định V to intend, to plan

định cư V to settle down

định đoạt V to decide, to determine

định hướng V to set a direction, to be orientated

định kiến N bias

định kỳ N periodic, fixed time

định luật N law (of nature)

định lượng I V to decide an amount II ADJ quantitative

định lí N theorem

định mệnh N destiny, fate

định nghĩa I V to define II N definition

định tính ADJ qualitative

đít N bullocks, bottom

địt V to break wind

đo V to measure

đo lường V to measure

đò N boat, ferry

đỏ ADJ red

đỏ mặt V to blush

đó PRON that: there, over there

đoàn N delegation; corps; convoy

đoàn kết V to unite

đoàn thể N the social organization

đoàn tụ V to reunite

đoán V to guess; to predict, to foresee

đoạt V to appropriate, to dispossess

đọc V to read

đòi V to cry for; to clamber for; to ask

đói ADJ hungry, starved

đói khổ ADJ starving and poor, miserable

đòn bẩy N lever

đòn xóc N sharp-ended carrying pole

đón V to welcome; to pick up (someone)

đón rước V to receive (someone)

đóng I V to close, to shut II ADJ shut, closed

đóng dấu V to stamp, to put the seal on

đóng góp I v to contribute II N contribution

đóng khung v to frame; to dress up

đóng kịch v to play a role, to act in a play

đóng vai v to play a part

đô hộ v to dominate, to rule

đô la N dollar

đô thành N capital city

đô thị N city; urban area

đô vật N wrestler

đồ N thing, stuff

đồ án N plan, design

đồ biểu N diagram

đồ đệ N student, disciple

đồ chơi N toy, plaything

đồ dùng N utensil, appliance

đồ mừng N presents

đồ nghề N tools

đồ sộ ADJ imposing

đồ tể N butcher

đồ thị N graph

đổ v 1 to spill 2 to collapse, to fall 3 to fill (a liquid)

đổ máu v to shed blood

đổ xô v to push in

đố v to defy, to dare

độ N degree

độ lượng ADJ kind, generous

đốc thúc v to urge

đốc tờ N medical doctor

độc ADJ poisonous

độc ác ADJ wicked

độc đảng N one-party system

độc đoán ADJ dogmatic

độc giả N reader (of newspaper, magazine)

độc hại ADJ poisonous, harmful

độc lập I ADJ independent II N independence

độc nhất ADJ only, unique, sole

độc quyền ADJ monopoly, exclusive

độc tài I ADJ dictatorial II N dictator

độc tấu v to play solo

độc thân ADJ single

độc tố N toxic

đôi N pair

đôi ba ADJ two or three, some

đôi bạn N couple, wife and husband

đôi bên N two parties, the two sides

đôi co v to dispute

đôi khi ADV sometimes; now and then

đôi ta N two of us

đổi v to exchange, to change

đổi mới v to reform, to innovate

đối diện v to face

đối đãi v to treat, to behave

đối đáp v to answer, to reply

đối kháng v to resist, to oppose

đối lập N opposition

đối ngoại ADJ foreign (of policy)

đối nội ADJ domestic, internal affairs

đối phó v to face, to deal, to cope

đối phương N the opposing party, the enemy

đối thoại I N dialogue, conversation II v to converse

đối thủ N opponent, competitor

đối tượng N object

đối với PREP, ADJ towards; regarding

đội I N team II v to put on one's head

đội hình N formation, line-up

đội lốt v to pretend to be, to pose as

đội ngũ N group, army ranks

đội ơn v to be grateful

đội sổ ADJ at the bottom of a list

đội trưởng N sergeant, leader of a team

đội tuyển N selected team

đội viên N member of an association

đồn I v to spread a rumor II N post, camp, station

đồn điền N plantation

đông I N 1 east, eastern 2 winter II ADJ dense, crowded

Đông Âu N East Europe

Đông Dương N Indo-China

đông đúc ADJ dense, crowded

Đông Nam Á N South-East Asia

Đông phương N the east, the orient

đông tây N east and west

đông y N oriental medicine

đồng N 1 copper 2 field 3 piaster, coin

đồng ấu N young children

đồng bào N compatriot, countrymen, fellowmen

đồng bằng N plain, delta

đồng chí N comrade

đồng chủng N the same race, fellowmen

đồng cỏ N pasture, prairie

đồng dạng ADJ identical, similar

đồng đều ADJ same, uniform

đồng điệu ADJ having the same interest

đồng đội N companion-in-arms, team-mate

đồng hạng N the same class/grade

đồng hành v to go together

đồng hóa v to assimilate

đồng hồ N clock, watch

đồng hương N fellow citizen

đồng loã v to be an accomplice

đồng loại N fellow, fellowman

đồng lòng v to be unanimous, to be of one mind

đồng minh I ADJ allied II N ally
đồng nghĩa I ADJ synonymous II N synonym
đồng nghiệp N colleague, co-worker
đồng phạm V to be an accomplice
đồng phục N uniform
đồng quê N countryside
đồng thời ADV simultaneously, concurrently
đồng tình I ADJ unanimous, agreeable II V to agree
đồng tiền N money
đồng tính ADJ of the same sex
đồng trinh N virgin
đồng ý V to agree
đống N heap, stack
động N cave
động cơ N engine, motor
động đậy V to move, to stir
động đất N earthquake
động lòng V to be touched with pity; to be hurt
động lực N motivation, moving force
động mạch N artery
động phòng N nuptial chamber
động tác N movement, action
động từ N verb
động vật N animal
động viên V to mobilize
đốt V 1 to string, to bite 2 to burn; to set fire to
đột biến V to change suddenly
đột kích V to attack suddenly
đột ngột ADV suddenly, abruptly, by surprise
đột nhập V to break into, to burst into
đột xuất V to burst out of, to occur all of a sudden
đờ ADJ motionless, indolent
đờ đẫn ADJ stupid
đờ người ADJ stunned, dumb
đời N life; generation
đời đời ADV forever
đời người N human life
đời sống N life, living
đợi V to wait for
đợi thời V to bide one's time
đờm N spit, sputum, spittle
đơn I N application, petition II ADJ single, alone
đơn độc ADJ alone, isolated
đơn giản ADJ simple
đơn chiếc ADJ single
đơn sơ ADJ simple, modest
đơn từ N application
đơn vị N unit
đu V to swing
đu đủ N pawpaw, papaya

đủ ADJ sufficient, enough
đủ ăn ADJ enough to eat, well-off
đủ dùng ADJ sufficient, enough
đua V to compete; to race
đua đòi V to imitate, to copy
đùa V to amuse oneself, to joke
đùa bỡn V to joke, to jest
đùa nghịch V to play
đũa N chopsticks
đui ADJ blind
đùi N thigh
đùm V to wrap, to cover
đùm bọc V to protect, to help
đun V to cook, to boil
đúng ADJ correct, right
đúng giờ ADJ punctual
đúng lúc ADV timely
đụng V to bump into, to collide with
đụng chạm V to touch, to bump against each other
đụng đầu V to run into
đụng độ V to clash
đuốc N torch
đuôi N tail
đuổi V to chase; to dismiss, to expel
đúp V to duplicate; to repeat
đút V to insert; to put into
đút lót V to bribe
đưa V to hand, to give
đưa dâu V to accompany the bride to her husband's home
đưa đám V to follow the funeral procession
đưa đường V to guide, to direct, to show the way
đức tính N virtue
đực N male (not used for people)
Đức N Germany, German
đức dục N moral education
đức độ ADJ virtuous and tolerant
đức hạnh N virtue
đực ADJ male
đừng ADV do not; should not
đứng V to stand
đứng đắn ADJ serious, serious-minded
đứng đầu N leader, chief
đứng giá N stable price
đứng lại V to stop
đứng tuổi ADJ mature, middle-aged
đựng V to contain, to hold
được I ADJ acceptable, correct, fine, OK, all right II V to win
được mùa V to have a good harvest
đương cục N authorities
đương nhiên ADV naturally, obviously
đương sự N applicant
đương thời ADJ at the present time, current

G

đường N 1 road, street, route, way
2 sugar
đường bộ N by land
đường cái N main road
đường cong N curved line, curve
đường đột ADV suddenly, unexpectedly
đường giây nói N telephone line, cable
đường hàng không ADV by air
đường hẻm N lane, narrow street
đường phèn N rock sugar
đường sắt N rail, railway
đường tắt N short cut, bypass
đường thẳng N straight line
đường thẳng đứng N vertical
đường thẳng góc N perpendicular
đường thủy ADV by sea
đường xích đạo N equator
đứt V to be broken, to be cut
đứt quãng ADJ interruptive
đứt ruột ADJ deeply pained

E

e V to fear, to be afraid
e dè ADJ cautious
e lệ ADJ shy, bashful, coy
e ngại V to hesitate
e thẹn ADJ shy
em N younger brother or sister
em dâu N sister-in-law
em họ N cousin
em rể N brother-in-law
em út N youngest brother/sister
ém V to cover up, to hide
én N swift (bird)
eo N waist
eo biển N strait
eo éo V to scream
eo hẹp ADJ scanty, too tight
éo le ADJ tricky, awkward
ép V 1 to press, to squeeze 2 to force,
to compel
ép nài V to insist
ép uổng V to force, to compel
ét xăng N petrol, gasoline

Ê

Ê I INTERJ Hey! II ADJ sore, numb
ê a V to read loudly
ê ẩm ADJ tired, exhausted
ê chề ADJ overwhelmed by anguish
ế ADJ in little demand, not sold easily
ếch N frog
êm ADJ harmonious (sound); smooth
êm ái ADJ sweet, melodious
êm ấm ADJ harmonious (relationship)
êm dịu ADJ sweet, gentle

êm đềm ADJ quiet and gentle
êm ru ADJ very quiet, very mild
êm tai ADJ pleasant to the ear
êm thấm ADJ peaceful, amicable

G

ga N 1 railroad station 2 accelerator
gà I N chicken, fowl II V to assist
someone
gà con N chick
gà mái N hen
gà mờ ADJ dim, obscure
gà tây N turkey
gà trống N rooster
gả V to marry off
gã N individual, block, chap, young
man
gạ V to court, to seduce
gạ chuyện V to try to approach some-
one
gạ gẫm V to persuade someone
gác V to guard
gác bỏ V to set aside
gác chuông N belfry, bell tower
gác thượng N upper story, top floor
gác xép N garret, small floor
gạc N antler
gạch I N brick II V to draw a line, to
cross out
gạch bỏ V to cross out
gạch dưới V to underline
gạch men N enamel tile
gạch nối N hyphen
gai N thorn, prickle
gai mắt ADJ bad looking, shocking to
the eyes
gãi V to scratch (an itch)
gái N female, girl
gái điếm N prostitute
gái nhảy N dancing girl
gam N gram
gan I N liver II ADJ courageous, brave
gán V to ascribe, to attribute
gán ghép V to force to take, to allot
arbitrarily
gàn I V to dissuade, to block II ADJ
crazy, cracked
gạn V to decant, to purify
gang N cast iron
ganh V to be jealous of
ganh đua V to vie, to compete
ganh tị V to envy, to be jealous of
gánh V to carry with a pole; to take
charge
gánh hát N troupe, theatrical company
gánh nặng N burden, load
gáo N dipper

gào v to scream, to shout, to cry
gạo N rice (uncooked)
gạo nếp N sticky rice (uncooked)
gạt v to deceive, to cheat
gạt bỏ v to refuse, to eliminate
gàu N scoop, pail for drawing water
gay cấn ADJ dangerous, knotty, thorny
gay go ADJ tense, hard, difficult
gãy v to break, to snap
găm v to pin
gặm v to gnaw, to nibble
gắn v to attach, to install, to fix
găng tay N glove
gắng v to strive for, to make efforts
gắng công/sức v to do one's best
gắp v to pick up
gặp v to meet, to come across
gặp gỡ v to meet, to encounter
gặp mặt v to be reunited, to meet
gặp phải v to meet with
gặp thời v to have a good opportunity, to have a chance
gặt v to reap, to harvest
gấm N brocade and satin
gầm I N space under a bed/car/bridge II v to roar
gậm v to gnaw
gân N sinew, tendon; vein
gần ADJ near, close to
gần đây ADV nearby
gấp v to fold up
gấp rút ADJ pressing, urgent
gật v to nod in assent
gật đầu v to nod
gật gù v to nod repeatedly
gấu N bear
gây v 1 to cause, to bring about 2 to quarrel
gây chiến v to provoke a war
gây chuyện v to cause a quarrel
gây dựng v to create, to establish, to set up
gây hấn v to incite wars
gây lộn v to quarrel
gây mê v to anaesthetize
gây oán v to create enemies
gây sự v to cause a quarrel
gầy ADJ thin, skinny
gầy còm ADJ very thin
gậy N stick, can
ghe N boat, junk
ghen ADJ jealous
ghen tỵ v to envy
ghé v to stop at, to call at, to drop in
ghẻ N scabies, itch
ghé mắt v to have a look at
ghép v to join; to graft
ghét v to hate, to dislike

ghê v to be horrified, to shiver
ghê gớm ADJ frightful, awful
ghê sợ ADJ terrific, awful, terrible, horrible
ghê tởm ADJ sickening, disgusting, nauseous
ghế N chair, seat
ghế bành N armchair
ghế dài N bench
ghế đẩu N stool
ghi v to note down, to record
ghi âm v to record; to tape
ghi chép v to write down, to note
ghi nhận v to acknowledge
ghi nhớ to bear in mind, to remember
ghi tên v to enrol, to register
ghiền v to be addicted to
gì PRON what, whatever
gia cảnh N family situation
gia chánh N cooking
gia chủ N head of family
gia cư N habitation, dwelling
gia dụng N domestic use, applicances
gia đình N family
gia hạn v to extend (a deadline)
Gia Nã Đại N Canada
gia nhập v to enter, to participate in, to join
gia phả N family history, family tree
gia quyến N family, relatives
gia sản N family inheritance
gia súc N domestic animals
gia tài N heritage, legacy
gia tăng v to increase
gia thế N family situation, genealogy
gia tiên N ancestors
gia tốc v to speed up, to accelerate
gia truyền ADJ hereditary
gia trưởng N head of the family
gia vị N spices
già ADJ old (age); elderly
giả ADJ false, fake
giả bộ v to pretend
giả dối ADJ false, dishonest
giả mạo ADJ fake
giả thuyết N hypothesis
giả vờ v to pretend
giá N 1 price, cost; value, worth 2 bean sprout 3 shelf, rack
giá bán N selling price
giá biểu N price list
giá buôn N wholesale price
giá cả N price, cost
giá dụ I v to suppose II ADV for example
giá lạnh N bitter cold
giá mua N purchase price
giá sách N bookshelves, bookcases
giá thú N marriage certificate

giá tiền N price, cost

giá trị N value, worth

giác quan N sense

giai cấp N social class

giai điệu N melody

giai đoạn N stage, period

giai nhân N beautiful lady

giai phẩm N special literary magazine

giai thoại N beautiful story, anecdote

giải I N prize, award II v to spread, to lay out

giải buồn v to break the monotony

giải cứu v to rescue, to save

giải đáp v to answer, to solve

giải độc v to detoxicate

giải giới v to disarm

giải hoà v to reconcile

giải khát v to refresh oneself with drinks

giải lao v to have a break, to rest

giải nghệ v to retire, to leave one's profession

giải nghĩa v to explain

giải ngũ v to be discharged from the army

giải oan v to clear of an unjust charge

giải pháp N solution

giải phẫu I v to have an operation II N surgery

giải phóng v to liberate

giải quyết v to solve, to settle

giải tán v to dissolve, to break up

giải thể v to disband

giải thích v to explain

giải thoát v to free, to release

giải thưởng N prize, award

giải trí v to entertain, to amuse

giải vây v to break a blockade, to raise a siege

giãi bày v to convey one's thought/feeling

giam v to put in jail, to detain

giam hãm v to detain, to lock up

giam lỏng v to put under house arrest

giảm v to reduce, to decline

giảm thiểu v to decrease, to reduce

giảm thọ v to shorten life

giám đốc N director

giám hộ N guardian

giám khảo N examiner

giám mục N bishop

giám sát v to supervise, to inspect

giám thị N invigilator, overseer

gian I ADJ fraudulent, deceitful, shifty II N compartment, apartment

gian ác ADJ dishonest and cruel

gian dâm ADJ adulterous

gian dối ADJ dishonest, deceitful

gian hàng N stall, stand

gian hiểm ADJ crafty, sneaky

gian khổ I N hardship II ADJ hard

gian lận I v to cheat, to defraud II ADJ cheating

gian nan ADJ difficult, laborious, troubled

gian nguy ADJ dangerous

gian thương N dishonest trader/businessperson

giản dị ADJ simple, plain

giản đơn ADJ simple, uncomplicated

giản lược N summary, brief, abstract

giản tiện ADJ convenient, practical

giãn v to stretch, to dilate

gián N cockroach

gián điệp N spy, secret agent

gián đoạn ADJ interrupted, discontinued

gián tiếp ADJ indirect

giảng v to explain

giảng dạy v to teach

giảng đạo v to preach a religion

giảng đường N lecture hall/theatre

giảng giải v to explain

giảng hoà v to mediate, to conciliate

giảng nghĩa v to explain, to interpret

giảng sư N assistant professor

giảng viên N lecturer

giao v to deliver; to entrust

giao cảm ADJ symphathetic

giao cấu v to have sexual intercourse

giao chiến v to be engaged in fighting

giao dịch v to contact, to communicate

giao du v to contact frequently with, to be friends with

giao điểm N point of intersection

giao hảo v to have a good relation with, to contact someone friendly

giao hẹn v to make a deal, to promise conditionally

giao hoàn v to return, to give back

giao hợp v to have sexual intercourse

giao hữu N friendship

giao kèo N contract

giao lộ N crossroads

giao lưu v to exchange relations/opinions

giao phó v to trust, to assign

giao tế I v to receive guests II N public relations

giao thiệp v to deal with, to socialize, to contact with

giao thông N communication; transportation

giao thời ADJ transitional

G

giao thừa N the transition hour between the old year and the new year, New Year's Eve

giao tiếp bút đàm trên mạng N Facebook, Twitter

giao tiếp truyền hình trên mạng N Skype, Facetime

giáo án N teaching plan, syllabus

giáo chủ N leader of a cut/ religion

giáo dân N believer (in a religion)

giáo dục I v to educate, to bring up II N education

giáo điều N dogma

giáo đường N church

giáo hoàng N pope

giáo hội N church, congregation

giáo huấn v to teach, to educate

giáo khoa N subject

giáo lí N religious teaching, religious doctrine

giáo phái N religious sect

giáo sĩ N missionary, priest

giáo sư N professor

giáo trình N syllabus, curriculum

giáo viên N primary or secondary teacher

giàu; giàu có ADJ rich, wealthy, well-off

giày N shoe

giày dép N footwear

giày ống N boot

giày vò v to torment, to nag

giày xéo v to trample upon

giặc N rebel, aggressor, enemy

giăm bông N ham

giăng v to spread, to stretch

giằng co v to pull about

giằng xé v to snatch and tear something

giặt v to wash (clothes)

giấc mộng; giấc mơ N dream

giấm N vinegar

giận ADJ angry, sulky

giận dữ ADJ infuriated, furious

giật v to snatch, to jerk, to pull forcibly

giật gân ADJ hot, thrilling, sensational

giật giây v to control from behind the scene

giật mình v to be startled

giật lùi v to move back, to go backward

giấu diếm v to hide, to conceal

giây N second (of time)

giấy N paper

giấy bạc N banknote

giấy báo N notice, notification

giấy bóng N glassine paper

giấy chứng minh N identity card

giấy chứng nhận N certificate

giấy đi đường N travel document

giấy giá thú N marriage certificate

giấy khai sinh N birth certificate

giấy nhám N sand paper

giấy nháp N drafting paper

giấy phép N permit, license

giấy than N carbon paper

giấy thông hành N passport

giấy vệ sinh N toilet paper

giẻ lau N cloth, duster

gieo v to sow

gieo mạ v to sow rice seeds

giẹp ADJ flat

giếng N well

giết v to kill

giễu v to make fun of; to jeer at

gìn giữ v to keep, to preserve

giỏ N basket

gió N wind

gió lốc N whirlwind

gió mùa N monsoon

giỏi ADJ well-done, skilled, skilful, fluent in, good at

giò N 1 meat paste 2 leg, foot

giò lụa N lean pork ham

giòn ADJ brittle, crispy

giọng N voice, pitch, accent

giọt N drop

giọt lệ N tears

giỗ N anniversary of death

giỗi v to get angry, to get upset

giồi N blood pudding

giông N storm, thunderstorm

giông tố N thunderstorm, hurricane

giống I N race; gender, sex II v to resemble, to look III ADJ alike, similar

giống cái N feminine

giống đực N masculine

giống hệt ADJ as like as two peas

giống như v to look like

giống nòi N race

giơ v to raise, to lift up

giờ N hour

giờ đây N now, the present time

giở v to alter; to unwrap, to open

giở chứng v to change one's conduct

giở giọng v to change one's tune

giở mặt v to overturn; to turn one's face

giới hạn I v to limit II N limit

giới nghiêm N curfew, martial law

giới thiệu I v to introduce II N introduction

giới từ N preposition

giũa I v to file (one's nails) II N file (tool)

giục v to urge

giụi v to rub
giun n worm, earthworm
giun sán n parasitical worm
giúp v to help, to assist
giúp đỡ v to help
giúp ích v to be useful
giúp sức v to help, to back up
giúp việc v to aid, to assist
giữ v 1 to guard, preserve 2 to keep, to hold
giữ trẻ v to babysit
giữ gìn v to maintain, to take care of
giữ trẻ v to mind children
giữa PREP between, in the middle of
giường n bed
gò bó v to impose strict discipline
gò má n cheekbone
gõ v to knock (at the door); to strike
goá ADJ widowed
góc n angle, corner
gói I v to wrap, to pack II n package
gỏi n Vietnamese coleslaw
gọi v to call
gọn; gọn gang ADJ neat, tidy
gọng n frame (of glasses)
góp v to contribute, to pool
góp nhặt v to collect little by little
góp phần v to take part in, to participate in
góp vốn v to pool capital in a business
gót n heel
gọt v to peel (with a knife)
gồ ghề ADJ bumpy
gỗ n wood, timber
gốc n 1 base, foundation 2 bottom (of a tree), root
gốc tích n origin, descent
gối n pillow
gội v to wash (one's hair)
gồm v to consist of
gôn n goal (in soccer); golf (sport)
gởi; gửi v to send
gởi xe v to park
gớm ADJ horrified, terrible
gục v to bend down
guốc n wooden clog/shoe
gừng n ginger
gươm n sword
gương n mirror
gương mặt n look, facial expression
gương mẫu n model, example
gương tốt n good example
gượng ADJ reluctant

H

ha! INTERJ Ah!
hà hiếp v to oppress

hà khắc ADJ tyrannical, very harsh
Hà Lan n Holland, Dutch
Hà Nội n Hanoi
hà tiện ADJ stingy, miserly
hả P (tag question word used to ask for confirmation)
há v to open wide (one's mouth)
hạ v 1 to lower 2 to defeat, beat
hạ cánh v to land (airplane)
hạ cấp n lower level, lower rank, subordinate
hạ cờ v to lower the national flag
hạ giá v to lower the price, to reduce the price
hạ mình v to condescend
hạ nghị viện; hạ viện n Lower House, House of Representatives
hạ thuỷ v to launch a ship
hạ tuần n the last ten days of a month
Hạ Uy Di n Hawaii
hách I ADJ authoritative II v to show off one's power
hách dịch ADJ imperious, arrogant
hạch n gland, ganglion
hạch toán v to keep a business account
hạch xách v to insult someone
hai NUM two
hai chấm n colon
hài cốt n bones, remains
hài hước ADJ humorous, comic
hài kịch n comedy
hài lòng ADJ pleased, satisfied
hài nhi n baby
hải cảng n seaport
hải cẩu n seal
hải dương n ocean
hải đảo n island
hải đăng n lighthouse
hải ngoại n overseas, foreign country
hải phận n territorial waters
hải quan n customs
hải quân n naval forces
hải sản n sea product
hải tặc n pirate
hái v to pick (fruit, flowers, leaves)
hại v to harm, to damage
ham I v to be greedily fond of II ADJ greedy
ham mê v to be keen on
ham muốn v to long for, to desire
ham thích v to be very fond of
hàm hồ ADJ aggressive, ambiguous
hàm răng n denture
hàm số n function (algebra)
hãm hiếp v to rape
hàn v to weld
hàn gắn v to heal, to bandage
hàn huyên v to chat friendly

H

hàn lâm viện N academy
Hán tự N Chinese characters
hán văn N Chinese language and literature
hạn hán ADJ drought
hạn chế V to limit, to restrict
hạn định V to set a limit
hạn kì N term, limit
hang N grotto, cave; burrow
hàng N 1 line, row 2 goods
hàng hoá N goods, commodity
hàng không N aviation, airline
hàng không mẫu hạm N aircraft carrier
hàng rào N fence, hedge
hàng rong N hawker, peddler, street vendor
hàng tạp hoá N grocery, department store
hàng xóm N neighbor
hãng N firm, company
hạng N class, grade, category
hành N onion
hành chính I N administration II ADJ administrative
hành động I V to act II N action
hành hạ V to maltreat, to abuse
hành hung V to attack (other people)
hành hương V to go on a pilgrimage
hành khách N passenger
hành lang N corridor
hành lý N luggage, baggage
hành pháp N executive, government
hành tinh N planet
hành trình N trip, journey, itinerary
hành vi N deed, behavior, gesture, action
hãnh diện I ADJ proud II V to take pride in
hạnh kiểm N behavior, conduct
hạnh phúc I ADJ happy II N happiness
hao I V to be spent II ADJ consumed
hao mòn I V to weaken, to be worn out II ADJ worn out, flat
hao phí V to waste
hao tổn V to waste; to cost
hào hoa ADJ generous; elegant
hảo hạng N high-grade, top quality
hảo tâm ADJ good-hearted, kind-hearted
hảo ý N goodwill, good intention
hạp V to agree with, to go well with
hát V to sing
hát cải lương N modernized theater
hạt N seed, pip, stone
hạt giống N glong seed (for planting)
hạt xoàn N diamond
hàu N oyster

hay I CONJ or; whether II ADV often, frequently III ADJ interesting, good
hay ho ADJ interesting
hay là ADV or, else
hãy P (particle for making a suggestion or recommendation)
hăm doạ V to intimidate
hăm hở V to be zealous and enthusiastic
hằm hè V to look aggressive
hẳn ADV surely
hắn PRON he, him
hăng hái ADJ ardent, enthusiastic
hăng say ADJ utterly dedicated, engrossed in
hằng I ADV usually, regularly II ADJ every
hằng năm N annual, every year
hằng ngày N every day
hằng tuần I ADV weekly II N every week
hắt hơi V to sneeze
hâm V to reheat (food)
hâm mộ V to admire
hầm I N underground shelter, cellar II V to stew
hầm mỏ N mine
hân hạnh ADJ honor
hân hoan ADJ greatly pleased, happy
hấp V to steam
hấp dẫn I V to attract II ADJ attractive
hấp hối V to be about to die
hấp tấp V to hurry, to rush
hấp thụ V to absorb, to receive
hất V to throw, to jerk, to push
hầu V to wait upon, to attend to
hầu hạ V to serve, to attend
hầu hết ADV almost, nearly
hậu cần N army ordnance, logistics
hậu đãi V to treat generously
hậu môn N anus
hậu quả N consequence, aftermath, outcome
hậu sinh N young generation
hậu tạ V to reward liberally
hậu thế N future generation
hậu thuẫn V to support, to back up
hè I N 1 summer 2 veranda, pavement II V to shout together
hẻm N lane, alley
hèn N coward, base
hèn hạ ADJ mean, base, despicable
hèn nhát I ADJ cowardly II N coward
hẹn V to make an appointment
heo N pig
héo ADJ withered, wilted
hẹp ADJ narrow
hẹp hòi ADJ narrow-minded

hét v to shout
hề N clown, jester
hệ thống N system
hệ thống hoá v to systemize
hệ trọng ADJ important
hên ADJ lucky
hết v to end, to finish
hết cả ADJ all, whole
hết lòng ADJ wholehearted
hết lời v to finish speaking, to be unable to find any more words
hết sạch v to finish all, to have no more left
hết sức v to try one's best
hết thời ADJ out of date, out of fashion
hỉ v to blow (one's nose)
hiếm ADJ rare, scarce
hiểm ADJ dangerous
hiểm độc ADJ cunning, wicked
hiểm hoạ N danger
hiên N veranda, porch
hiên ngang ADJ haughty, proud
hiền ADJ good-natured, gentle, kind
hiền tài ADJ virtuous and talented
hiền thê N good wife
hiến v to donate; to offer
hiến chương N charter
hiến pháp N constitution
hiện diện ADJ present, attending
hiện đại ADJ modern, contemporary
hiện đại hoá v to modernize
hiện giờ ADV at the present time, now
hiện hữu I v to exist at present II ADJ present, existing
hiện kim N (= **tiền mặt**) cash
hiện nay ADV nowadays, at the present time
hiện tại ADV at present
hiện tình N present situation
hiện tượng N phenomenon
hiện vật N object, things in nature
hiếp v to bully, to oppress
hiếp dâm v to rape
hiệp định N agreement
hiệp hội N association
hiệp sĩ N knight
hiệp ước N treaty
hiểu v to understand, to grasp
hiểu lầm v to misunderstand
hiếu ADJ dutiful, filial
hiếu hoà ADJ peace-loving
hiếu kỳ ADJ inquisitive, curious
hiếu nghĩa N filial piety
hiệu N sign, signal
hiệu lực ADJ effective
hiệu năng N efficacy, efficiency
hiệu nghiệm ADJ effective, efficient
hiệu quả N result, effect

hiệu trưởng N headmaster, principal
hình ảnh N image
hình dáng N stature, figure
hình dạng N form, shape
hình học N geometry
hình như ADV it seems
hình phạt N punishment, penalty
hình thành v to form, to take shape
hình thức N form, formality
hình tròn N circle
hình vuông N square
hít v to inhale, to breathe in
ho v to cough
ho lao N tuberculosis
hò hét v to shout, to yell
hò reo v to acclaim
họ I N family line; line of descent, surname II PRON they, them
họ hàng N relation, relatives
hoa N flower
hoa hậu N beauty queen
hoa hồng N 1 commission (money) 2 rose
hoa khôi N beauty queen
Hoa Kỳ N America, the United States of America, USA
hoa liễu N venereal
hoa lợi N income
hoa màu N crops, harvest
hoa quả N various fruits
hoa tai N earring
Hoa Thịnh Đốn N Washington
hoa tiêu N pilot (ship)
hoà v 1 to break even; to draw (sport) 2 to dissolve
hoà bình I N peace II ADJ peaceful
hoà giải v to mediate, to conciliate
Hoà Lan N Holland, the Netherlands, Dutch
hoà nhã ADJ harmonious, courteous
hoà nhạc N concert
hoà ước N peace treaty
hoà vốn v to recover capital
hoả táng v to cremate
hoả tiễn N rocket, missile
hoả xa N railway; train
hoá chất N chemicals
hoá đơn N invoice, bill
hoá học N chemistry
hoá trang v to make up, to disguise oneself
hoạ sĩ N artist, painter
hoài nghi v to doubt, to be skeptical
hoan hô v to cheer, to acclaim
hoan hỉ v to be overjoyed
hoan nghênh v to welcome, to acclaim
hoàn cảnh N circumstance
hoàn hảo ADJ perfect, excellent

H

hoàn tất v to finish, to complete
hoàn toàn ADJ perfect
hoàn thành v to complete, to finish
hoãn v to postpone, to put off
hoang mang ADJ undecided, confused
hoang phí v to spend lavishly, to waste
hoang vu ADJ wild
hoàng cung N royal palace
hoàng đế N emperor, king
hoàng gia N royal family
hoàng hậu N queen
hoàng tử N prince
hoạt bát ADJ vivacious, active
hoạt động I v to be active; to operate II N activity, operation
hoạt hoạ N animated cartoons
hoặc CONJ or, either
học v to learn, to study
học bạ N school report
học bổng N scholarship, grant
học cụ N teaching aids
học đòi v to imitate, to follow
học giả N scholar
học hỏi v to learn, to study
học kỳ N term, semester
học lực N educational background/ capacity
học phí N school fee
học sinh N student, pupil
học thức N knowledge
học vị N academic title, degree
học viện N institute
hỏi v to ask, to question
hỏi thăm v to send one's regards to
hói ADJ bald
hòm N trunk; coffin
hỏng I v to be out of order II ADJ broken
họng N throat
họp v to meet, to gather
họp mặt v to get together, to meet
họp sức v to unite, to join forces
hót v to sing, to twitter
hô v to call out loud, to shout
hô hào v to call upon, to appeal to
hô hấp v to breathe
hồ N 1 lake 2 glue, paste
hồ hởi ADJ cheerful, happy
hồ nghi v to doubt, to suspect
hồ sơ N file, dossier
hồ tắm N swimming pool
hổ N tiger
hổ thẹn ADJ ashamed
hổ trợ v to support, to help one another
hố N pit
hộ chiếu N passport
hộ khẩu N family registration, number of inhabitants

hộ sản N maternity
hộ sinh v to deliver a child
hộ thân v to protect oneself
hộ tịch N civil status, legal status
hộ tống v to escort
hộc N drawer
hôi v to stink, to smell
hồi ký N reminiscences, memoirs
hồi phục v to recover
hồi tỉnh v to come to, to regain consciousness
hối v to urge, to press
hối đoái N exchange rate (currency)
hối hả v to be in a hurry
hối hận v to regret
hối lộ v to bribe
hối thúc v to urge, to push
hối tiếc v to regret
hối xuất N exchange rate
hội N association; festival
hội chợ N fair
hội chứng N syndrome
hội đồng N council, committee
hội hoạ N painting (artistic)
hội họp v to gather, to meet
hội nghị N conference, congress
hội trường N meeting hall, theater
hội trưởng N president, chairperson (of an association)
hội viên N member (of an association)
hội ý v to have an exchange of ideas, to consult one's opinions
hôm nay N today
hôm qua N yesterday
hôm sau N the next day
hôn v to kiss
hôn lễ N wedding
hôn mê I N coma, unconsciousness II ADJ unconscious
hôn nhân N marriage
hôn phu N fiancé
hôn thú N marriage certificate
hồn N soul, spirit
hỗn ADJ impertinent, impudent
hỗn độn ADJ disorderly, chaotic
hỗn hào ADJ impolite, rude
hỗn hợp v to mix, to join
hỗn loạn ADJ chaotic, disorderly
hông N hip, flank
hồng I ADJ pink, rosy II N 1 persimmon 2 rose
hồng hào ADJ rosy, ruddy
Hồng Kông N Hong Kong
hồng thập tự N Red Cross
hộp N box, tin, can
hộp đêm N night club, cabaret
hộp số N gear box
hộp thư N letter box

hốt hoảng ADJ panic; panicked
hột N grain, seed
hột xoàn N diamond
hơ V to dry over a fire
hớ V to pay too much
hớ hênh ADJ careless, tactless
hơi I N steam, vapor II ADJ a little, somewhat
hơi thở N breath
hơn I V to win, to surpass II ADJ more ... than, -er than
hơn nữa ADJ furthermore
hớn hở V to be cheerful, to be in good mood
hờn V to be fussy, to complain, to grumble
hờn giận V to sulk, to be angry
hợp V to agree; to go well with, to suit
hợp đồng N contract
hợp lệ ADJ legally appropriate, conforming to regulations
hợp lý ADJ reasonable, sensible
hợp pháp ADJ lawful, legitimate
hợp tác V to co-operate, to collaborate
hợp tác xã N co-operative
hợp thời ADJ timely; fashionable
hớt V to cut off small bits, to skim
hớt tóc V to have hairs cut
hủ lậu ADJ old-fashioned, backward
hũ N jar
hú V to howl
hùa V to gang up with
huân chương N order; decoration (badge)
huấn luyện V to train, to drill, to coach
huân luyện viên N coach, trainer, instructor
hùn V to pool, to join
hung ác ADJ cruel, wicked
hung hăng ADJ aggressive, violent
Hung Gia Lợi N Hungary
hung thủ N culprit, murderer, killer
hung ADJ strong, brave
hung hậu ADJ strong, powerful
hùng mạnh ADJ strong, powerful
hút V to suck, to vacuum
hút thuốc V to smoke (cigarettes)
huy chương N medal
huy động V to mobilize
huy hiệu N badge
huy hoàng ADJ splendid, radiant
huỷ V to destroy
huỷ bỏ V to cancel
huỷ diệt V to exterminate, to destroy
huỷ hoại V to ruin
huyền bí ADJ mysterious

huyền thoại N legend, myth
huyện N district
huyết N blood
huyết áp N blood pressure
huyết quản N blood vessel
huyết thanh N serum
huyết tương N plasma
huyệt N 1 grave 2 acupressure point
huýt gió; huýt sáo V to whistle
hư ADJ out of order; spoilt, bad-mannered (person)
hư hỏng V to break down, to fail, to be out of order
hưu bổng N superannuation
hưu trí V to retire
hứa V to promise
hứng V to catch
hứng thú ADJ interested, interesting
hương; hương thơm N scent, fragrance, perfume
hưởng V to receive; to enjoy
hưởng thụ V to enjoy
hưởng ứng V to respond, to support
hướng V to direct, to turn toward direction
hướng dẫn V to guide, to direct
hướng đạo N scout
hươu N deer
hưu bổng N retirement pension, superannuation
hưu trí V to retire from employment
hữu dụng ADJ useful
hữu hạn ADJ limited
hữu ích ADJ useful
hữu nghị I ADJ friendly II N friendship
hy hữu ADJ rare
Hy Lạp N Greece, Greek
hýt rô N hydrogen

I

Ì V to be motionless
Ì ạch ADV strenuously, with difficulty
ia V to empty one's bowels
ia chảy V to have diarrhea
ích kỷ ADJ selfish, egoistic
ích lợi ADJ useful, beneficial
im ADJ still, calm
im lặng ADJ silent, quiet
im phăng phắc ADV absolute noiselessly
in V to print
inh tai ADJ deafening
ít ADJ little, few
ít có ADJ rare, unusual
ít khi ADV rarely, seldom
ít nhất ADV at least
ít nhiều ADV more or less

ít ỏi ADJ in a small quantity
ít tuổi ADJ still young
iu ADJ doughy, soggy

K

ka ki N khaki (fabric)
kè kè ADJ close by, side by side
kẻ I N person (implying negative attitude) II v to sketch lines
kẻ cướp N robber
kẻ gian N evil-doer
kẻ thù N enemy
kẻ trộm N burglar
kẽ N small gap
kéc N parrot
kem N ice-cream, cream
kèm v to enclose, to attach
kẽm N zinc
kém ADJ less, weak
kèn N trumpet, clarinet, wind instrument
kén N cocoon
kén chọn v to select carefully
keo I N glue, paste II ADJ mean, close-fisted, stingy
keo kiệt ADJ stingy
kéo I N scissors II v to pull, to draw
kéo co N tug of war
kéo lê v to trail, to drag
kẹo I N sweet, candy, lolly II ADJ stingy, mean
kẹo cao su N chewing gum
kẹp I v to clip, to clamp II N paper-clip
két N safe (utensil)
kẹt v to be pinched, to be stuck
kẹt xe N traffic jam
kê v to make a list of
kê khai v to declare in details
kể v to tell
kế ADJ close, next to
kế bên ADJ close by
kế hoạch N plan, scheme
kế nghiệp v to take over a business
kế tiếp v to continue
kế toán N accounting, bookkeeper
kế vị v to succeed (to the throne)
kể v to tell, to narrate, to mention
kệ N shelf
kênh N 1 canal 2 channel (television)
kênh kiệu ADJ to be arrogant, to put on airs
kềnh càng ADJ bulky, cumbersome
kết v to plait, to fasten together
kết án v to condemn, to sentence
kết cấu N structure, composition
kết cục N conclusion, outcome

kết bạn v to make friends; to become husband and wife
kết duyên v to get married
kết hôn v to marry, to wed
kết hợp v to combine, to co-ordinate
kết liễu v to finish, to come to an end
kết luận v to conclude
kết nạp v to admit
kết quả N result, outcome
kết thúc v to end, to conclude
kết toán v to draw a final balance-sheet, to make up accounts
kêu v to call, to shout
kêu ca v to complain
kêu cứu v to cry for help
kêu gọi v to appeal to
kêu la v to scream, to cry
khả năng N ability, capacity
khả nghi ADJ suspicious
khá khá ADJ better, fairly
khá ADJ better, rather, fairly
khá giả ADJ well-off, rich
khả ái ADJ lovely
khả năng N ability, capability
khả nghi ADJ suspicious
khả quan ADJ good, favorable
khác ADJ different, dissimilar, unlike, other
khác biệt I ADJ different II N difference
khác thường ADJ unusual, extraordinary
khách N guest, visitor
khách hàng N customer, client
khách quan ADJ objective (view)
khách sạn N hotel
khai v to declare
khai báo v to declare, to inform the authorities
khai chiến v to declare war
khai diễn v to start the performance
khai giảng v to begin a new academic year
khai hoang v to reclaim wasteland, to cultivate new land
khai mạc v to inaugurate, to open
khai sinh I v to found II N birth certificate
khai thác v to exploit (resources)
khai thông v to clear
khai triển v to develop
khai trừ v to expel, to purge
khai trương v to open a shop/business
khai vị N entree
khái niệm N general idea, concept
khái quát ADJ general
khám I N gaol, prison II v to inspect, to search

khám bệnh v to examine one's sickness (medically)
khám nghiệm v to examine
khám phá v to discover
khám xét v to check, to search, to examine
khan hiếm ADJ rare
khán đài N platform
khán giả N audience
kháng án v to appeal (legal)
kháng chiến v to resist
kháng sinh N antibiotic
khánh thành v to inaugurate
khao v to give a feast, to treat someone with food
khao khát v to thirst for, to crave for
khảo v to torture to get information
khảo cứu I v to research II N research
khát ADJ thirsty
khát vọng v to hope for, to yearn for
khay N tray
khắc v to engrave, to carve
khắc khổ ADJ harsh, austere
khắc phục v to overcome, to subdue
khăn N towel; handkerchief
khăn ăn N napkin, serviette
khăn bàn N table cloth
khăn mặt N face towel
khăn quàng N scarf
khăn tay N handkerchief
khăn tắm N bath towel
khẳng định v to affirm, to assert
khắp ADV everywhere
khâm phục v to admire
khẩn ADJ urgent
khẩn cấp ADJ urgent, pressing
khẩn cầu v to beseech
khẩn hoang v to cultivate new lands
khẩn trương ADJ urgent, tense
khất v to ask for a delay, to postpone
khất thực v to beg for food
khâu v to sew, to stitch
khẩu hiệu N slogan, motto
khẩu lệnh N password
khẩu phần N ration
khen v to praise, to congratulate
khen thưởng v to reward
khéo ADJ skillful, clever
khép tội v to charge, to accuse
khế N star fruit
khế ước N contract
khêu v to evoke, to raise
khêu gợi v to attract, to stir up
khiêu gợi v to rouse, to stir up, to attract
khi PREP when, moment
khi nào PRON when?
khi N monkey, ape

khí N gas
khí giới N weapon, arms
khí hậu N climate
khích v to provoke
khích lệ v to encourage
khiêm nhường ADJ modest, self-effacing
khiếm khuyết ADJ imperfect, short
khiển trách v to reprove
khiêng v to carry with one's hands on one's shoulder
khiếp ADJ afraid, scared
khiếp sợ ADJ terrified
khiêu dâm ADJ sexually stimulating, pornographic
khiêu vũ I v to dance II N dance
khiếu nại v to complain; to petition
khinh to despise, to disdain
khinh bỉ v to despise, to look down
khinh rẻ v to scorn, to disdain
kho I N storage; warehouse II v to simmer in brine (food)
kho tàng N treasure
khó ADJ difficult, hard
khó chịu ADJ uncomfortable
khó dễ v to cause trouble, to make difficulties
khó khăn ADJ difficult
khó tính ADJ hard to please, fastidious
khoa N branch of science, discipline; department; faculty
khoa học I N science II ADJ scientific
khoa học gia N scientist
khoa trưởng N dean
khoả than ADJ nude, naked
khoá v to lock
khoả thân ADJ naked, nude
khoác v to wear over one's shoulder
khoác lác v to boast
khoai lang N sweet potato
khoai tây N potato
khoái v to be pleased, to like
khoái lạc N pleasure
khoan I v to drill (make hole) II N drill (tool) III INTERJ hang on! wait!
khoan dung ADJ tolerant
khoan hồng ADJ tolerant, clement
khoảng ADV about, approximately
khoảng cách N distance
khóc v to cry, to weep
khoe v to show off
khoẻ ADJ well, healthy
khoẻ mạnh ADJ healthy, well
khỏi v to be exempt from; to recover from (a disease)
khói N smoke
khô ADJ dry
khổ ADJ miserable

K

K

khổ cực ADJ suffering hardship
khổ sai N hard labor
khổ sở ADJ wretched, miserable
khôi hài ADJ humorous, funny
khôi ngô ADJ good-looking, bright
khôi phục V to recover
khối N block (of three dimensions)
khôn ADJ wise
khôn ngoan ADJ wise, sensible
không I ADV no, not II ADJ empty
không gian N space
không hề ADV never
không kể ADV not counting, not including, excluded
không khí N air
không lực; không quân N air force
không sao ADV it doesn't matter
Khổng giáo N Confucianism
khổng lồ I N giant II ADJ gigantic
khờ ADJ naive
khờ dại ADJ stupid, foolish
khởi đầu V to begin, to start
khởi hành V to depart; to start
khu N zone, region
khu công nghiệp N industrial zone
khu vực N area, zone
khuân V to carry
khuất ADJ hidden, out of sight
khuất phục V to surrender
khuấy V to stir (drink/food)
khúc N section, portion
khung N frame (picture)
khung cảnh N scenery, context
khùng ADJ lunatic, crazy, mad
khủng bố I V to terrorize II N terrorism
khủng hoảng N crisis
khuôn N cast, mold
khuôn mẫu N model, design, pattern
khuy N button hole
khuya ADV late at night
khuyên V to advise, to recommend
khuyến khích V to encourage
khuynh hướng N trend, tendency
khử V to get rid of; to kill
khử độc V to pasteurize, to sterilize
khứ hồi N return (trip, ticket)
khước từ V to decline, to refuse
kí lô gam N kilogram
kí lô mét N kilometer
kia PRON that
kích thích V to excite, to stimulate
kích thước N measurement, size
kịch N play, drama
kịch sĩ N actor, actress
kịch vui N comedy
kiểm V to check
kiểm duyệt I V to censor II N censorship
kiểm soát V to inspect; to control

kiểm tra I V to control, to inspect II N control, inspection
kiếm I N sword II V to look for
kiếm chác V to make profits
kiếm chuyện V to make trouble
kiên nhẫn ADJ patient; enduring
kiến N ant
kiến nghị N proposal, motion
kiến tạo V to build, to create, to establish
kiến thức N knowledge, insight
kiến trúc N architecture
kiến trúc sư N architect
kiện V to sue
kiện toàn V to consolidate; to complete
kiêng V to abstain from; to avoid
kiêng nể V to respect
kiếp N life, existence, fate
kiệt sức ADJ exhausted (health)
kiệt tác N masterpiece
kiêu ngạo ADJ arrogant
kiều bào N compatriot, overseas national
kiều diễm ADJ graceful, charming
kiểu N model, design, style
kiểu mẫu N model, pattern
kim N needle
kim băng N safety pin
kim cương N diamond
kim đồng hồ N clock hand
kim loại N metal
kim ngạch N turnover
kim tự tháp N pyramid
kìm hãm V to hold back, to impede
kín ADJ tight secret, confidential
kinh doanh I V to run a business II N business; trading
kinh khủng ADJ frightful, horrible
kinh nghiệm N experience
kinh nguyệt N menses, menstruation
kinh niên ADJ chronic
kinh phí N expenditures, expenses
kinh tế I N economy II ADJ economic
kinh thánh N bible
kính I N glass; glasses; spectacles II V to respect
kính cận N near-sighted glasses
kính hiển vi N microscope
kính nể V to respect
kính râm N sunglasses
kịp V to be in time
kịp thời ADJ duly, in time
kỳ N term, period
kỳ ADJ strange, weird
kỳ cục ADJ odd, weird
kỳ công N marvelous achievement
kỳ dị ADJ strange
kỳ diệu ADJ marvelous, wonderful

L

kỳ hạn N term, deadline
kỳ quái ADJ bizarre
kỳ quan N wonder
kỳ thị V to discriminate
kỷ luật I N discipline II ADJ disciplinary
kỷ lục N record (competition)
kỷ nguyên N era
kỷ niệm V to commemorate
kỹ ADJ careful
kỹ lưỡng ADJ careful, fine
kỹ năng N skills
kỹ nghệ N industry
kỹ sư N engineer
kỹ thuật N technology, technique
ký V to sign
ký hiệu N symbol
ký túc xá N dormitory
ký ức N memory
kỵ V to be incompatible with; to be allergic to

L

la I N mule II V to scold; to scream, to shout
la bàn N compass
la cà V to loiter, to hang around
la hét V to shout, to scream
la liệt ADV everywhere, all over
La Mã N Rome
la mắng V to scold
La tinh N Latin
là V to be
lá N leaf
lá bài N card (game)
lá cờ N flag
lá lách N spleen
lạ ADJ strange, alien
lạ lùng ADJ strange
là kỳ ADJ strange, extraordinary
lạ mặt ADJ strange-looking
lạc I N peanut II V to get lost
lạc bước V to rove, to wander
lạc đà N camel
lạc đề V to be irrelevant to the subject
lạc hậu ADJ backward
lạc quan ADJ optimistic
lạc quyên V to raise funds
lai I N hem II ADJ cross-bred, of mixed blood
lai lịch N background, curriculum vitae
lai rai ADJ dragging on
lãi N profit
lái V to drive, to steer
lái buôn N merchant, trader, dealer
lại I V to come II ADV again
làm V to do, to make
làm ăn V to earn one's living

làm bạn V to make a friend to
làm bậy V to do wrong
làm biếng ADJ lazy, slack
làm bộ V to pretend, to feign
làm chứng V to bear witness, to give evidence
làm công V to work
làm giả V to counterfeit, to be fake
làm giàu V to make a fortune
làm gương V to set an example
làm hỏng V to spoil, to wreck
làm khách V to be formal
làm ơn V to do a favor
làm phiền V to disturb, to make trouble
làm quà V to give something as a gift
làm quen V to make the acquaintance of
làm tiền V to make money
làm việc V to work
lạm dụng V to abuse
lạm phát I V to inflate II N inflation
lạm quyền V to abuse one's authority
lan I V to spread II N orchids
lan can N banister, rail
lan thang V to wander
làng N village
làng trí ADJ absent-minded
lãng mạn ADJ romantic
lãng phí I V to waste II ADJ wasteful
láng ADJ glossy
láng giềng N neighbor
lanh ADJ quick, fast
lanh lẹ ADJ quick, smart
lanh lẹn ADJ quick
lanh lợi ADJ quick-witted
lành ADJ good; kind
lành mạnh ADJ healthy, strong
lãnh V to receive
lãnh đạo I V to lead II N leader
lãnh sự N consul
lãnh sự quán N consulate
lãnh thổ N territory
lãnh tụ N leader
lãnh vực N aspect, field
lạnh ADJ cold
lạnh lùng ADJ frigid; indifferent
lao công N labor
lao động I V to toil/labor II N laborer, worker
lao tù N prison, jail
lão ADJ old, aged, elderly
Lão giáo N Taoism
lão luyện ADJ well-trained, experienced
lão thành ADJ old and experienced
láo ADJ lying
lạp xưởng N Chinese sausage
lát N slice
lau V to wipe, to mop

L

lau chùi v to clean
lạy v to kowtow, to bow low
lắc v to shake
lắc đầu v to shake one's head
lắc lư v to swing, to sway
lắm ADV very, very much
lắm mồm ADJ talkative
lăn v to roll
lăn lộn v to have hardships; to lie around
lăn tay v to take fingerprints
lặn v to dive
lăng N mausoleum
lăng mạ v to insult
lăng nhăng ADJ flirtatious; purposeless
lẳng lơ ADJ flirtatious
lắng nghe v to listen
lặng ADJ quiet, calm
lặng thinh v to keep quiet
lắp v to assemble
lặp lại v to repeat
lâm nguy v to be in danger
lâm thời ADJ provisional, interim
lầm v to mistake, to misunderstand
lầm lỗi v to make a mistake, to be at fault
lầm than ADJ miserable
lân cận ADJ neighboring, next to
lần N time (occasion)
lần hồi ADJ from day to day
lần lần ADV gradually, step by step
lần lượt ADV in turn, one by one
lẫn v to confuse, to mix up
lẫn lộn v to be confused
lấn át v to bully
lấp v to fill in
lấp lánh v to glitter
lấp ló v to appear vaguely
lập v to found, to establish, to set up
lập công v to do some meritorious work
lập dị ADJ eccentric
lập luận v to argue
lập pháp N legislative
lập trường N position, standpoint
lập tức ADV immediately, at once
lật v to turn upside down, to turn over
lật đổ v to overthrow, to topple
lật tẩy v to unmask, to expose
lâu ADJ long, for a long time
lâu đài N castle
lầu N story (of building)
lây v to be contagious; to contract
lấy v to take; to get; to buy
lấy chồng v to get married
lấy cớ v to use as a pretext
lấy lòng v to try to win someone's sympathy

le lói ADJ bright
lẻ ADJ odd (number); retail
lẻ loi ADJ lonely, solitary
lẽ N reason
lẽ dĩ nhiên ADV as a matter of course, naturally
lẽ phải N common sense, right thing
lé ADJ cross-eyed, squint
lẹ ADJ quick, fast
lẹ làng ADJ quick, fast
lem luốc ADJ very dirty
lém ADJ talkative
len N wool
len lỏi v to make one's way, to intrude
lén ADJ sneaky, secret
leo v to climb
leo thang v to escalate
lép ADJ empty, husky
lép xép v to crackle continuously
lê N pear
lề N margin
lề lối N procedure, manner
lễ N festive day, holiday; ceremony
lễ độ ADJ courteous
lễ nghi N rituals, rites
lễ phép ADJ polite
lễ vật N offerings, gift
lệ N custom, rule, regulation
lệ phí N fees
lệ thuộc v to be dependent on
lên v to go up; to rise; to amount to
lên án v to condemn, to denounce
lên cân v to put on weight
lên dây v to wind up (clock/watch), to tune (stringed instrument)
lên đường v to depart, to leave on a trip
lên mặt v to be haughty
lên tiếng v to speak up
lênh đênh v to drift
lệnh N order (from an authority)
lêu lổng v to loaf, to fool around
lều N hut; tent
li ti ADJ tiny
lì ADJ obstinate; intrepid
lìa bỏ v to leave
lịch N calendar
lịch sử I N history II ADJ historic, historical
lịch sự ADJ polite; elegant
lịch trình N agenda; process
liếc v to glance
liêm khiết ADJ incorruptible, honest
liếm v to lick
liệm v to shroud (a corpse)
liên bang I N federation II ADJ federal
liên can I v to be implicated II ADV concerning

L

liên danh N joint list
liên đoàn N union, federation
liên hệ V to contact, to be connected to, to get in touch with
liên hiệp V to unite, to ally
liên hiệp quốc N the United Nations
liên hoan I V to have a merry party (in a class, association) II N festival
liên kết V to unite, to associate
liên khu N interzone
liên lạc V to contact; to communicate
liên lạc viên N messenger; liaison person
liên lụy V to be involved in
liên minh I V to ally II N alliance
liên quan V to be related to, to be concerned with
liên tiếp ADJ consecutive, successive
liên tục ADJ continuous, uninterrupted
liên từ N conjunction
liên tưởng V to associate; to think about
liền ADV at once, right now
liệng V to throw, to cast
liệt V 1 to be paralysed 2 to list, to rank
liệt dương ADJ sexually impotent
liệt kê V to list
liều V to risk
liều lĩnh ADJ rash, overbold
liễu N willow
linh ADJ supernaturally powerful
linh hoạt ADJ active
linh hồn N soul
linh mục N Catholic priest
linh tinh ADJ miscellaneous
lĩnh V to receive cash
lính N soldier
lo V to worry
lo lắng V to worry
lo liệu V to manage; to make arrangements
lo lót V to bribe
lo xa V to have foresight
lò N oven, stove
lò bánh mì N bakery
lò sưởi N heater; fireplace
lò xo N spring
lọ N vase, bottle
loa N loudspeaker
loài N species; breed
loại I N kind, class, category II V to eliminate, to reject
loại bỏ V to reject
loại trừ V to exclude, to expel
loan báo V to announce
loạn lạc N social disturbance
loang lổ ADJ speckled, spotted
loãng ADJ thin, weak (drink, potion)

loạt N series, round
loay hoay V to be busy with something
lọc V to litter
loé V to flash
loè loẹt ADJ showy, gaudy
loét ADJ gaping
lòi V to jut out, to protrude
lon N can, jar
lọn N curl, fringe, lock (of hair)
long V to come off, to come apart
long trọng ADJ solemn
lòng N heart, feeling; entrails
lòng dạ N heart
lòng đỏ N yolk
lòng lợn N pig's tripes
lòng tham N greediness
lòng thương N compassion, pity
lòng tin N trust, confidence
lỏng ADJ liquid
lọt V to slip into, to pass through
lô N lot, series
lô gích ADJ logical
lồ I N hole II V to suffer a loss
lỗ đít N anus
lỗ hổng N gap, cavity
lỗ mãng ADJ rude
lỗ mũi N nostril
lỗ rốn N navel
lỗ tai N ear
lộ diện V to show up, to appear
lộ phí N travelling expenses, travel costs
lộ tẩy V to show one's true trick
lộ thiên ADJ open-air; outdoor
lộ trình N itinerary
lôi V to pull, to drag, to draw
lôi cuốn V to attract
lôi thôi ADJ untidy, disorderly
lồi ADJ protruding
lồi lõm ADJ bumpy
lỗi N mistake, fault, error
lỗi hẹn V to fail to keep one's promise, to break an appointment
lỗi lạc ADJ outstanding
lỗi lầm N mistake, error
lỗi thời ADJ outdated
lối N way, style
lối sống N way of life
lội V to wade; to swim
lộn V to mistake
lộn xộn ADJ disorderly
lông N hair; feather
lông mày N eyebrow
lông mi N eyelash
lồng N cage
lộng lẫy ADJ resplendent, magnificent
lộng quyền V to abuse power
lốp xe N tire (of car)

L

lột v to peel, to strip off
lơ v to ignore, to pretend not to hear/ see
lơ đãng ADJ absent-minded, inattentive
lơ là v to be indifferent
lơ lửng v to be hanging in the air
lơ mơ ADJ vague
lờ v to pretend to forget, to ignore
lỡ v to miss (train), to be inadvertent
lỡ lầm v to make a mistake
lỡ tay v to be clumsy with one's hands
lời N 1 profit, interest 2 word
lời nói N words, statement
lợi I ADJ advantageous II N gum
lợi dụng v to take advantage of; to make use of
lợi hại N pros and cons
lợi ích N benefit
lợi nhuận N profit
lợi tức N income, revenue
lớn ADJ big, large
lớn lao ADJ big, great
lớn tiếng v to sepak loudly
lớp N class, layer, coat
lớp học N classroom
lũ N group (derogatory)
lúa N rice, paddy
lụa N silk
luân lý N morality; ethics
luận v to reason; to infer
luận án N thesis
luận đề N topic, subject
luận văn N essay; dissertation
luật N law
luật lệ N rules and regulations
luật pháp N law, legal system
luật sư N lawyer
lúc ADV moment; while
lục v to forage, to rummage, to search
lục soát v to search
lui v to withdraw, to abate; to retire
lui tới v to frequent
lùi v to step or move back
lùn ADJ too short (body); dwarfed
lún v to sink
lung lạc v to try to influence, to persuade
lùng v to hunt
lùng bắt v to hunt down
lủng củng ADJ unsettled, clashing
lúng túng ADJ embarrassed
luộc v to boil
luộm thuộm ADJ careless and casual
luôn ADV uninterruptedly, always, frequently
luôn luôn ADV always, incessantly
luôn thể ADV at the same time
luồn cúi v to bow, to humiliate oneself

lụt N flood
lụt lội N flood
luyến tiếc v to regret
luyện v to train, to drill, to coach; to refine
lừa v to cheat
lừa gạt v to deceive
lừa đảo v to deceive, to cheat
lựa v to choose, to select
lựa chọn v to select, to pick, to choose
lực sĩ N athlete
lưng N back
lưng chừng ADJ half-way, half-done
lừng danh ADJ famous, well-known
lược N comb
lười ADJ lazy
lười biếng v to be lazy
lưỡi N tongue
lưỡi câu N fish hook
lưỡi lê N bayonet
lưới N net
lượm v to pick up, to gather, to collect
lươn N eel
lươn lẹo ADJ crooked, dishonest
lượn v to glide, to hover
lương N salary, wages
lương bổng N salary, wages
lương tâm N conscience
lương thiện ADJ honest
lương thực N food
lường gạt v to deceive, to dupe, to cheat
lưỡng lự v to hesitate
lượng I N quantity II v to assess, to estimate
lướt v to glide, to pass quickly
lượt N time; turn
lưu v to stay, to keep
lưu động ADJ mobile
lưu hành v to circulate
lưu loát ADJ fluent
lưu tâm v to be concerned with
lưu thông v to communicate; to circulate
lưu truyền v to hand down from generation to generation
lưu vong ADJ exiled
lưu ý v to pay attention to; to draw someone's attention
lựu N pomegranate
lựu đạn N grenade
ly N glass (container)
ly dị v to divorce
ly hôn v to divorce
ly khai I v to break away from II N separatist
lý N 1 reason, grounds 2 physics
lý do N reason, cause, excuse

M

lý lẽ N reason
lý lịch N curriculum vitae, resume
lý luận I v to argue II N argument, reasoning
lý thú ADJ interesting, entertaining
lý thuyết N theory
lý trí N mind, rationality
lý tưởng ADJ ideal; idealistic
lý tưởng hóa v to idealize

M

ma N ghost; phantom
Ma Cao N Macao
ma chay N funeral
ma cô N pimp, pamder
ma giáo ADJ dishonest, tricky
ma quỉ N ghosts and devils
ma túy N heroin, drug
mà CONJ in which, that, but
mà thôi ADV only, no more and no less
mả N tomb
mã N code, cipher
Mã Lai N Malaysia, Malay
mã lực N horse-power
má N 1 cheek 2 mother
Mác-xít N Marxist
Mạc-Tư-Khoa N Moscow
mách v to tell on
mách lẻo v to tell tales
mạch N pulse
mạch máu N blood vessel
mai ADV tomorrow
mai mốt N another few days
mai sau ADV in the future
mãi ADV continuously, uninterruptedly
mái N female (bird, fish)
mái chèo N oar
mái hiên N roof of verandah
mãi dâm I v to be a prostitute II N prostitution
mãi mãi ADV forever, eternally
mái nhà N roof
man rợ ADJ barbarous
màn N 1 curtain 2 act (of a play)
màn ảnh N movie screen
mãn hạn v to be at the end of one's term, to finish
mãn khoá v to graduate
mãn nguyện ADJ satisfied, content
mang v to bring
mang ơn v to be grateful to
mang tai N temples
mang tiếng v to suffer discredit
màng N membrane
màng nhĩ N eardrum
màng trinh N hymen

mạng băng tần rộng N broadband network
mạng lưới N network
mạng nhện N spider's web
mãng cầu N custard-apple
manh mối N clue
mảnh N piece; plot (of land)
mạnh ADJ healthy, strong
mạnh mẽ ADJ strong, powerful
mạnh dạn ADJ bold, daring
mạnh giỏi ADJ well, healthy
mạnh khỏe ADJ well, healthy
mạo danh v to assume another person's name
mạo hiểm I v to take risks, to venture II ADJ venturous
mát ADJ cool
mát mẻ ADJ cool (weather), fresh
mạt chược N mah jong
mạt cưa N sawdust
mạt sát v to insult, to abuse
mau ADJ quick, fast
mau chóng ADJ quick, prompt
màu; màu sắc N color
máu N blood
máu mủ N blood ties, kinship
màu da N complexion
màu sắc N color
may I N luck II v to sew III ADJ lucky
may mắn ADJ lucky, fortunate
may ô N singlet
máy N machine, engine
máy ảnh N camera
máy ảnh kĩ thuật số N digital camera
máy bay N airplane
máy chữ N typewriter
máy điện toán N computer
máy điện thoại N telephone
máy điện thoại thông minh N smartphone
máy điều hòa không khí N air-conditioning
máy ghi âm N tape recorder
máy ghi hình N video recorder
máy giặt N washing machine
máy hút bụi N vacuum cleaner
máy may N sewing machine
máy phát điện N generator
máy quay phim N movie camera, tape recorder
máy sấy N dryer
máy thu thanh N radio
máy tính N calculator; computer
máy vi tính N computer
máy vi tính cảm ứng cầm tay N tablet
máy vi tính xách tay N laptop
mắc v to hang onto
mắc áo N peg, coat hanger, coat rack

M

mắc cỡ ADJ shy
mắc kẹt V to be caught in
mắc lừa V to be deceived
mắc nợ V to run into debt
mặc V to put on; to wear
mặc cả V to bargain
mặc dầu; mặc dù CONJ although, though
mặc niệm V to observe (a minute's) silence
mặn ADJ salty
măng N bamboo shoot
măng cụt N mangosteen
măng tây N asparagus
mắng V to scold, to reprove
mắt N eye
mắt cá N ankle
mắt kiếng N glasses, spectacles
mặt I N 1 face 2 side; aspect II ADJ right, on the right hand side
mặt nạ N mask
mặt trăng N moon
mặt trận N front (military)
mặt trời N sun
mâm N tray
mầm N bud, sprout; germ, seed
mập ADJ fat, corpulent
mập mờ ADJ unclear, ambiguous, dim
mất V 1 to lose 2 to pass away, to die 3 to take (a duration)
mất công V to waste labor
mất dạy ADJ ill-bred
mất giá V to depreciate
mất lòng V to hurt
mất mặt V to lose face
mất tích ADJ missing
mật I N 1 gall; bile 2 honey II ADJ secret
mật khẩu N password
mật mã N code, cipher
mật thiết ADJ close, intimate
mật vụ N intelligence, spying
mâu thuẫn I N contradiction II ADJ contradictory
mầu nhiệm ADJ miraculous, marvelous
mẫu N model, example, pattern
mẫu giáo N kindergarten; preschool education
mẫu mực N exemplary, good role model
mậu dịch N trade, commerce
mây N cloud
mấy ADV how many?
me N tamarind
mè N sesame
mẻ ADJ chipped
mẹ N mother
mẹ chồng N mother-in-law

men N 1 ferment, yeast 2 glaze, enamel
mèo N cat
méo ADJ deformed, out of shape
mẹo N trick
mét N meter
mê V 1 to be very fond of, to be attached to 2 to be unconscious, to be anesthetized
mê man V to be in a coma
mê tín ADJ superstitious
mềm ADJ soft, tender
mềm dẻo ADJ flexible, supple
mềm mại ADJ very soft, supple
mềm mỏng ADJ soft-mannered, accommodating
mền N blanket
mến V to like, be fond of
mến tiếc V to grieve affectionately for
mệnh N fate, destiny
mệnh đề N clause
mệnh lệnh N order
mệt ADJ tired, weary
mệt mỏi ADJ tired, worn out
mi li mét N millimeter
mì N noodle
mí mắt N eyelid
mỉa V to speak ironically
mỉa mai V to speak ironically
mía N sugarcane
miền N area, region, zone
miễn V to exempt
miễn cưỡng ADJ reluctant
miễn là ADV on condition that, provided that
miễn phí V to be free of charge
miến N translucent vermicelli
miếng N piece
miệng I N mouth II ADJ oral
miêu tả I V to describe, to depict II N description
miếu N shrine
mỉm cười V to smile
mìn N mine (weapon)
mịn ADJ smooth, silky
minh bạch ADJ clear, explicit
minh họa V to illustrate
minh tinh màn bạc N movie stars
minh ước N pact, treaty
mình I N body II PRON I, me
mít N jackfruit
mịt mờ ADJ very dark, pitch dark
mò V to fumble, to grope
mò mẫm V to grope, to touch
mỏ N mine (industry)
mỏi ADJ weary, sore
mọi ADJ every, all
mòn V to wear out
món N dish (of food)

mong v 1 to wait, to expect 2 to wish, to long for
mong mỏi v to expect impatiently
mong nhớ v to miss
mong ước v to wish, to hope for
mỏng ADJ thin
mỏng manh ADJ frail, fragile
móng N 1 nail; claw; hoof 2 foundation, base
mọt N woodworm; weevil
mô hình N model
mô phỏng v to imitate, to copy
mô tả v to describe
mồ N tomb
mồ côi ADJ parentless, orphaned
mồ hóng N soot
mồ hôi N sweat, perspiration
mổ v to operate (medical); to dissect
mốc I N 1 landmark 2 mold II ADJ moldy
môi N lip
môi giới v to be an intermediary
môi sinh N ecological system
môi trường N environment
mỗi ADJ each, every
mối N termite
mồm N mouth
môn N subject (of study)
môn bài N license (to trade)
mông N buttock, bottom
Mông Cổ N Mongolia
mộng N dream
mốt N mode, fashion, style
một NUM a, an, one
một mình ADJ alone, by oneself
một vài PRON a few
mơ I N apricot II v to have a dream
mơ hồ ADJ vague
mơ mộng v to dream
mơ ước v to wish
mờ ADJ dim, blurred
mờ ám ADJ clandestine
mở v to open; to turn on, to switch
mở đầu v to begin, to start
mở máy v to start an engine
mỡ N fat, lard
mợ N aunt (wife of maternal uncle)
mới I ADJ new, fresh II ADV just, recently
mới đây ADV recently, lately, just
mới lạ ADJ new, unusual
mới tinh ADJ brand-new
mời v to invite
mơn trớn v to care for; to fondle
mù ADJ blind
mù chữ ADJ illiterate
mủ N pus
mũ N hat, cap
mua v to buy, to purchase
mua chịu v to buy on credit

mua chuộc v to buy over, to bribe
mua sắm v to go shopping
mua vui v to entertain, to amuse
mùa N season
mùa đông N winter
mùa hạ N summer
mùa thu N autumn
mùa xuân N spring
múa v to perform a dance
múc v to ladle, to scoop
mục N section (of program), item (in newspaper)
mục đích N aim, purpose
mục lục N contents; table of contents
mục sư N pastor
mục tiêu N target, aim
mùi N smell, scent
mùi vị N taste (of food)
mũi N nose; point (of a knife)
mũi tên N arrow
mụn N acne; pimple
mùng N mosquito net
muỗi N mosquito
muối I N salt II v to pickle
muốn v to want
muộn ADJ late
muỗng N spoon
mút v to suck
mụt N abscess, bile
mưa N rain
mửa v to vomit, to throw up
mức N level, degree, extent
mực N ink
mừng I ADJ happy, pleased II v to congratulate; to celebrate
mừng rỡ v to be very pleased
mười NUM ten
mướn v to hire, to rent
mượn v to borrow
mứt N candied jelly
mưu kế N scheme, trick
mưu sát v to attempt a murder
Mỹ N United States of America; American
Mỹ kim N U.S. dollar
mỹ mãn ADJ fully satisfactory
mỹ nhân N beautiful lady
mỹ thuật I N art, fine arts II ADJ artistic

N

na v to carry
na ná ADJ similar
Na Uy N Norway
ná N crossbow
nạc N lean (meat)
nách N armpit
nai N deer

nải N bunch (of bananas)
nam N 1 male (human being) 2 south
nam châm N magnet
Nam Dương N Indonesia
nam giới N male sex
Nam Hàn N South Korea
nam giải ADJ hard to solve
nan y ADJ intractable (disease)
nản chí ADJ discouraged
nản lòng ADJ disheartened, discouraged
nán V to stay on, to linger
nạn N calamity, disaster
nạn nhân N victim
nàng N lady, young woman, she/her
nàng dâu N daughter-in-law
nạng N crutch
nào ADJ which?
não N brain
náo động ADJ boisterous
náo nhiệt I V to be in an uproar II ADJ lively, bustling
náo nức V to be excited
nạo V to grate
nạo thai V to have an abortion
nạp V 1 to submit, to lodge (an application) 2 to load, to charge
nạt V to shout angrily, to threaten
nay I ADV at this time II ADJ this
nay mai ADV in the near future
này PRON this
nãy ADV recently
nạy V to pry, to prise
nặc danh ADJ anonymous
năm I N year II NUM five
năm ngoái N last year
nằm V to lie down
nằm ngủ V to sleep
nắm V to hold, to grasp
nắm giữ V to hold, to seize
nắm tay N fist
năn nỉ V to entreat
nặn V to knead
năng lực N capability, ability
năng lượng N energy
năng suất N productivity
nắng ADJ sunny
nặng ADJ heavy; strong (drink, cigarette)
nắp N lid, cover, cap
nấc cụt V to hiccup
nấm N mushroom
nâng V to lift, to raise
nâng đỡ V to help, to support
nâng niu V to fondle, to pamper
nấp V to hide
nâu ADJ brown
nấu V to cook

nấu ăn V to do the cooking
nem N pork roll, Vietnamese pork ham
ném V to cast, to throw
nén V to stuff; to press
nèo N way, direction
nép V to hide oneself
nét N stroke, line; feature (of the face)
nể V to respect, to admire
nể nang V to have respectful consideration for
nếm V to taste
nệm N mattress
nên I ADV should II CONJ therefore
nên người V to become a good person
nền N foundation; background
nến N candle
nếp N 1 fold, crease 2 glutinous rice
nếp sống N life, way of life
nết N behavior, manners
nêu V to point out; to bring up
nêu gương V to set an example
nếu CONJ if
Nga N Russia
ngà N elephant's tusk; ivory
ngả N way, direction
ngã V to fall down
ngã ba N intersection, crossroads
ngạc nhiên V to be astonished, to be surprised; to surprise
ngai vàng N throne
ngại V to be reluctant to, to shrink from
ngại ngùng V to hesitate
ngàn NUM thousand
ngán V to be tired of, to be fed up with
ngang ADJ 1 horizontal; abreast; across 2 obstinate, self-willed
ngang hàng ADJ of the same rank, equal
ngang tàng ADJ rude, inconsiderate, arrogant
ngành N branch, field
ngành nghề N profession, career
ngao ngán V to be disappointed, to be disgusted
ngạo mạn ADJ haughty, ridiculous
ngáp V to yawn
ngay I ADV instantly, right away II ADJ straight
ngay cả ADV even
ngay lập tức ADV at once, immediately
ngay thẳng ADJ upright, honest
ngày N day, date
ngày kia N the day after tomorrow
ngày lễ N official holiday, festive day
ngày mai N tomorrow
ngày nay N nowadays, at present
ngày sinh N date of birth

ngày thường N weekday
ngày xưa N in olden times, formerly
ngáy V to snore
ngắm V to gaze at, to aim
ngăn I N compartment, separation
II V to prevent, to stop
ngăn cách V to separate
ngăn cấm V to forbid
ngăn chận V to prevent, to stop
ngăn kéo N drawer
ngăn ngừa V to prevent
ngắn ADJ short
ngắt V to pick
ngâm V 1 to recite 2 to soak
ngầm ADJ hidden, secret
ngẫm nghĩ V to ponder, to think over
ngậm V to keep (something) in the
mouth
ngậm ngùi V to grieve for, to feel
sorry for
ngân hàng N bank
ngân khố N treasury
ngân phiếu N cheque, check
ngân quỹ N budget, fund
ngân sách N budget
ngần ngại V to hesitate
ngẩn ngơ V to be stirred, to be stu-
pefied
ngập V to be flooded with, to be full of
ngập ngừng V to falter, to stumble, to
hesitate
ngất V to faint, to become uncon-
scious
ngây thơ ADJ innocent, naive
nghe V to hear
nghe đâu V to be said that
nghèo ADJ poor
nghèo đói ADJ poor and starving
nghèo nàn ADJ poor, needy
nghẹt V to be blocked
nghề N trade, profession
nghề nghiệp N trade, profession,
career
nghệ sĩ N artist
nghệ thuật N art, arts
nghênh đón V to welcome
nghêu ngao V to sing to oneself
nghi V to doubt, to suspect
nghi lễ N rites
nghi ngờ V to suspect, to doubt
nghi thức N rituals, protocol
nghỉ V to rest, to have a break
nghỉ mát V to go on holiday
nghỉ ngơi V to rest, to take a rest
nghỉ phép V to be on leave
nghỉ việc V to quit a job
nghĩ V to think
nghị quyết N resolution

nghị sĩ N senator
nghị viện N Lower House, Housed
Representatives
nghĩa N 1 meaning 2 righteousness;
faithfulness
nghĩa đen N literal meaning
nghĩa địa N cemetery
nghĩa trang N cemetery
nghĩa vụ N duty, obligation
nghiêm ADJ stern, serious
nghiêm cấm V to forbid
nghiêm trang ADJ serious, solemn
nghiêm trọng ADJ serious, critical
nghiên cứu V to research
nghiền V to grind; to ground
nghiện V to be addicted to
nghiêng I V to tilt, to incline II ADJ
slanting
nghiệp N 1 karma 2 profession, trade,
occupation
nghiệp dư ADJ amateur, non-
professional
nghiệp đoàn N trade union
ngò N coriander
ngỏ lời V to express; to express oneself
ngõ N lane; gate, deadend street
ngõ hầu ADV in order to
ngoài ADV outside; out
ngoài ra CONJ in addition to; apart
from
ngoài trời N in the open air, outdoor
ngoại ADJ on the mother's side
ngoại bang N foreign country
ngoại giao N diplomacy; international
relations
ngoại hoá N foreign imported goods
ngoại khoa N outpatient
ngoại kiều N foreign residents
ngoại ngữ N foreign languages
ngoại ô N suburbs
ngoại quốc N foreign countries
ngoại tệ N foreign currency
ngoại thương N foreign trade
ngoại tình I N adultery II ADJ adulter-
ous
ngoại trưởng N Minister of Foreign
Affairs
ngoại viện N foreign aid
ngoại vụ N foreign service/affairs
ngoan ADJ well-mannered
ngoan ngoãn ADJ well-mannered,
well-behaved
ngoặc đơn N parenthesis
ngoặc kép N quotation mark
ngóc V to raise, to lift up
ngọc N gem
ngọc lan N magnolia
ngọc trai N pearl

N

- **ngói** N tile (for roof)
- **ngon** ADJ good, delicious (food)
- **ngon lành** ADJ tasty, delicious
- **ngon miệng** ADJ with good appetite
- **ngón tay** N finger
- **ngón chân** N foot
- **ngọt** ADJ sweet, sugary
- **ngô** N maize
- **ngộ độc** V to be poisoned
- **ngộ nạn** V to have an accident
- **ngộ nghĩnh** ADJ cute, pretty
- **ngộ nhận** V to misunderstand
- **ngốc** ADJ stupid, silly, foolish
- **ngồi** V to sit, to take a seat
- **ngôn ngữ** N language
- **ngôn ngữ học** N linguistics
- **ngông** ADJ eccentric; extravagant
- **ngỗng** N goose
- **ngộp** ADJ stifled
- **ngơ ngác** ADJ haggard; stupefied
- **ngu** ADJ stupid
- **ngu dại** ADJ ignorant, foolish
- **ngủ** V to sleep
- **ngũ cốc** N cereals
- **ngũ giác đài** N pentagon
- **ngụm** N mouthful (of drink)
- **nguội** V to become cold
- **nguồn gốc** N source, origin
- **nguy** ADJ dangerous, perilous
- **nguy cơ** N danger, peril
- **nguy hại** ADJ dangerous, harmful
- **nguy hiểm** ADJ dangerous
- **nguyên** ADJ 1 whole 2 intact, brand new
- **nguyên liệu** N raw materials
- **nguyên lý** N principle
- **nguyên nhân** N cause, reason
- **nguyên tắc** N principle
- **nguyên tử** N atom, nucleus
- **nguyển** V to vow, to swear
- **nguyện vọng** N aspiration, wish, hope
- **nguyệt** N moon
- **nguyệt liễm** N monthly dues
- **nguyệt san** N monthly review
- **nguýt** V to glance angrily at
- **ngư dân** N fisherman
- **ngư nghiệp** N fisheries
- **ngữ pháp** N grammar
- **ngữ vựng** N vocabulary
- **ngừa** V to prevent
- **ngừa thai** ADJ contraceptive
- **ngứa** I V to itch II ADJ itching
- **ngựa** N horse
- **ngực** N breast, chest
- **ngửi** V to smell; to sniff
- **ngưng** V to stop short, to cease
- **ngừng** V to stop, to halt
- **ngược** ADJ upside down; inside out; against

- **ngược đãi** V to ill-treat, to maltreat
- **người** N people, person, human being
- **người quen** N acquaintance
- **người ta** N, PRON people; they
- **người yêu** N lover, sweetheart
- **ngưỡng mộ** V to admire
- **ngượng** V to be awkward
- **nha khoa** N dentistry
- **nha sĩ** N dentist
- **nhà** N house, home
- **nhà ăn** N dining hall
- **nhà bếp** N kitchen
- **nhà chứa** N brothel
- **nhà ga** N railway station
- **nhà lầu** N multi-storied house
- **nhà hàng** N restaurant
- **nhà hát** n theater
- **nhà hộ sinh** N maternity hospital
- **nhà in** N printing house
- **nhà khách** n guest house
- **nhà nước** N state, government
- **nhà sách** N bookshop/store
- **nhà tắm** N bathroom
- **nhà thờ** N church
- **nhà thuốc** N pharmacy
- **nhà thương** N hospital
- **nhà tôi** N my husband; my wife
- **nhà trẻ** N kindergarten
- **nhà trọ** N boarding house
- **nhà trường** N school
- **nhà xác** N morgue
- **nhà xe** N garage
- **nhà xuất bản** N publishing house, publisher
- **nhả** V to spit out; to discharge
- **nhạc** N music
- **nhạc cụ** N musical instruments
- **nhạc sĩ** N musician; composer
- **nhai** V to chew
- **nhại** V to ape, to mimic
- **nhan đề** N title
- **nhan sắc** N beauty
- **nhàn** ADJ leisurely, idle
- **nhãn** N 1 label 2 longan
- **nhãn hiệu** N trademark
- **nhãn khoa** N optometry
- **nhang** N incense, joss stick
- **nhanh** ADJ quick, fast, swift
- **nhanh nhẹn** ADJ active, nimble, fast
- **nhánh trí** ADJ quick-witted
- **nhánh** N twig, branch
- **nhát** ADJ timid, chicken-hearted
- **nhạt** ADJ pale, light; tasteless, insipid
- **nhau** ADV each other, one another
- **nhảy** V to jump; to dance
- **nhảy đầm** V to dance
- **nhảy mũi** V to sneeze
- **nháy** V to wink; to flash

nhạy ADJ sensitive
nhắc V to remind; to prompt
nhắc lại V to repeat
nhắc nhở V to remind
nhắm V 1 to aim at 2 to close (eyes)
nhăn I V to wrinkle II ADJ wrinkled
nhắn V to leave a message
nhắn nhủ V to advise, to recommend
nhấp V to sip (wine)
nhặt V to pick up, to gather
nhầm lẫn V to mistake
nhân I N kernel; filling; nucleus II V to multiply
nhân cách N dignity, personality
nhân chứng N witness
nhân công N manpower, human labor, worker
nhân danh PREP on behalf of, in the name of
nhân dân N people, the masses
nhân dịp PREP on the occasion of
nhân đạo N humane
nhân loại N humanity
nhân lực N manpower
nhân nghĩa N charity and justice
nhân phẩm N human dignity
nhân quả N cause and effect
nhân quyền N human rights
nhân sâm N ginseng
nhân sự N human resource
nhân tài N talent
nhân tạo ADJ artificial
nhân từ ADJ kind-hearted
nhân vật N character (in play)
nhân viên N employee
nhẫn N ring
nhẫn nại V to be patient, to endure
nhấn V to press, to touch
nhấn mạnh V to emphasize
nhận V to receive; to accept; to admit
nhận diện V to identify
nhận định V to assess, to conclude
nhận lời V to accept, to agree
nhận xét V to comment, to judge
nhập cảng; nhập khẩu V to import
nhập đề N introduction
nhập học V to begin schooling
nhập tịch V to naturalize
nhất ADJ first; most; best
nhất quyết V to be determined to
nhất thời ADJ temporary
Nhật N Japan
nhật báo N daily newspaper
nhật ký N diary
nhẹ ADJ light (not heavy); mild
nhét V to stuff, to cram; to pack
nhện N spider
nhi đồng N infant, young child

nhi khoa N pediatrics
nhì NUM second (in order)
nhiễm V to catch, to contract (a disease)
nhiễm độc V to be poisoned
nhiễm trùng V to be infected
nhiệm kỳ N term of office
nhiệm vụ N duty, responsibility
nhiên liệu N fuel
nhiếp ảnh N photography
nhiệt N heat
nhiệt độ N temperature
nhiệt đới N tropical zone
nhiệt kế N thermometer
nhiệt tâm N enthusiasm, zeal
nhiều ADJ many, much
nhìn V to look at
nhìn nhận V to recognize, to acknowledge
nhịn V to refrain from, to endure
nhịn đói V to to endure without food
nhịp điệu N rhythm
nhịp nhàng ADJ rhythmical, well-balanced, harmonious
nho N grape
nhỏ I ADJ small, little II V to drop, to trickle
nhỏ bé ADJ small, little
nhỏ mọn ADJ mean; humble
nhóm N group, gang
nhọn ADJ sharp
nhổng nhẽo V to snivel
nhổ V 1 to spit 2 to pull up, to uproot
nhồi V to stuff, to cram, to fill
nhôm N aluminium
nhộn nhịp ADJ bustling
nhốt V to detain, to lock up
nhột V to feel tickled
nhờ I V to ask (somebody to do something) II PREP thanks to
nhờ cậy V to ask for
nhớ V to remember; to miss
nhớ nhà V to be homesick
nhớ thương V to long to see, to grieve for
nhu cầu N need, demand
nhu nhược ADJ feeble-minded, irresolute
nhu yếu ADJ essential
nhu yếu phẩm N necessaries
nhúc nhích V to move, to budge
nhục mạ V to insult
nhục nhã ADJ shameful
nhuộm V to dye
như ADV like, as
như thường ADV as usual
như vậy ADV so, thus, like that
như ý ADJ as you wish, as you like
nhựa N 1 resin 2 plastic

- **nhức** v to ache, to be painful
- **nhưng** CONJ but; yet
- **những** ADJ some, many, much
- **nhược điểm** N shortcoming, weak point
- **nhường chỗ** v to give up one's seat
- **nhượng** v to cede
- **ni cô** N Buddhist nun
- **ni non** v to complain; to moan
- **nĩa** N fork (cutlery)
- **niêm** v to seal
- **niêm phong** v to seal up
- **niêm yết** v to post an announcement
- **niên giám** N year book, directory
- **niên khóa** N school/academic year
- **nín** v to hold back, to refrain from
- **nịnh** v to flatter
- **níu** v to grab, to hold back
- **no** ADJ full, having eaten enough
- **no ấm** ADJ well-provided, well-off
- **no nê** v to be full
- **nó** PRON he, she, it, him, her, it
- **nòi giống** N race
- **nói** v to say; to speak; to talk; to tell
- **nói chơi** v to joke
- **nói chuyện** v to talk, to chat
- **nói dối** v to lie
- **nói lắp** v to stammer, to stutter
- **nói lên** v to voice, to speak out
- **nói phét** v to boast
- **nói thầm** v to whisper
- **nói thật** v to speak the truth
- **nói xấu** v to backbite
- **non** ADJ young, weak
- **non sông** N fatherland, country
- **nón** N hat; conical hat
- **nóng** ADJ hot
- **nóng lòng** ADJ impatient
- **nóng chảy; nóng tính** ADJ hot-tempered
- **nóng tính** ADJ quick-tempered
- **Nô en** N Christmas
- **nô lệ** N slave
- **nổ** v to explode; to break out
- **nổ lực** v to try one's best, to endeavor
- **nôi** N cradle
- **nồi** N cooking pot
- **nổi** v to float
- **nổi danh** ADJ famous
- **nổi dậy** v to rise up
- **nổi loạn** v to rebel, to revolt
- **nổi nóng** v to lose one's temper
- **nối liền** v to connect
- **nội** ADJ paternal, belonging to the father's side
- **nội bộ** N internal affairs/situation
- **nội các** N cabinet (government)
- **nội chiến** N civil war

- **nội dung** N content
- **nội hoá** N local goods, domestic products
- **nội quy** N regulations, rule
- **nội trợ** N housekeeping; housewife
- **nội vụ** N internal affairs, main story
- **nôn** v to vomit
- **nôn nóng** v to be eager to
- **nông** ADJ shallow
- **nông cụ** N farm tools
- **nông dân** N farmer, peasant
- **nông nghiệp** N agriculture
- **nông phu** N farmer, peasant
- **nông sản** N agricultural products
- **nông thôn** N countryside
- **nông trường** N collective farm
- **nồng** ADJ strong, ardent
- **nồng hậu** ADJ warm
- **nồng nàn** ADJ intense, profound, passionate
- **nồng nhiệt** ADJ ardent, warm
- **nộp** v to hand in, to submit
- **nốt** N spot, mark
- **nốt ruồi** N beauty spot
- **nơ** N bow (clothing)
- **nở** v to bloom; to hatch
- **nợ** I N debt II v to owe, to be indebted to
- **nơi** N place
- **nơi sinh** N birthplace
- **nụ** N flower bud
- **núi** N mountain
- **núi lửa** N volcano
- **nung** v to bake
- **núm** I N knob, button II v to catch, to grab
- **núm vú** N nipple
- **nuôi** v to bring up, to nurture; to keep, to raise, to breed
- **nuốt** v to swallow
- **núp** v to hide oneself
- **nút** N 1 button 2 knot
- **nữ** N woman; female
- **nữ giới** N female sex
- **nữ quyền** N women's rights
- **nữ hoàng** N queen
- **nữ sinh** N schoolgirl
- **nữ trang** N jewels
- **nửa** N half
- **nửa chừng** N half way
- **nửa đêm** N midnight
- **nữa** ADV more, further, another
- **nực** ADJ hot (weather)
- **nực cười** ADJ ridiculous
- **nước** N 1 water; liquid 2 country, nation
- **nước bọt** N saliva
- **nước cam** N orange juice

P

nước chấm N sauce
nước da N complexion
nước đá N ice
nước đái N urine
nước hoa N perfume
nước mắm N fish sauce
nước mắt N tear
nước ngọt N fresh water; soft drink
nước tiểu N urine
nướng v to grill
nứt v to crack
Nữu Ước N New York

O

o N paternal aunt; young girl
o bế v to flatter, to pamper
ó N hawk
oạch N thud
oai hung ADJ formidable
oai nghiêm ADJ stately, imposing
oan ADJ condemned or punished unjustly
oan uổng ADJ unjust, unfortunate
oan ức ADJ unfair, wrong
oán v to resent, to maintain hatred towards someone
oán thù v to resent, to hate
oán trách v to complain
oanh kích v to drop bombs, to attack with bombs
oanh tạc I v to bombard II N bombardment
óc N brain; mind
óc xýt N oxide
ọc v to vomit, to throw up
oi ADJ sultry, oppressive (weather)
oi bức ADJ hot and muggy
ói v to vomit
om v to simmer
om sòm ADV noisily
ong N bee
ót N nape
ô N 1 umbrella 2 compartment; box; case
ô chữ N crossword puzzle
ô hợp ADJ undisciplined
ô nhiễm ADJ polluted
ô nhục ADJ dishonored, sullied
ô ten N hotel
ô tô N automobile, car
ô uế ADJ dirty, filthy
ổ N nest, hole
ổ khóa N lock
ốc N screw
ốc bươu N river snail
ổi N guava
ôm v to embrace

ốm ADJ ill, sick; thin, skinny
ốm yếu ADJ feeble and skinny
ôn v to review, to revise
ôn đới N temperate zone
ôn hòa ADJ moderate, peaceful; mild
ồn ADJ noisy
ồn ào ADJ noisy
ổn định v to settle, to stabilize
ổn thỏa ADJ satisfactorily settled (issue, event)
ông N, PRON grandfather; gentleman; Mr; Sir; you (used for addressing a man)
ông bà N grandparents; ancestors, forebears
ông tổ N ancestor of a line of descent; founding father
ông trời N the Creator, Heaven
ống N pipe, duct
ống dòm N binoculars
ống điếu N pipe (smoking)
ống khói N chimney
ống kính N lens (camera)
ống nghe N headphone; stethoscope
ống tiêm N syringe

Ơ

ơ INTERJ Hey!
ơ hờ ADJ indifferent
ờ INTERJ yes (informal)
ở v to live, to be, to stay
ở đậu v to stay temporarily
ở không v to be idle
ở lại v to remain, to stay
ở lỗ v to be naked
ở trần v to be half-naked
ở trọ v to live in a boarding-house; to live in rented accommodation
ở truồng v to be naked
ợ v to belch, to burp
ơn N favor
ơn nghĩa N favor, benefit
ớn v to be fed up with; to be scared of
ớt N chili

P

pha v to mix
pha lê N crystal
pha trò v to joke
phà N ferry
phá v to destroy
phá giá v to devalue
phá hoại v to sabotage, to destroy
phá rối v to trouble, to disturb
phá sản I v to go bankrupt II N bankruptcy

phá thai I v to have an abortion II N abortion

phá trinh v to deflower

phác họa v to sketch, to outline

phai v fade

phái N branch, faction, wing, party

phái bộ N mission

phái đoàn N delegation

phái viên N envoy, correspondent

phải I v to have to, must II ADJ right

phạm v to break, to violate

phạm pháp v to break the law

phạm vi N field, domain

phán quyết v to decide

phàn nàn v to complain

phản ánh v to reflect, to report

phản bội v to betray

phản đối v to oppose, to object

phản động ADJ reactionary

phản loạn v to rebel, to revolt

phản ứng I v to react II N reaction

phanh v to brake

phanh phui v to reveal, to expose

phao N life buoy/saver, float

pháo bông N fireworks

Pháp N France

pháp chế N legal system, legislation

pháp luật N laws, the law

pháp lý N law

phát 1 v to become, to grow; to develop, to prosper 2 to distribute; to generate

phát âm I v to pronounce (sound) II N pronunciation

phát biểu v to express opinions, to make a remark

phát động v to begin a movement, to mobilize

phát giác v to reveal, to disclose, to uncover

phát hành v to circulate, to publish

phát hiện I v to discover II N discovery

phát hỏa v to catch fire

phát minh I v to invent II N invention

phát tài v to get rich, to become wealthy

phát thanh I v to broadcast II N broadcasting (radio)

phát triển I v to develop, to expand II N development

phat xít N Fascism; Fascist

phát xuất v to start, to originate

phat v to punish, to fine

phẳng ADJ even, flat (surface)

phẩm bình v to criticize, to comment

phẩm cách N personal dignity

phẩm chất N quality (human)

phẩm giá N dignity

phân I N feces, excrement; fertilizer, manure II v to divide

phân biệt v to discriminate; to distinguish

phân bón N fertilizer

phân bố v to distribute, to dispose

phân cấp v to decentralize; to delegate powers to lower levels

phân công v to allot, to assign (work)

phân hạng v to classify

phân hoá v to split, to be divided

phân khoa N department, section

phân loại v to classify

phân nửa N half

phân phát v to distribute

phân số N fraction

phân tán v to disperse

phân tích I v to analyse II N analysis

phân tử N molecule

phân ưu v to share sorrow, to convey one's sympathy to

phân vân v to be undecided

phần N part, portion

phần lớn ADJ most, majority

phần đông ADJ most, the majority

phần thưởng N reward, award

phần trăm N percentage; per cent

phần tử N element

phẫn nộ v to be angry, to be furious

phấn N powder (cosmetic); chalk

phận sự N duty; obligation

phất v 1 to wave 2 to prosper through business, to become rich

phất phơ v to wander, to loiter about

Phật N Buddha

Phật giáo N Buddhism

Phật tử N Buddhist

phẫu thuật N surgery

phe n side, faction

phép N 1 rule of behavior 2 permission, leave 3 method

phép lạ N miracle

phép nhân N multiplication

phép tắc N rules, regulations; politeness

phê bình v to comment; to criticize

phê chuẩn v to ratify, to approve

phế binh N war invalid

phế bỏ v to abolish

phễu N funnel

phi v to gallop

phi cảng N airport

phi công N pilot (airplane)

phi cơ N airplane

Phi Luật Tân N Philippines

phi lý ADJ absurd, unreasonable

phi pháp ADJ illegal, unlawful

phi thuyền N spaceship

P

phi thường ADJ extraordinary
phí V to waste, to squander
phí tổn N cost, expenditure
phỉ báng V to slander, to defame
phía N side, direction
phiên N turn, session
phiên dịch V to interpret (language)
phiên dịch viên N translator
phiến phức ADJ complicated and troublesome
phiêu lưu I V to adventure II ADJ adventurous
phiếu N ticket, coupon, voucher; vote, ballot
phim N film
phim nổi N 3-D movies
phim tài liệu N document film
pho mát N cheese
phó N deputy, vice (position, status)
phó bản N duplicate copy
phó mặc V to entrust completely; to leave someone alone
phong V to bestow, to confer a title; to appoint
phong bì N envelope
phong cảnh N landscape, scenery
phong kiến ADJ feudal
phong lan N orchid
phong phú ADJ rich, abundant
phong thuỷ N feng shui
phong tỏa V to blockade, to sunction
phong trào N movement
phong tục N custom (culture)
phòng N room, hall, office
phòng học N classroom
phòng khách N living room
phòng ngủ N bedroom
phòng ngừa V to prevent
phòng tắm N bathroom, shower room
phòng thí nghiệm N laboratory
phòng thủ V to defend
phòng trà N club
phỏng chừng ADV about, approximately
phỏng vấn I V to interview II N interview
phóng đại V to magnify; to exaggerate
phóng sự N report
phóng thích V to set free, to release
phóng uế V to defecate
phóng viên N reporter
phô bày V to display, to show off
phô trương V to show off
phổ biến V to publicize
phổ thông ADJ popular, universal
phố N shopping center; street
phố phường N shopping streets

phôi thai I N embryo II ADJ embryonic, budding
phổi N lung
phồn thịnh ADJ prosperous
phông N background (stage)
phồng V to swell up, to puff up
phở N Vietnamese noodle soup
phơi V to dry in the sun
phơi bày V to expose, to display
phu N coolies, laborer
phù dâu N maid of honor, bridesmaid
phù hiệu N badge
phù hộ V to protect, to assist
phù hợp V to suit, to match with
phù rể N best man
phù thủy N sorcerer
phủ V to cover, to wrap up
phủ nhận V to deny, to reject
phủ quyết V to veto
phũ phàng ADJ cruel, ruthless
phụ V to help, to assist
phụ âm N consonant
phụ bạc V to be ungrateful
phụ cận ADJ surrounding, adjacent
phụ cấp N allowance, subsidy
phụ đạo V to give extra-class help, to do tutoring
phụ huynh N student's parents or guardian
phụ lục N appendix
phụ nữ N women
phụ tá N assistant, aid
phụ thu N additional levy
phụ thuộc I V to depend on II ADJ dependent on
phụ trách V to be in charge of
phụ tùng N spare parts, accessories
phúc N blessing, happiness, luck
phúc âm the Gospel
phúc lợi N welfare
phúc trình V to report to a higher level
phục V to admire
phục dịch V to serve
phục hồi V to restore
phục sinh V to resurrect, to be reborn
phục sinh N Easter
phục tòng V to obey, to comply with, to submit oneself to
phục viên V to demobilize
phục vụ V, N to serve; service
phức tạp ADJ complicated
phương cách N means, method
phương diện N aspect, viewpoint
phương hại V to be harmful to
phương hướng N direction, orientation
phương pháp N method, way, approach

P

Phương Tây the West
phương thức N procedure, method
phương tiện N means
phượng N 1 phoenix 2 flamboyant, royal poinciana
pi N pi
pin N battery
pi-ni-xi-lin N penicillin
pi-ra-ma N pajamas, pyjamas
pô-mát N cheese; ointment
pô N shot, exposure (camera)

Q

qua V to pass, to be gone; to cross, to go across
qua đời V to pass away
qua khỏi V to recover
qua lại V to come and go
qua loa ADV negligently
quà N gift, present
quà vặt N snack
quả N fruit
quả đất N globe, Earth
quả phụ N widow
quả quyết ADJ determined
quả tang ADJ red-handed
quả thật ADV honestly, truly
quá ADV very; excessively, too (much)
quá bán ADJ more than half
quá cố ADJ dead, defunct, late
quá độ ADJ excessive
quá giang V to get a lift, to hitchhike
quá hạn ADJ overdue, expired
quá khích ADJ extremist
quá khứ N the past
quá sức ADV beyond one's strength, extremely
quạ N crow
quai N handle; strap
quái dị ADJ very strange
quái vật N monster
quan chức N officials
quan điểm N viewpoint
quan hệ I V to contact II N relationship, link
quan khách N guests (in a ceremony)
quan liêu ADJ bureaucratic
quan niệm I V to view; to conceive II N view; concept
quan sát V to observe
quan sát viên N observer
quan tài N coffin
quan tâm V to be concerned
quan thuế N customs (duties)
quan trọng ADJ important, significant
quản đốc N manager, director

quản gia N butler, housekeeper
quản lý I V to manage, to cope with II N management, control
quản trị I V to administer II N administration, management
quán N inn; kiosk, stall
quán triệt V to grasp thoroughly
quảng bá V to broadcast, to spread
quảng cáo I V to advertise II N advertising, advertisement
quảng đại ADJ generous
quanh ADV around
quanh co ADJ meandering
quanh năm ADV all the year round
quào V to claw, to scratch
quát; quát mắng V to shout
quạt I V to fan, to winnow II N fan
quạt điện N electric fan
quay V to turn round, to revolve; to rotate; to spin
quay cóp V to copy (in exam/test)
quay phim V to shoot a film, to make a film
quăn ADJ curly
quăng V to cast, to throw
quân N army
quân bình ADV in balance, in equilibrium
quân chủ I N monarchy II ADJ monarchic
quân dịch N military service
quân lực; quân đội N armed forces
quân nhân N serviceman
quân phiệt N militarist; militarism
quân sự N military
quân phục N military uniform
quân thù N enemy
quần N pants, trousers
quần áo N clothing, clothes
quần chúng N the masses, the people
quần đùi N shorts, drawers
quần vợt N tennis
quận N district
quầng N circle, ring; halo
quầy N counter, stall
quậy V to stir; to cause trouble
que N stick
què ADJ crippled, lame
quen V to be acquainted with
quen biết V to know, to be acquainted with
quen thói V to have a habit of
quen thuộc ADJ familiar, acquainted with
quẹo V to turn (right/left)
quét V to sweep
quét dọn V to clean up
quê N native, countryside

quê hương N native land, homeland
quê mùa ADJ boorish, rustic
quê quán N homeland
quế N cinnamon
quên V to forget
qui chế N regulation, rules, administrative system
qui mô N scale, standards, norm
qui tắc N rules, regulations, method
qui tụ V to gather, to assemble
quí I ADJ noble II N quarter, three months
quí báu ADJ precious, valuable
quí khách N distinguished guests
quí trọng V to admire and respect
quốc ca N national anthem
quốc doanh ADJ state-run
quốc gia N nation, country
quốc giáo N national religion
quốc hội N national assembly, parliament
quốc hữu hóa V to nationalize
quốc khánh N national day
quốc kỳ N national flag
quốc phòng N national defense
quốc tế ADJ international
quốc tịch N nationality
quốc văn N national language; national literature
quở; quở trách V to scold, to reprove
quỳ V to kneel
quỷ N devil, demon
quỷ quyệt ADJ cunning, foxy
quỹ N fund
quỹ đạo N orbit; trajectory
quyên V to collect (donations)
quyền N right, civil rights; power, authority
quyền Anh N boxing
quyền hành N power, authority
quyền hạn N power, authority
quyền lợi N benefit
quyển N volume
quyến rũ I V to seduce II ADJ seductive
quyết định I V to decide, to determine II N decision
quyết liệt ADJ decisive, drastic
quyết nghị I V to resolve II N resolution
quyết tâm I V to be determined II N determination, strong will
quyết toán V to draw up the balance sheet
quýt N mandarin orange (fruit)
quỵt V to fail to pay, to cheat on a payment

R

ra I ADV out; into, outside II V 1 to go out, to come out, to exit 2 to publish (newspapers)
ra đa N radar
ra đi ô N radio
ra đời V to be born
ra hiệu V to sign; to signal
ra lệnh V to order
ra mắt V to launch
ra rìa V to be discarded, to be neglected
ra sức V to strive, to do one's best
ra tòa V to appear before a court
ra vẻ V to pretend
rác N garbage, litter
rách V to be torn
rách rưới ADJ ragged
rạch V to slit, to split, to divide
rải V to scatter, to spread
rải rác ADJ scattered
ram N ream
rán V to fry
rang V to fry, to roast
ráng V to try, to endeavor
ràng V to tie, to bind
rạng đông N dawn, daybreak
ranh ADJ mischievous
ranh giới N limit, border
rành V to know precisely, to master
rảnh V to have spare time, to be free
rảnh tay ADJ free for a moment
rao V to announce, to advertise
rào N fence, hedge
ráp V to join, to assemble (components)
rát V to feel pain
rau N vegetable
rau thơm N mint, herbs
rắc V to sprinkle, to sow
rắc rối ADJ complicated, troublesome
rằm N full moon, fifteenth day of the lunar month
răn dạy V to advise; to teach
rắn N snake
răng N tooth
rằng CONJ that (introducing a clause)
rặng N row, chain, range
rậm ADJ thick, dense, bushy
rận N louse
rất ADV very
râu N beard; whisker
rầu ADJ sorrowful, worried
rầy, rầy la V to scold, to reprove
rẻ, rẻ tiền ADJ cheap, inexpensive
rèm N curtain, drapes; blind
ren N lace
reo V to shout for joy

R

rét ADJ cold
rể N bridegroom
rễ N root (of plant)
rên V to moan
rệp N bedbug
rêu N moss
rì rào V to whisper, to murmur
rỉ V to ooze, to drip
ria N moustache
riêng ADJ personal, private; separate
riêng biệt ADJ separate, apart
riêng lẻ ADV separately, individually
riêng tư ADJ personal, private
rình mò V to spy on
rìu N ax
rõ ADJ clear
rõ ràng ADJ clear, distinct
roi N whip; cane, rod
rọi V to shine; to beam
rong N seaweed
ròng ADJ pure
rót V to pour
rổ N bamboo basket
rỗ ADJ pock-marked
rồi ADV already; then
rối loạn ADJ confused; chaotic; trouble
rỗi ADJ free
rỗi rãi V to have free time, to have leisure
rốn N navel
rồng N dragon
rỗng ADJ empty, hollow
rỗng túi ADJ broke, penniless
rống V to roar
rộng ADJ wide, large, broad
rộng lượng ADJ magnanimous, generous
rộng rãi ADJ spacious
rốt cục ADV at the end, finally
rờ V to feel, to touch
rơi V to fall, to drop
rơi lệ V to shed tears, to cry
rời V to leave, to part
rời rạc ADJ dissimilar; incoherent
rơm N straw (dry rice stalks)
rớt V to drop, to fall; to fail (in an exam)
ru V to lull, to sing
rủ V to entice; to ask
rũ V to droop
rùa N tortoise
rủa V to curse
rục ADJ overcooked
rủi ADJ unlucky, unfortunate
run V to tremble
rung V to shake; to ring (a bell)
rung động V to vibrate, to quiver
rùng mình V to tremble

rùng rợn ADJ horrified, ghastly
rụng V to fall, to drop
ruồi N fly (insect)
ruồng bỏ V to abandon, to desert
ruộng N ricefield
ruột I N bowels; inside; tube (of tire)
  II ADV by birth; by blood
ruột thừa N appendix
rút V to pull out, to take out, to withdraw (something)
rút gọn V to reduce
rút lui V to withdraw; to turn back
rút ngắn V to cut short, to reduce
rút thăm V to draw lots
rụt rè ADJ shy
rực rỡ ADJ brilliant, radiant, splendid
rửa tội I V to baptize II N baptism
rừng N forest, jungle
rước V to welcome; to march in a procession
rưỡi ADJ half (of a measure unit)
rương N trunk
rượt V to chase, to pursue
rượu N alcohol, spirits, liquor; wine
rượu chát N red wine
rượu đế N rice wine
rượu vang N wine

S

sa V to drop down, to fall
sa chân V to slip, to take a false step
sa đọa V to be utterly depraved
sa lầy V to be bogged
sa mạc N desert
sa ngã V to fall into, to be debauched
sa sút V to decline, to fall into poverty
sa thải V to sack
sả N citronella
sách N book
sách nhiễu V to harass
sách vở I N book II ADJ bookish; dogmatic
sạch; sạch sẽ ADJ clean
sai ADJ incorrect, wrong
sai bảo V to give orders, to order
sai biệt ADJ different, divergent
sai hẹn V to fail to keep an appointment
sai lầm ADJ incorrect, erroneous
sám hối V to repent
san V to level, to grade
san bằng V to excavate
san hô N coral
san sẻ V to share
sàn N floor
sản khoa N obstetrics
sản lượng N output, yield

sản nghiệp N property
sản phẩm N product
sản xuất V to produce, to manufacture, to yield
sang V 1 to come over, to cross 2 to transfer
sang nhà V to transfer a lease
sang số V to shift gear
sang trọng ADJ elegant and wealthy
sáng ADJ bright
sáng chế V to invent
sáng kiến N initiative innovation
sáng lập I V to found, to establish II N foundation, establishment
sáng suốt ADJ clear-minded
sáng tác V to create, to compose
sáng tạo V to create, to invent
sánh V to compare with
sánh duyên V to get married
sánh vai V to go or walk side by side
sao N star
sao? PRON why?
sao lục V to copy, to make copies of
sào N pole
sào huyệt N lair, den, nest
sáo N flute
sáp N wax
sáp nhập; sát nhập V to merge; to amalgamate, to integrate
sạp N stall, kiosk
sát ADJ very close
sát cánh ADJ side by side
sát hạch V to test, to examine
sát hại V to massacre, to kill
sát nhân I V to murder II N murderer
sát trùng N antiseptic
sau ADJ behind, after
sau cùng ADV last, finally
sau đây N as follows, the following
sau đó ADV after that
sau khi ADV after
sau này ADV afterwards
sáu NUM six
say V to be drunken
say mê V to be very fond of
sắc; sắc bén ADJ sharp (knife, edge)
sắc đẹp N beauty
sắc lệnh N decree
sắc sảo ADJ smart, sharp-witted, intelligent
sặc sỡ ADJ gaudy, loud
săm N tube
săm lốp N tire and tube
sắm V to go shopping; to buy
săn V to hunt
săn bắt V to hunt down
săn đón V to be attentive to
săn sóc V to nurse, to look after

sẵn ADJ ready, available
sẵn lòng V to be willing to
sẵn sàng V to be ready
sắp V 1 to pile, to arrange 2 to be going to
sắp đặt V to organize, to arrange
sắp hàng V to line up
sắp sửa V to be about to
sắp xếp V to plan, to arrange
sắt N iron
sâm N ginseng
sâm banh N champagne
sầm uất ADJ crowded and bustling
sấm N thunder
sấm sét N thunder and lightning
sân N yard, courtyard, court
sân banh N football ground
sân bay N airport
sân khấu N stage
sâu N insect, pest
sâu; sâu xa ADJ deep, profound
sâu sắc ADJ profound
sầu ADJ sad, melancholic
sầu riêng N durian
sẩy tay V to be awkward with the hands, to drop something
sẩy thai V to miscarry
sấy V to dry; to be dried
sậy N reed
sẽ V will, shall
sen N lotus
sẹo N scar
sên N snail
si tình ADJ madly in love
sỉ vả V to dishonor, to insult
sĩ quan N officer
sĩ số N enrollment total, number of students
siêng; siêng năng ADJ diligent, hardworking
siết V to squeeze; to embrace tightly
siêu ADJ super, surpassing
siêu âm N supersonic; ultrasound
siêu cường N superpower
siêu nhiên N supernatural
siêu thanh N supersonic
siêu việt ADJ transcendent
sinh V to give birth to; to be born
sinh đẻ V to bear children
sinh hoạt N activity
sinh lực N force, strength, energy
sinh mạng N human life
sinh ngữ N modern language
sinh nhật N birthday
sinh sản V to reproduce, to yield
sinh tố N vitamin
sinh tồn V to survive
sinh vật N creatures; animals

S

sinh viên N university student
sình; sình lầy ADJ muddy; marshy
so sánh I V to compare II N comparison
sò N clam, oyster
sọ N skull
soạn V to compile, to compose
soạn giả N writer, composer, author
soát V to check, to control
soi V to light up
soi sáng V to shed light on
sỏi N pebble
sỏi ADJ experienced; fluent (in speech)
sói N wolf
son N lipstick; vermilion
son phấn N cosmetic
son trẻ ADJ young and vigorous
song phương ADJ bilateral
song song ADJ parallel
sòng bạc N casino
sóng N wave
sóng gió ADJ up and down
sóng thần N hurricane
sót V to leave out
sô cô la N chocolate
sổ N notebook, register
sổ mũi V to have a runny nose
sổ sách N records, books
sổ tay N notebook, diary (datebook)
sổ sang ADJ insolent, impertinent
số N 1 number 2 destiny, fate
số chẵn N even number
số đen N bad luck, misfortune
số đỏ N good luck, good fortune
số độc đắc N first prize, jackpot
số không N zero
số lẻ N odd number
số liệu N data; figures
số lượng N quantity, amount, number
số mệnh N fate, destiny
số một N number one
số nhà N home address, house number
số phận N destiny, fate
sổ N notebook, register book
sổ mũi V to have runny nose
sổ sách N records, books
sôi V to boil
sôi nổi ADJ lively, exciting
sông N river
sống I V to live II ADJ raw, unripe, uncooked
sống còn; sống sót V to survive
sốt ADJ hot, high-temperature, feverish
sốt rét N malaria
sốt sắng ADJ eager, zealous
sơ cấp ADJ elementary, basic
sơ đồ N sketch, diagram
sơ lược ADJ sketchy, cursory
sơ mi N shirt

sơ sinh ADJ newborn
sơ suất ADJ careless, negligent
sơ tán V to evacuate
sơ thảo V to draft roughly
sơ ý ADJ careless, negligent
sờ; sờ mó V to touch
sở N service; office
sở hữu V to own, to have
sở khanh N unfaithful lover, lady killer
sở thích N hobby, taste; preference
sở thú N zoo
sợ V to fear, to be afraid of
sợ hãi V to be frightened
sợi N thread, fiber
sớm ADJ early
sớm muộn ADV sooner or later
sơn I V to paint II N paint
sơn mài N lacquer
sủa V to bark
súc vật N domestic animal
sum họp V to reunite, to gather
sún răng N missing tooth
sụn N cartilage
sung công V to confiscate, to seize
sung sức V to be in full strength
sung sướng ADJ happy
súng N gun, rifle
suối N spring, mountain stream
suốt ADJ all, through
sụp V to collapse; to crumble
sút V to decrease, to drop, to decline, to lose
sụt V to decrease, to drop
sụt giá V to devaluate, to lower
suy V to decline
suy bì V to compare with
suy diễn V to deduce, to infer
suy đoán V to guess
suy đồi ADJ depraved
suy giảm V to decrease, to decline
suy nghĩ V to think
suy tính V to think, to calculate
suy tôn V to honor, to venerate
suy vong V to fall into decadence
suy xét V to consider
suy yếu V to weaken, to decline
suyễn N asthma
sư N Buddhist monk
sư phạm N pedagogy
sư tử N lion
sử N history
sử dụng V to use, to utilize
sử gia N historian
sử học N history (subject)
sứ giả N messenger
sứ mệnh N mission
sứ quán N embassy
sự kiện N event

T

sự thực N fact; truth
sửa V to repair, to fix, to correct
sửa chữa V to repair; to correct
sửa đổi V to reform, to modify
sửa soạn V to prepare, to make ready
sữa N milk
sữa bò N cow's milk
sữa bột N powdered milk
sữa chua N yogurt
sữa tươi N fresh milk
sứa N jellyfish
sức N strength, force, power
sức ép N pressure
sức khỏe N health, strength
sức mạnh N strength, power, force
sức nặng N weight
sưng V to to swell
sừng N horn
sửng sốt V to be stupefied, to be stunned
sững sờ V to be stupefied, to be transfixed
sưởi V to warm oneself
sườn N 1 flank, side; rib (meat) 2 frame
sương giá N frost
sướng ADJ happy, elated
sứt V to be cracked/broken
sưu tầm V to search for
sưu tập I V to collect II N collection

T

ta PRON I, we, our, us
tà ADJ evil
tà dâm ADJ lustful, lascivious
tà ma N evil spirits
tà tâm N evil intention
tà thuật N hocus pocus
tả I N cholera II V to describe, to depict III ADJ left, leftist
tả khuynh N leftist
tả tơi V to be ragged
tã N nappy, diaper
tá N dozen
tá điền N tenant farmer
tá túc V to stay at someone's house
tạ N 100 kilograms; weightlifting
tạ thế V to pass away, to die
tác dụng N effect
tác động V to have an effect upon
tác giả N author
tác phẩm N creative works
tác phong N manners, conduct, behavior
tác quyền N copyright, royalty
tạc V to carve, to engrave
tách I N cup II V to split, to separate

tai N ear
tai hại ADJ disastrous, catastrophic
tai họa N disaster, catastrophe
tai nạn N accident
tai tiếng N scandal, bad reputation
tài I N talent II ADJ talented
tài chính I N finance II ADJ financial
tài hoa N talent, ability
tài khóa N fiscal year
tài khoản N account (financial)
tài liệu N material, document
tài năng N efficiency, ability
tài nguyên N natural resources
tài sản N property, assets
tài tình ADJ skillful, clever
tài tử N actor; amateur
tài vụ N department of finance
tài xế N driver, chauffeur
tải V to transport, to carry
tái ADJ underdone, rare (meat); pale (complexion)
tái bản V to reprint
tái bút N postscript
tái cử V to re-elect
tái diễn V to happen again
tái giá V to remarry
tái phạm V to relapse (into crime)
tái phát V to recur, to re-appear
tại PREP at, in (place), because of, due to (cause)
tại chức ADJ in-service
tại gia ADV at home
tại sao PRON why?
tam cá nguyệt N quarter, three months
tam cương N three fundamental bonds
tam giác I N triangle I ADJ triangular
tám NUM eight
tạm ADJ temporary
tạm biệt V to say goodbye
tạm bợ ADJ temporary; unsettled
tạm thời I ADJ provisional, temporary II ADV temporarily
tạm trú V to stay provisionally
tạm ứng V to pay in advance
tan V 1 to dissolve, to melt 2 to close, to end
tan nát ADJ smashed, destroyed, ruined completely
tan rã V to disintegrate
tan tầm V to end a shift
tan vỡ ADJ broken, smashed
tàn I N ash II V to crumble
tàn ác ADJ wicked, heartless
tàn nhang N freckles
tàn nhẫn ADJ ruthless, atrocious
tàn phá V to devastate, to ravage
tàn phế ADJ disabled
tàn sát V to massacre, to slaughter

T

tàn tật ADJ crippled
tản cư V to evacuate
tán V to court, to flirt with
tán dốc V to chat
tán dương V to praise
tán đồng V to approve, to agree
tán thành V to agree
tán thưởng V to appreciate
tang N mourning (for death)
tang chứng N evidence, proof
tang gia N family in mourning
tang lễ N funeral
tang thương ADJ miserable, wretched
tàng trữ V to keep, to hide, to preserve
tanh ADJ fishy smelling
tạnh V to stop raining
tao nhã ADJ refined, cultivated
táo N apple
táo bạo ADJ reckless, daring
tạo hóa N the Creator
tạo thành V to create; to establish
táp V to snatch, to snap at
tạp chí N magazine, periodical
tạp hoá N grocery
tát; tát tai V to slap
tàu N 1 ship, boat 2 China, Chinese
tàu chiến N warship
tàu hỏa N train
tàu thủy N ship
tay N hand, arm
tay áo N sleeve
tay đôi ADJ duo, bilateral
tay lái N steering wheel; helm
tay sai N henchman, lackey
tay trắng ADJ empty handed, penniless
tay trong N insider, inside influence
tày trời ADJ important, considerable
tắc ADJ stopped up, obstructed, blocked up
tắc xi N taxi
tăm N toothpick
tằm N silkworm
tắm V to have a shower/bath
tắm nắng V to sunbathe
tăng V to increase
tăng cường V to strengthen, to reinforce
tăng gia V to grow, to cultivate
tăng giá V to raise the prices
tặng V to give as a present
tặng phẩm N present, gift
tắt V to die out; to be extinguished; to switch off
tâm hồn N soul; heart
tâm linh N spirit, psyche
tâm tính N personality, personal character
tâm trạng N mood

tâm trí N heart and mind
tầm N range, scope; extent, degree
tầm bậy ADV wrongly
tầm thường ADJ normal, ordinary
tẩm quất V to massage
tấm N broken rice
tân ADJ new, virgin
tân hôn ADJ newly-wed
Tân Tây Lan n New Zealand
tân thời ADJ modern
tần số N frequency
tấn N ton
tấn công V to attack, to assault
tấn tới V to make progress
tận ADV as far as, right to the spot, directly
tận tâm ADJ whole-hearted
tầng N story, floor, layer, stratum
tầng lớp N stratum, class
tập V to drill, to practice
tập dượt V to rehearse, to drill
tập đoàn N group, community
tập hợp V to assemble, to gather
tập luyện V to drill, to train
tập quán n habit, custom
tập sự ADJ apprentice; on probation; probationary
tập trung V to concentrate, to focus
tập tục N customs and norms
tất N socks
tất cả ADJ all, whole
tất nhiên ADV naturally, of course
tất yếu ADJ indispensable
tật N bad habit; infirmity
tậu V to purchase, to buy
Tây; Tây phương N the West, the Occident; western
Tây Ban Nha N Spain
Tây Tạng N Tibet
tẩy V to erase, to remove
tẩy chay V to boycott; to ostracize
tẩy não V to brainwash
tẩy uế V to disinfect, to clean
té V to fall
tem N stamp (for mail)
tem phiếu N coupons, voucher
tẹt ADJ flat (nose)
tê V to be numb
tê liệt ADJ paralysed
tê thấp N rheumatism
tế bào N cell
tế lễ V to worship
tế nhị ADJ subtle, sensitive
tệ đoan N corrupt practice, social evil
tên N 1 name; first name 2 arrow
tên thánh N given name, baptismal name
Tết N New Year's Day; festival

tha v to forgive; to set free
tha bổng v to acquit
tha lỗi v to forgive, to pardon
tha thiết ADJ insistent, earnest
tha thứ v to forgive
tha thướt ADJ graceful, elegant
thả v to set free, to let out; to drop
thác N waterfalls
thác loạn ADJ troubled, violent
thạc sĩ N Master degree, Master of Arts, M.A.
thách; thách thức v to dare, to challenge
thạch cao N plaster
thai N fetus
thai nghén v to be pregnant
thải v to discard, to discharge; to dismiss
thải hồi v to dismiss, to discharge
thái v to slice, to cut up
thái bình ADJ peaceful
thái độ N attitude
Thái Lan N Thailand
thái quá ADJ extreme, excessive
thái tử N crown prince
tham v to be greedy
tham dự; tham gia v to take part, to attend
tham khảo v to consult
tham lam ADJ greedy, covetous
tham nhũng I v to be corrupt II ADJ corrupt
tham vấn N consultant
tham vọng N ambition
thảm N carpet, tapestry
thảm cảnh N tragedy
thám hiểm v to explore
thám tử N detective
than N coal
than phiền I v to complain II N complaint
than thở v to lament, to moan
thán khí N carbon dioxide
thán phục v to admire
thang N ladder; scale, gamut
thang máy N lift
tháng N month
tháng bảy N July
tháng chạp N December
tháng giêng N January
tháng hai N February
tháng mười N October
tháng mười một N November
tháng năm N May
tháng sáu N June
tháng tám N August
tháng tư N April
thanh N sound, tone, voice

thanh cao ADJ noble, distinguished
thanh bình ADJ peaceful
thanh lịch ADJ courteous and cultivated
thanh liêm ADJ honest
thanh lọc v to screen
thanh niên N young people, youth
thanh toán v to clear up, to settle
thanh tra I v to inspect II N inspector
thanh trừng v to purge
thành I N citadel, rampart II v to achieve
thành công v to succeed
thành hôn v to get married
thành kiến N prejudice, bias
thành lập v to found, to establish
thành ngữ N idiom
thành phần N component, constituent, composition
thành phố N city, town
thành tâm ADJ sincere
thành thạo ADJ proficient
thành thực ADJ honest, sincere
thành tích N achievement, results
thành tựu v to succeed, to achieve
thành viên N member
thánh N saint
thánh ca N hymn
thánh giá N the Cross
thánh lễ N mass
thao túng v to control, to manipulate
thảo v to draft
thảo luận v to discuss
thảo mộc N vegetation, plants
tháo v to take off; to undo; to take down
tháo lui v to withdraw
thạo ADJ proficient, skilled, experienced
tháp N tower
thay v to change; to replace, to substitute
thay đổi I v to change II N change
thay mặt ADV on behalf of
thay thế v to replace, to substitute
thay vì ADV instead of
thắc mắc v to make inquiries
thăm v to visit
thăm dò v to survey, to probe
thăm hỏi v to visit, to call in; to give one's regards
thắm thiết ADJ very warm; passionate
thần lằn N lizard
thăng bằng N balance
thăng chức v to promote; to be promoted
thăng thưởng v to reward; to be awarded

thẳng ADJ straight; straightforward

thẳng đứng ADJ vertical

thẳng thắn ADJ righteous, straight-forward

thắng V to win

thắng cảnh N beautiful scenery

thặng dư V to have surplus

thắt V to tie, to fasten

thắt lưng N belt

thắt chặt V to tighten

thắt cổ V to hang oneself

thâm nhập V to penetrate deeply, to infiltrate

thâm niên N seniority

thầm lặng ADJ silent; musing

thẩm định V to judge

thẩm mỹ ADJ esthetic

thẩm phán N judge

thấm V to absorb; to suck

thân I N body, trunk, stem II ADJ intimate, dear III ADV pro, in favor of

thân cận ADJ close, intimate

thân hình N body

thân hữu N relatives and friends

thân mật ADJ intimate, friendly

thân mến ADJ dear

thân nhân N relation, relative

thân thể N body

thân thiện ADJ friendly

thần kinh N nervous system, nerves

thần thoại I N mythology II ADJ mythological

thận N kidney

thận trọng ADJ cautious, careful

thấp ADJ low; short

thấp hèn ADJ low, base

thấp thỏm V to be anxious, to be restless

thập cẩm ADJ miscellaneous

thập phân N decimal

thập tự N cross

thất bại V to fail, be unsuccessful

thất học ADJ illiterate

thất lạc I V to lose II ADJ lost, missing

thất nghiệp V to be unemployed

thất thường ADV irregularly

thất tình ADJ lovesick

thất vọng V to be desperate

thật ADJ true, real, genuine

thật lòng ADJ sincere, honest

thật thà ADJ innocent, naïve

thâu đêm N all night

thầu V to contract, to bid for a contract

thầu khoán N contractor

thây N corpse, dead body

thầy N male teacher

thầy bói N fortune teller

thầy thuốc N physician, medical doctor

thầy tu N priest, monk

thấy V to see; to perceive; to find

thẻ N card; tag

thẻ căn cước N (= **thẻ chứng minh nhân dân**) identity card

thèm V to crave for, to thirst for

thèm khát V to thirst for, to desire

then N latch

then chốt N pivot, key

thẹn V to feel ashamed

theo V to follow

theo đòi V to try to copy, to try to keep up with

theo đuổi V to pursue

theo kịp V to catch up with

thẹo N scar

thép N steel

thề V to swear, to vow

thề thốt V to swear, to take an oath

thể diện N face, prestige

thể dục N physical education

thể lệ N regulation

thể thao N sports

thể thức N formality, way, manner

thể tích N volume

thế N power, influence

thế chân V to make a deposit

thế giới N world

thế hệ N generation

thế kỷ N century

thế lực N power, influence

thế nào? ADJ how?

thế vận hội N Olympic Games

thêm V to add

thêm bớt V to adjust

thềm N porch, veranda

thết đãi V to treat, to entertain

thêu I V to embroider II N embroidery

thi I V to compete, to race; to sit for an exam II N examination, competition

thi ca N poetry

thi cử N examination

thi đậu V to pass an examination

thi hành V to implement, to execute

thi sắc đẹp N beauty contest

thi sĩ N poet

thi thể N corpse

thi tốt nghiệp V to sit for a final examination

thì giờ N time

thí V to give away

thí dụ I N example II ADV for example, for instance

thí nghiệm I V to experiment II N experiment

thí sinh N candidate

T

thị giác N sight (faculty)
thị thực I v to certify; to be certified II N visa
thị trường N market
thị trưởng N mayor
thị xã N city, town
thích v to like, to be fond of
thích đáng ADJ appropriate, suitable
thích hợp ADJ suitable
thích thú v to be interested in
thích ứng v to cope with, to adapt oneself
thiếc N tin (metal)
thiên bẩm ADJ inborn
Thiên Chúa N God, Christian
thiên đường N paradise
thiên nga N swan
thiên nhiên I N nature II ADJ natural
thiên tai N natural disaster
thiên tài N genius
thiện ADJ good, kind
thiện cảm N sympathy
thiện chí N goodwill
thiêng liêng ADJ sacred
thiếp N card, business card
thiệp mời N invitation card
thiết kế I v to design II N design
thiết lập v to establish
thiết thực ADJ practical
thiết yếu ADJ indispensable, essential
thiệt ADJ real, genuine
thiệt hại I v to suffer damage II N loss, damage
thiệt mạng v to lose one's life, to die
thiệt thòi v to suffer losses
thiêu v to burn, to cremate
thiêu huỷ v to burn down, to destroy
thiểu số N minority
thiếu v to be short of, to lack; to owe
thiếu nhi N children
thiếu niên N male teenagers
thiếu nữ N female teenagers
thiếu sót v to commit a mistake
thím N aunt (father's younger brother's wife)
thình lình ADV suddenly
thính ADJ keen, sharp, sensitive (senses)
thính giả N listener
thính giác N hearing (faculty)
thính thị N audio visual
thịnh ADJ prosperous, thriving
thịnh hành v to be popular
thịnh vượng ADJ prosperous
thịt N meat, flesh
thịt bò N beef
thịt gà N chicken
thịt heo/lợn N pork

thiu ADJ stale (food)
thỏ N rabbit; hare
thỏ thẻ v to speak in a soft voice
thọ I v to live long II N longevity
thoa v to rub, to apply
thoả v to satisfy; to be satiated
thoả đáng ADJ satisfactory
thoả hiệp v to reach a compromise
thoả thuận v to agree, to come to an agreement
thoả mãn v to be satisfied
thoải mái ADJ comfortable, at ease
thoát v to escape
thoát hiểm v to get out of danger, to escape
thoát li v to be emancipated from
thóc N paddy, unhusked rice
thọc v to thrust, to poke
thoi N shuttle
thói quen N habit
thói xấu N bad habit
thô lỗ ADJ rough, rude
thô tục ADJ boorish, rude, coarse
thổ dân N minority ethnic group
thổ ngữ N dialect
thôi v to stop
thôi miên v to hypnotize
thôi thúc v to urge, to push
thổi v to blow
thối v 1 to stink 2 to give back as change
thông N pine
thông báo I v to inform II N notice
thông cảm v to sympathize with
thông cáo N notice, announcement
thông dịch v to translate, to interpret
thông dịch viên N translater, interpreter
thông dụng ADJ commonly used
thông điệp N message
thông minh ADJ clever, intelligent
thông qua v to approve, to ratify
thông tấn xã N news agency
thông thạo v to be proficient at, to be fluent
thông thường ADJ common, usual
thông tin v to communicate, to inform
thông tín viên N correspondent
thống đốc N governor
thống kê N statistics
thống nhất I v to unify II N unification, reunification
thống trị v to rule, to dominate
thơ N poem, poetry, verse
thơ ấu ADJ young, childhood
thơ ngây ADJ naïve, innocent
thờ v to worship
thở v to breathe

thợ N worker
thợ bạc N goldsmith
thợ cắt tóc N barber, hairdresser
thợ điện N electrician
thợ giày N shoemaker
thợ lặn N diver
thợ may N tailor
thợ máy N mechanic
thợ mộc N carpenter
thợ nề N bricklayer
thợ sơn N painter
thợ tiện N turner
thời N time, period
thời cơ N opportunity
thời đại N era, age
thời dụng biểu N timetable, schedule
thời giá N current price
thời hạn N time limit, deadline
thời sự N current events
thời tiết N weather
thời trang N fashion
thơm I N pineapple II ADJ sweet-smelling
thớt N chopping board; chopping
thu I N autumn, fall II V to collect; to recall; to record
thu dụng V to employ
thu hình V to record pictures
thu hoạch V to harvest, to reap
thu hút V to attract
thu xếp V to arrange, to settle
thù V to resent, to hate
thù địch ADJ hostile
thù lao N fee, remuneration
thủ công N handicraft
thủ cựu ADJ conservative
thủ đoạn N trick, dirty method
thủ đô N capital
thủ lĩnh; thủ lãnh N leader
thủ quỹ N treasurer
thủ tục N procedures, formalities
thủ tướng N prime minister
thú N pleasure; interest
thú nhận V to confess
thú vật N animal, beast
thú vị ADJ pleasurable, interesting, delightful
thú vui N pleasure
thụ động ADJ passive
thụ thai V to conceive, to become pregnant
thua V to lose, to be defeated
thua lỗ V to lose money
thuần túy ADJ pure
thuận lợi ADJ favorable
thuận tiện ADJ favorable; convenient
thúc ép V to force
thuê V to hire, to rent

thuế N tax
thuế lợi tức N income tax
thuế trước bạ N registration fees
thung lũng N valley
thùng N cask, barrel
thúng N basket
thuốc N medicine; tobacco
thuốc bắc N Chinese medicinal herbs
thuốc độc N poison, toxic substance
thuốc nam N Vietnamese medicinal herbs
thuốc ngủ N sleeping pill
thuốc phiện N opium
thuốc xổ N laxative
thuộc V 1 to know by heart 2 to belong to
thuộc địa N colony
thuỷ điện N hydro-electricity
thuỷ sản N sea product
thuỷ thủ N sailor
thuỷ tinh N glass
thuỷ triều N tide
thuyên chuyển V to transfer
thuyên giảm V to decrease; to get better
thuyền N boat
thuyết phục V to persuade, to convince
thuyết trình V to give a paper, to give a talk
thư N letter (mail)
thư kí N secretary
thư mục N bibliography
thư từ N correspondence, letters
thư viện N library
thử V to test, to try
thử thách V to put to a trial test
thứ ba N Tuesday
thứ bảy N Saturday
thứ hai N Monday
thứ năm N Thursday
thứ sáu N Friday
thứ tư N Wednesday
thứ tự N order
thừa ADJ spare, more than enough
thừa hành V to execute, to carry out
thừa kế V to inherit
thừa nhận V to recognize
thức V to be awake
thức dậy V to get up
thức khuya V to sit up late
thực ADJ true, genuine
thực dụng I ADJ pragmatic II N pragmatism
thực đơn N menu
thực hành I V to practice, to implement II ADJ practiced
thực hiện I V to carry out, to implement II N implementation

thực phẩm N groceries, foodstuff
thực tại; thực tế N reality
thực thà ADJ truthful, honest
thước N ruler, measure
thước dây N measuring tape
thước kẻ N ruler
thương V to love; to have pity on
thương gia N businessperson
thương lượng I V to negotiate
    II N negotiation
thương mại N commerce, trade
thương nghiệp N business, trade
thương tiếc V to grieve
thương yêu V to love
thường I ADJ ordinary, frequent,
    usual; average II ADV frequently,
    often III V to pay compensation
thường dân N ordinary person; civilian
thường niên ADJ annual, yearly
thường phục N casual clothes
thường trực ADJ permanent, on duty
thường xuyên I ADJ constant, regular
    II ADV regularly, often
thưởng V to reward, to award
thưởng thức V to enjoy
thượng cấp N superior, higher authorities
thượng đế N God, the Creator
thượng hạng N first class, top quality
thượng nghị viện N senate, upper-
    house
ti tiện ADJ mean, base
tị nạn V to flee from danger
tí nữa ADV in a short while, a few
    moments
tỉa V to trim, to prune
tích cực ADJ positive; diligent, active
tịch thu V to confiscate
tiếc V to regret, be sorry
tiệc N banquet; feast, party
tiệc trà N reception, tea party
tiêm V to inject
tiệm N shop, store
tiệm ăn N restaurant
tiên N fairy
tiên đoán V to predict, to foresee
tiền; tiền bạc N money
tiền cọc N deposit
tiền công N salary
tiền lãi N profit, interest
tiền lẻ N small change
tiền lệ ADJ precedent
tiền lương N salary, wages
tiền mặt N cash
tiền tệ N currency
tiến bộ V to progress, to make progress
tiến sĩ N doctorate, doctor of philoso-
    phy, PhD

tiến trình N process
tiện; tiện lợi ADJ convenient, handy
tiện nghi N facilities
tiếng N sound; word; voice; language
tiếng đồn N rumor
tiếng động N noise
tiếng lóng N slang
tiếng nói N language, tongue; voice
tiếp V 1 to receive 2 to continue
tiếp cứu V to rescue
tiếp diễn V to continue
tiếp đón V to receive, to welcome
tiếp thu V to receive, to take over
tiếp theo V to continue
tiếp tục V to continue
tiếp xúc V to contact
tiết kiệm V to economize, to save
tiết lộ V to reveal
tiết mục N item (in a performance)
tiêu I V 1 to spend 2 to digest II N
    pepper
tiêu biểu I V to symbolize II ADJ sym-
    bolic
tiêu chuẩn N standard, criterion
tiêu cực ADJ negative
tiêu dùng; tiêu thụ I V to consume
    II N consumer
tiểu bang N state
tiểu học N primary education
tiểu luận N essay
tiểu sử N biography
tiểu thuyết N novel, fiction
tiểu thương N small business people
tiểu tiện V to urinate
tiếu lâm ADJ humorous
tim N heart
tìm V to seek, to look for
tìm kiếm V to search, to look for
tìm thấy V to find
tím ADJ purple, violet
tin I N news, information II V to
    believe
tin cậy V to trust
tin đồn N rumor
Tin Lành N Protestant
tin mừng N good news
tin tức N news
tin tưởng V to believe, to trust
tín dụng N credit
tín đồ N believer
tín ngưỡng N belief, creed
tinh khiết ADJ clean, pure
tinh thần N spirit
tinh trùng N sperm
tinh vi ADJ sophisticated; subtle
tinh xảo ADJ ingenious
tình N love, affection; feeling
tình ái N love, passion

tình báo N espionage, intelligence
tình cảm N feeling, sentiment
tình cờ ADV accidentally, by chance
tình dục N sexual desire
tình hình N situation
tình nghi V to suspect
tình nguyện I V to volunteer II ADJ voluntary
tình nhân N lover
tình trạng N situation
tình yêu N love, attachment, affection
tỉnh I N province II V to be conscious; to be awake; to become sober
tỉnh bộ N province branch of political party
tỉnh uỷ N secretary of province party committee
tĩnh ADJ quiet
tĩnh mạch N vein
tính nết N character, nature
tính toán V to calculate; to plan
to ADJ big, large, bulky
to lớn ADJ tall and big
tò mò ADJ curious, inquisitive
tỏ ra V to show, to prove
tỏ vẻ V to seem, to appear
toa N 1 carriage, compartment (train) 2 prescription
tòa; tòa án N court, tribunal
toạ lạc V to be located
toàn bộ ADJ whole
toàn dân N whole population, everybody in the country
toàn diện I N total II ADJ all, perfect
toàn quốc N nationwide, the whole country
toàn quyền N full powers, governor general
toàn thời gian N full time
toán; toán học N mathematics
tóc N hair
tỏi N garlic
tóm lại ADV in brief
tóm tắt V to summarize
tô N big bowl
tô điểm V to embellish, to decorate
tổ N nest, group, team
tổ chức I V to organize II N organization
tổ quốc N native land
tổ tiên N ancestors
tổ trưởng N cell head, team leader, group leader
tố cáo V to accuse; to expose, to denounce
tố giác V to denounce, to inform
tốc độ N speed, velocity
tốc hành N express
tốc ký N shorthand

tôi PRON I, me
tôi tớ N servant, subject
tối I N night; evening II ADJ dark
tối cao ADJ high, supreme
tối đa ADJ maximum; maximal
tối hậu ADJ last of all, final, ultimate
tối tân ADJ modern
tối thiểu ADJ minimum; minimal
tối ưu ADJ excellent, super, top rank
tội N sin; offense; guilt
tội ác N crime
tội lỗi N sin, guilt
tội nhân N sinner; criminal, convict
tội phạm N criminal
tôm N shrimp
tôm hùm N lobster
tôn V to honor, to admire
tôn giáo N religion
tôn kính V to venerate, to revere
tôn trọng V to respect, to honor
tốn V to cost
tốn kém ADJ expensive, costly
tồn kho V to be in stock
tồn khoản N account balance
tổn phí N expenses, expenditures
tổn thất I V to lose II N loss, damage
tổng cộng N total
tổng cục N general department
tổng đài N switchboard, telephone operator
tổng giám đốc N general director
tổng kết V to sum up, to add up grand total
tổng lãnh sự N consul general
tổng quát ADJ general, comprehensive
tổng số N grand total
tổng thống N President (of republic)
tổng thư ký N general secretary
tổng tuyển cử N general election
tốt ADJ good, well
tốt lành ADJ auspicious
tốt nghiệp V to graduate
tột bậc N top level, top notch
tột đỉnh N summit, peak
tơ N silk
tơ tưởng V to dream
tờ N sheet
tờ khai N declaration, statement
tới V to arrive, to come
tra V to consult, to look up (words in a dictionary)
tra tấn V to torture
trà N tea
trả V to return, to give back, to pay
trả lời V to answer, to reply
trả thù V to revenge, to avenge
trách V to blame; to complain
trách mắng V to scold

T

trách nhiệm N responsibility
trai N male
trải V to spread, to lay
trái I N fruit II ADJ left, wrong; contrary
trái cây N fruits
trái lại ADV on the contrary
trái ngược ADJ contrary, opposite
trái phép ADJ unlawful, illegal
trại N camp; farm; barracks
trại giam N detention center
trạm N station, stop
trạm xăng N petrol station
trán N forehead
tràn V to overflow
trang N page
trang điểm V to make up, to beautify with cosmetics
trang bị V to equip
trang điểm V to make up
trang hoàng V to decorate
trang nghiêm ADJ solemn
trang sức V to adorn
trang trí V to decorate
tráng miệng V to have a dessert
tranh N painting, picture
tranh cãi V to debate, to discuss
tranh chấp V to dispute
tranh đấu V to struggle
tranh luận I V to debate II N debate
tranh thủ V to save; to fight for, to take advantage of
tránh V to avoid
tránh mặt V to avoid meeting someone
trao V to hand, to give
trao đổi V to exchange
trào lưu N movement, trend
trau giồi V to improve
trăm NUM hundred
trăng N moon
trăng mật N honeymoon
trắng ADJ white
trắng trợn ADJ blunt, rude
trầm trọng ADJ serious
trân trọng ADJ respectful
trần N ceiling
trần gian N the world, this world
trần truồng ADJ naked, nude
trận N battle, struggle
trận tuyến N battle line, front
trật tự N order
trâu N water buffalo
trầu N betel leaf
trầu cau N betel and areca-nut
tre N bamboo
trẻ ADJ young
trẻ con N child, kid
treo V to hang, to suspend
treo cờ V to display flags

trễ ADJ late
trên PREP on, above, over
tri ân V to be grateful
tri kỉ N close friend
tri thức N knowledge
trí não N brain, mind
trí nhớ N memory
trí thức N intellect, intellectual
trị V to cure; to punish
trị giá V to be worth, to value
trị liệu V to treat. to cure
triển hạn V to extend a deadline
triển khai V to develop
triển lãm I V to exhibit II N exhibition
triển vọng N prospect, expectation
triệu N million
triệu hồi V to recall
triệu phú N millionaire
triệu tập V to call a meeting, to convene
trinh ADJ virgin
trinh tiết N virginity
trình V to report
trình bày I V to present, to demonstrate II N presentation
trình độ N level, standard
trình tự N order, sequence
tro N ash
trò chơi N game
trò chuyện V to talk, to chat
trò đùa N joke, trick
trọc ADJ shaven
trói V to bind, to tie
tròn ADJ round, circular
trọn ADJ entire, whole
trọn vẹn ADJ complete, whole
trong I ADJ clear II PREP in, inside, among
trong sạch ADJ clean, pure
trọng V to think highly of
trọng lượng N weight
trọng tài N umpire, referee, arbitrator
trọng tâm N center, important point
trổ V to shoot forth
trổ bông V to bloom
trôi V to be washed along, to be afloat
trôi nổi V to be drifting
trộm V to steal
trộm cắp N robbers, thieves
trốn V to hide; to run away, to flee
trốn thoát V to escape from, to flee
trộn V to mix, to blend
trông V to look
trông cậy V to rely on, to depend on
trông chừng V to watch out
trông đợi V to long for; to expect
trông nom V to look after
trồng V to grow, to plant

T

trồng trọt v to cultivate, to grow
trống I N drum II ADJ empty, unoccupied, vacant
trơ ADJ motionless, alone; shameless
trơ trên ADJ ashamed, shameless
trở v to turn, to change
trở lại v to return
trở mặt v to betray
trở nên v to become, to turn
trở ngại I v to hinder, to impede II N hindrance, impediment
trở về v to come back
trợ cấp v to support, to give aid, to subsidize
trợ lí N assistant
trời N sky, heaven; weather
trơn ADJ smooth, even; slippery
trú ngụ v to reside
trú quán N place of residence, permanent address
trụ sinh N antibiotic
trục lợi v to be mercantile, to seek self-profit
trục trặc v to run into difficulties
trục xuất v to expel, to deport
trùm I v to cover II N chieftain, leader, head (of a gang)
trung bình ADJ average
trung cấp N mid-level
trung cổ N the Middle Ages
Trung Cộng, Trung Hoa N China
trung gian N middleman, go-between
trung học N secondary education
trung lập ADJ neutral
trung lưu N middle-class
trung tâm N center
trung thành ADJ loyal, faithful
trung ương ADJ central
trúng v 1 to hit 2 to win
trúng cử v to be elected
trúng độc v to be poisoned
trúng giải v to win a prize
trúng số v to win a lottery prize
truyền v to transmit, to communicate; to hand down
truyền bá v to propagate, to disseminate
truyền đơn N leaflet
truyền hình I v to televise II N television
truyền khẩu v transmit orally
truyền thanh v to broadcast
truyền thông I v to communicate II N communication
truyền thống I N tradition II ADJ traditional
truyện N novel, story
trừ v to subtract; to eliminate

trưa N noon, midday
trực v to be on duty, to keep watch
trực thăng N helicopter
trực tiếp ADJ direct
trưng bày v to display, to exhibit
trưng dụng v to requisite
trưng thu v to confiscate
trừng phạt I v to punish II N punishment
trứng N egg, spawn
trước I PREP before, ahead II ADJ past, last
trước hết ADV first of all, first and foremost
trước khi PREP before (time)
trước kia ADV in the past
trước tiên ADV first of all, firstly
trương mục N account
trường hợp N circumstance; case
trưởng N head, chief
trưởng ban N section chief, committee head
trượt v to slip; to skate
trượt bang v to skate
trượt tuyết v to ski
tu v to enter religion
tu bổ v to repair, to improve
tu nghiệp v to attend an in-service/a refresher course
tu sĩ N monk, priest
tu viện N monastery, convent
tù N prison, gaol
tù binh N prisoner of war
tủ N cabinet, cupboard, wardrobe
tủ lạnh N refrigerator
tủ sách N bookcase
tủ sắt N safe
tú tài N high school graduate; baccalaureate
tụ hợp v to gather; to meet
tuân hành v to carry out, to execute
tuân lệnh v to comply with orders
tuần; tuần lễ N week
tuần báo N weekly magazine
tuần tự ADV by turns
tục bản v to reprint, to re-publish
tục lệ N customs, traditions
tục ngữ N proverb, saying
tục tĩu ADJ obscene
túi N pocket; purse, bag
tủi v to lament; to feel hurt
túng v to be short of
túng tiền v to be hard-pressed for money
túm v to snatch, to grab
tùm lum ADJ messy
tuổi N age; years of age
tuổi thơ N childhood

tuổi trẻ N youth
tuồng N play, film; role
tuột V to slip, to slide
tuy nhiên CONJ however, nevertheless
tuỳ V to depend on, to rely on
tùy thích; tuỳ ý ADV at one's own will
tuỳ thuộc V to depend on
tuyên bố I V to announce, to declare II N declaration
tuyên ngôn N declaration, proclamation
tuyên thệ V to swear; to be sworn in
tuyên truyền V to propaganda
tuyển; tuyển dụng I V to recruit II N recruitment
tuyển; tuyển lựa V to select
tuyết N snow
tuyệt ADJ excellent
tuyệt đối ADJ absolute
tuyệt tác N masterpiece
tuyệt thực V to go on a hunger strike
tuyệt vọng V to lose all hope
tư ADJ private personal
tư bản N capital; capitalism
tư cách N status
tư hữu ADJ private-owned
tư hữu hoá V to privatize
tư liệu N materials, documents
tư nhân ADJ private (ownership)
tư pháp N justice (department)
tư thất N private house
tư thục ADJ private school
tư tưởng N thought, ideology
tư vấn ADJ consultative, advisory
từ N word
từ bỏ V to renounce; to give up
từ chối V to refuse, to reject
từ chức V to resign
từ điển N dictionary
từ giã V to say goodbye to
từ thiện I ADJ charitable II N charity
từ trần V to pass away
từ từ ADJ slow, deliberate
tử cung N uterus
tử hình N death penalty
tử tế ADJ kind, decent
tử trận V to be killed in action
tử vi N horoscope
tự ái V to have a complex
tự cao V to be arrogant, to be conceited
tự chủ V to be self-governing, to be autonomous
tự do ADJ free; liberal
tự động ADJ automatic
tự học ADJ to teach oneself
tự lập ADJ self-made, independent
tự nguyện ADJ voluntary
tự nhiên ADJ natural

tự tiện V to do something without asking for permission
tự tin ADJ confident
tự trọng V to respect oneself
tự túc ADJ self-supported
tự tử V to commit suicide
tự vệ V to defend oneself
tựa I N preface, foreword II V to lean against
tức V to feel angry, to upset
tức cười ADJ ridiculous
tức giận V to be angry, to be furious
tức khắc ADV at once, immediately
tước đoạt V to dispossess
tươi ADJ fresh; cheerful; bright
tươi cười ADJ happy smiling
tươi tốt ADJ fresh, fine
tưới V to water
tương N soy sauce
tương đối ADJ relative
tương đương ADJ equivalent
tương lai N future
tương phản I V to contrast II ADJ contrasting
tương quan V to interrelate
tương tế V to help each other
tương tư V to be lovesick
tương tự ADJ similar
tường N wall
tường thuật V to report; to give an account
tường trình V to report
tưởng nhớ V to think of
tưởng tượng V to imagine
tượng N statue, image
tượng trưng V to symbolize
tửu lượng N drinking capacity
tửu quán N tavern, pub
tựu trường V to begin the first day of the school year
tỷ NUM billion
tỷ giá N exchange rate
tỷ lệ N rate, ratio, proportion
tỷ số N rate; ration; score
tỷ trọng N density

U

u ám ADJ dark, overcast
u mê ADJ dull, stupid
u sầu ADJ sullen, melancholic
ù V to buzz
ù tai ADJ nearly deafened
ủ V to keep warm, to cover warmly
ủ rũ ADJ wilted, sad looking
úa V to become yellow (plant)
ùa V to rush, to dash
uất V to be angry

Úc N Australia
uể oải ADJ slack, sluggish
ủi v to iron, to press
um tùm ADJ thick, dense
ung thư N cancer
úng ADJ rotten, spoiled
ủng hộ v to support
uốn v to bend, to curl, to curve
uốn nắn v to shape
uốn tóc v to have a permanent wave, to curl one's hairs
uống v to drink
uổng v to waste
uổng tiền v to waste money
út ADJ smallest, youngest (child in the family)
uy hiếp v to intimidate
uy quyền N authority, power
uy tín N prestige, credit
ủy ban N committee
ủy hội N commission
ủy nhiệm v to delegate, to assign someone to do something
ủy quyền v to give power of attorney, to act as proxy
ủy viên N commissioner, member of a committee
uyên bác ADJ profound
ừ ADV yeah, yes
ứ đọng v to be stagnant
ưa v to like; to be fond of
ưa thích v to like, to be fond of
ức N chest
ức hiếp v to bully
ưng v to agree, to accept
ưng thuận v to agree
ưng ý v to like; to agree
ứng v to advance (money)
ứng cử v to stand for, to run for (position in an election)
ứng dụng I v to apply II N application
ứng viên N applicant
ước v to wish
ước chừng; ước lượng v to estimate
ước mong v to wish
ước mơ v to dream, to wish
ước vọng N aspiration
ươm v to sow seedlings
ươn ADJ stale, spoiled, not fresh
ươn hèn ADJ coward
ướp lạnh v to freeze
ướt ADJ wet
ưu ái N affection; solicitude
ưu đãi v to give a privilege to, to favor
ưu điểm N good point, strong point
ưu hạng N best, high distinction
ưu thế N stronger position

ưu tiên N priority
ưu tú ADJ excellent, of the best ability
ưu tư ADJ worried

V

va v to bump into, to collide against
va chạm v to be in conflict
va li N suitcase
va ni N vanilla
và CONJ and
vá v to mend, to repair (clothes)
vả v to slap
vả lại ADV moreover, besides
vác v to carry on one's shoulder
vách N wall
vạch v to mark; to draw
vạch trần v to expose, to unveil, to lay bare
vai N 1 shoulder 2 role, part
vai trò N role, part
vài ADJ some; a few
vải N 1 cloth, fabric 2 lychee
vải bông N print cloth
van xin v to beseech, to entreat, to beg
văn hồi v to return, to restore
vạn thọ N marigold
vạn vật N nature, all living beings
vang dội v to resound
vàng N gold
vàng lá N gold leaf, gold foil
vàng y N pure gold
vào v to enter, to come in
vay v to borrow, to loan
váy N skirt
văn bằng N diploma, degree
văn chương N literature
văn hiến N civilization
văn hoá N culture
văn học N literature
văn kiện N documents
văn minh I ADJ civilized II N civilization
văn nghệ N arts and letters
văn phạm N grammar
văn phòng N office, study room, secretariat
văn vần N poetry, verse
văn xuôi N prose
vắn tắt ADJ brief, concise
vặn v to wring, to twist, to turn
vắng v to be absent
vắng nhà v not to be home, to be out
vắng tin v to receive no news from
vắng vẻ ADJ deserted, quiet
vắt v to squeeze (lemon)
vân vân ADV et cetera
vần N 1 syllable 2 rhyme
vẩn vơ ADJ aimless, idle

vẫn ADV still
vấn đáp V to question and answer
vấn đề N question, problem, issue, subject
vận chuyển; vận tải I V to transport II N transportation
vận động V to exercise, to move, to campaign
vận mạng N destiny, fate
vận tải V to transport, to ship
vâng I V to obey, to comply with II ADV yes
vâng lệnh V to obey an order
vâng lời V to obey, to comply with
vất vả ADJ hard, strenuous
vật I N thing; being II V to wrestle
vật chất N matter; material
vật dụng N utensil; appliance
vật giá N price of goods
vật liệu N material
vật lý N physics
vật tư N materials and means
vẫy V to wave
vậy CONJ so, thus
vậy nên CONJ therefore
vậy thì ADV then
ve N cicada
ve vãn V to flirt, to court
vẻ N appearance, look
vẻ vang ADJ glorious
vẽ V to draw, to paint
vé N ticket
vén V to raise, to pull up, to roll up
vẹn toàn ADJ perfect
vẹt N parrot
về I V to return, to come back II ADV 1 about, on 2 as for, as to
về hưu V to retire
về nước V to return home from overseas
về sau ADV later on, in the future
vệ sinh I N hygiene II ADJ hygienic
vệ tinh N satellite
vết N spot, stain
vết nhăn N wrinkle
vết thương N wound
vi phạm V to violate, to break
vi trùng N bacteria
vì CONJ because of, for the sake of
vì sao PRON why?
vì thế CONJ therefore
vĩ cầm N violin
vĩ đại ADJ great, too big, imposing
vĩ tuyến N latitude, parallel
ví N wallet, purse
ví dụ N example
vị N taste
vị giác N taste (faculty)

vị thành niên N minor
vị trí N position, place
vỉa hè N sidewalk, pavement, footpath
việc N business, affair; job; incident; matter
việc làm N job; act, action, deed
viêm ADJ sick, ill
viên N pill, pellet
viện N institute; chamber
viện trợ I V to aid II N aid, assistance
viện trưởng N head of an institute, president
viếng V to visit; to pay a visit of homage/condolence
viết V to write
viết chì N pencil
Việt cộng N Vietnamese communists
Việt hóa V to Vietnamize
Việt kiều N overseas Vietnamese
Việt Nam N Vietnam
Việt ngữ N Vietnamese language
vin V to lean on
vinh dự N honor
vinh quang I N glory II ADJ glorious
vĩnh biệt V to part forever, to say farewell forever
vĩnh viễn ADJ permanent; everlasting, eternal
vịnh N gulf, bay
vịt N duck
vỏ N outer cover; shell; peel
voi N elephant
vong ân V to be ungrateful
vong bản V to be uprooted
vòng N circle, ring; necklace, round
vòng hoa N wreath
vòng quanh N round
vòng tròn N circle, ring
võng N hammock
vô căn cứ ADJ unrounded, unjustified
vô cùng ADJ extreme, endless
vô danh ADJ unknown
vô dụng ADJ useless, worthless, good for nothing
vô duyên ADJ ungraceful
vô địch I ADJ invincible, unvanquishable II N champion
vô điều kiện ADJ unconditional
vô gia cư ADJ homeless
vô giá ADJ invaluable, priceless
vô giá trị ADJ valueless, worthless
vô hại ADJ harmless
vô hạn ADJ boundless, infinite
vô hiệu ADJ ineffective, inefficacious
vô hình ADJ invisible
vô học ADJ uneducated
vô ích ADJ useless, futile

V

vô lý ADJ absurd
vô nghĩa ADJ meaningless
vô phép ADJ impolite
vô phúc ADJ unhappy, unfortunate
vô sự ADJ unharmed, unhurt
vô tội ADJ innocent, guiltless
vô tuyến truyền hình N television
vô tư ADJ impartial, not worried
vô ý ADJ careless, negligent
vỗ V to clap
vỗ tay V to clap one's hands, to applaud
vỗ về V to comfort
vôi N lime
vội; vội vã V to be in a hurry, to hasten
vốn; vốn liếng N capital (finance)
vơ vét V to collect everything
vở N notebook, exercise book
vở kịch N play
vỡ V to break
vớ N sock; stockings
vợ N wife
với I V to reach 2 ADV with
vớt V to pick up (from the water); to save from drowning
vợt N 1 net 2 racket
vu V to slander, to libel
vu cáo V to slander, to accuse falsely
vu khống V to fabricate
vui qui N bride's wedding ceremony
vũ khí N weapon, armament
vũ nữ N female dancer, ballerina
vũ trụ N universe, cosmos
vũ trường N dance hall/club
vú N breast; wet nurse
vụ N 1 season, crop 2 incident, case
vua N king; monarch
vui ADJ joyful, happy, glad
vui đùa V to play; to amuse oneself
vui lòng V to be pleased, to be gratified
vui mừng ADJ merry, happy
vui thú V to take pleasure to
vui tươi ADJ happy and cheerful
vui vẻ ADJ merry, cheerful
vun V to heap earth up
vun trồng V to cultivate
vụn ADJ crushed, broken
vụn vặt ADJ miscellaneous
vùng N area, zone, region
vùng dậy V to rise up
vuông N square; right angle
vuốt ve V to fondle, to stroke
vừa I ADJ moderate; just right II V to fit
vừa lòng ADJ pleased, satisfied
vừa miệng ADJ tasty
vừa mới ADV just now, just
vừa phải ADJ reasonable, moderate
vừa rồi ADV recently

vững ADJ stable, steady, secure
vững vàng ADJ stable, firm
vườn N garden
vườn bách thú N zoo
vườn trẻ N kindergarten
vườn ương cây N nursery
vướng V to stick in, to be caught in
vượt V to overtake; to cross; to pass/surpass; to overcome
vượt mức V to exceed the target, to pass the limit
vượt ngục V to escape from prison
vứt; vứt bỏ V to throw away

X

xa ADJ far
xa cách ADJ distant, far away
xa hoa ADJ luxurious
xa lạ ADJ strange, foreign, alien
xa lánh V to keep away from
xa lộ N highway
xa lông N lounge suite
xa xỉ ADJ luxurious
xà bông N soap
xà lách N salad
xả V to rinse; to let out
xã N commune, village
xã giao N social relations, public relations
xã hội N society
xã hội chủ nghĩa N socialism
xác chết N corpse
xác định V to affirm; to confirm
xác nhận V to confirm; to certify
xách V to carry by hand
xài V to use, to spend, to consume
xám ADJ gray
xanh ADJ blue-green; pale
xanh da trời ADJ blue
xanh lá cây ADJ green
xanh xao ADJ very pale
xao lãng V to neglect
xao xuyến V to be aroused; to be excited
xào V to stir-fry
xáo trộn V to mix up, to confuse
xạo ADJ unreliable
xay V to grind in a mill
xảy ra V to happen, to occur, to take place
xắc N bag
xăng N petrol (gasoline)
xắt V to slice
xâm V to tattoo
xâm chiếm; xâm lăng V to invade
xâm nhập V to infiltrate, to trespass
xâm phạm V to intrude upon

X

xấp xỉ ADV approximately, roughly
xấu ADJ of poor quality; bad
xấu hổ ADJ ashamed; shy
xấu số ADJ unfortunate, ill-fated, unlucky
xấu xí ADJ bad-looking, unattractive
xây; xây dựng I V to build, to construct II N construction
xe N vehicle, automobile, car
xe buýt N bus
xe ca N coach
xe cứu thương N ambulance
xe đạp N bicycle
xe điện N tram
xe điện ngầm N subway
xe đò N bus, coach
xe gắn máy N motorcycle, motorbike
xe lửa N train
xe tải N truck, lorry
xe tắc xi N taxi, cab
xẻ V to cut, to saw
xé V to tear to pieces
xem V to look at, to watch, to view
xem số V to read the horoscope
xem xét V to examine, to consider
xén V to cut, to trim
xèo V to cut off
xẹp ADJ flat
xét V 1 to consider 2 to search
xét đoán V to judge
xê dịch V to move
xếp V 1 to arrange 2 to fold
xếp đặt V to organize, to arrange
xếp hàng V to stand in line, to queue up
xi líp N panties, briefs
xi măng N cement
xi nê N cinema, movies
xi rô N syrup
xì dầu N soy sauce
xì gà N cigar
xí nghiệp N enterprise, firm
xí phần V to claim a share
xỉa V to pick (teeth)
xích N chain
xích đạo N equator
xích đu N swing
xích lô N pedicab
xích mích V to be in disagreement
xiếc; xiệc N circus
xiên ADJ sloping, slanting, oblique
xin V to ask for, to apply for
xin lỗi V to ask forgiveness; to be sorry; to excuse
xin việc V to apply for a job
xinh; xinh đẹp ADJ pretty, attractive
xinh xắn ADJ nice
xịt V to spray, to hose

xìu V to faint
xoa V to rub
xoa bóp V to massage
xoa dịu V to soothe, to comfort
xóa V to cross out; to delete; to erase
xóa bỏ V to wipe out, to eradicate
xoài N mango
xoay V to turn, to change direction
xoay xở V to manage, to be resourceful
xoăn ADJ curly
xoi móc V to find faults
xóm N hamlet
xóm giềng N neighborhood, neighbors
xong V to finish
xong xuôi V to be completed
xót thương V to feel sorry for
xót xa V to feel pain, to feel sorry for
xô V to push
xô đẩy V to jostle
xô xát V to brawl, to quarrel
xôi N steamed sticky rice
xối V to pour down
xông V to have a steam bath
xốp ADJ spongy
xơ ADJ fiber, filament
xơ xác ADJ ragged, very poor
xu N penny
xu hướng N tendency, inclination
xu nịnh V to flatter
xu thế N tendency, trend
xuân N spring (season)
xuất V to pay out, to give out
xuất bản V to publish
xuất cảng; xuất khẩu V to export
xuất cảnh V to go overseas
xuất hiện V to appear
xuất ngoại V to go overseas
xuất nhập cảng N import and export
xuất phát V to start; to depart
xuất quỹ V to pay out from the budget
xuất sắc ADJ eminent, excellent
xuất trình V to show
xuất viện V to be discharged from hospital
xúc V to scoop up, to shovel
xúc động ADJ moved
xúc phạm V to offend, to hurt
xúc xích N sausage
xui ADJ unlucky
xui; xúi; xúi giục V to incite
xuồng N boat
xuống V to go down; to lower
xúp N soup
xuyên V to go through
xuyên tạc V to distort, to make up, to fabricate
xứ sở N land, homeland
xử V to decide, to judge

X

- **xử lí** v to be in charge of
- **xử tử** v to sentence to death
- **xưa** ADJ ancient, old
- **xưa kia** ADV formerly
- **xưa nay** ADV always
- **xức** v to use (perfume)
- **xưng hô** v to address (someone)
- **xưng tội** v to confess to a priest
- **xứng đáng** ADJ worthy, deserving
- **xứng đôi** ADJ well matched
- **xương** N bone
- **xương sống** N backbone
- **xương sườn** N rib
- **xưởng** N factory, workshop

Y

y; y học N medicine
y bạ N health record
y hẹn v to keep an appointment
y phục N clothes, clothing
y sĩ N physician
y tá N nurse
y tế N medical service, health service
ỷ; ỷ lại v to rely passively on
ý N 1 idea, thought, view; intention
  2 Italy
ý chí N will
ý định N intention
ý đồ N bad intention
ý kiến N opinion
ý muốn N wish, desire
ý nghĩ N thought

ý nghĩa N meaning, sense
ý niệm N concept, notion
ý thức N conscience, consciousness
ý thức hệ N ideology
ý tưởng N thought, idea
yếm N Vietnamese bra
yểm trợ v o support
yên ADJ quiet, motionless
yên lành ADJ peaceful
yên lặng ADJ quiet, calm, silent
yên ổn ADJ peaceful; orderly
yên tâm v to be assured
yết v to display notice
yết kiến v to see/visit high officials
yêu v to love, to be in love with
yêu cầu v to require, to request
yêu chuộng v to love; to favor
yêu dấu ADJ beloved
yêu đời ADJ optimistic
yêu đương N love
yêu mến v to love, to cherish
yêu nước v to be a patriot
yêu sách v to demand, to request
yêu thích v to be fond of, to like
yêu thương v to love
yếu ADJ weak
yếu điểm N essential point; negative
  point
yếu đuối ADJ weak, feeble
yếu nhân N very important person
  (VIP)
yếu tố N element, factor
yểu điệu ADJ graceful and pretty

English–Vietnamese

A

a, an ART một, cái, con
abandon, to v bỏ đi, bỏ rơi
abbey N tu viện
abbreviate, to v viết tắt
abbreviation N sự viết tắt
ABC ABBREV (=American Broadcasting Company, Australian Broadcasting Corporation) đài truyền hình/phát thanh Hoa Kỳ/Úc
abdomen N bụng, phần bụng
abduct, to v bắt cóc, lừa mang đi
abet, to v xúi giục, tiếp tay
abeyance N còn đọng lại
abide, to v tuân theo, giữ
ability N năng lực, khả năng
able ADJ có khả năng
abnormal ADJ khác thường, dị thường
aboard ADV trên tàu/xe/máy bay
abolish, to v bãi bỏ, huỷ bỏ
abortion N sự phá thai/nạo thai
about (approximately) ADV khoảng
about (regarding) PREP về
above, upstairs PREP trên, trên lầu
abroad ADJ ở nước ngoài
abscond, to v trốn, lẩn đi
absence N sự vắng mặt
absent ADJ vắng, vắng mặt
absent-minded ADJ lơ đãng, đãng trí
absolute ADJ tuyệt đối
absorb, to v hút, thấm, hấp thụ
abstain, to v nhịn, kiêng
abstinence N sự kiêng/tiết dục
abstract N phần tóm lược/tóm tắt
absurd ADJ vô lý, ngu xuẩn
abundant ADJ dư dật, phong phú
abuse, to v lạm dụng
academic ADJ khoa bảng, hàn lâm
academic year N năm học
academy N viện hàm lâm, học viện
accelerate, to v gia tốc
accelerator N chân ga, máy gia tốc
accent N giọng, dấu
accept, to v nhận
acceptance N sự chấp nhận/thuận
access N lối/đường vào, quyền sử dụng
accessible ADJ có thể sử dụng/vào được
accessory N đồ phụ tùng

accident N tai nạn, tai biến
accidentally, by chance ADV ngẫu nhiên, bất ngờ
accommodations N chỗ ở
accompany, to v đi cùng/theo
accomplice N tòng phạm, kẻ đồng loã
accomplish, to v hoàn thành, đạt được
accomplishment N thành tích, thành tựu
accordingly ADV theo đó, do đó
account N tài khoản
accountant N kế toán viên, nhân viên kế toán
accredit, to v chuẩn nhận, công nhận
accumulate, to v tích luỹ, chồng chất
accuracy N độ chính xác
accurate ADJ đúng, chính xác
accusation N sự đổ lỗi, lời tố cáo
accuse, to v buộc tội, đổ lỗi
accustom, to v tập làm cho quen
ache N đau
ache, to v đau
achieve, to v đạt được, thành công
achievement N thành tích, sự thành công/đạt được
acid N a-xit, chất chua
acknowledge, to v nhận, công nhận, tỏ lòng biết ơn
acknowledgment N sự thừa nhận, sự tỏ lòng biết ơn
acquaintance N người quen
acquainted ADJ làm quen
acre N mẫu Anh
acrobatics N thuật nhào lộn
across (road, river) PREP bên kia đường/sông
across from ADV đối diện
act, to v đóng vai (theater)
acting ADJ quyền tạm thời
action N hành động
activate, to v làm cho hoạt/khởi động
active ADJ hoạt động, tích cực
activity N hoạt động
actor N nam tài tử/diễn viên
actually ADV thực ra, đúng ra
acupuncture N thuật châm cứu
adapt, to v thích ứng/nghi, cải biên
adaptable ADJ có thể thích nghi/thâu nhận được
add, to v cộng, thêm vào

addict N người nghiện
addition N phép cộng, phần thêm
address N địa chỉ
addressee N người nhận
adequate ADJ đủ, đầy đủ
adhesive tape N bang keo dán
adjacent ADJ liền kề, sát ngay
adjective N tính từ
adjunct N điều phụ thuộc, người phụ tá/trợ tá
adjust, to V điều chỉnh, làm cho thích ứng
administer, to V quản lí, trông nom
administration N công việc hành chánh, chính quyền
admirable ADJ đáng phục, tuyệt diệu
admiral N đô đốc, thượng tướng hải quân
admire, to V phục
admission N sự thu nhận vào, việc vào cửa
admit, to V nhận vào, kết nạp
adopt, to V nhận làm con nuôi, áp dụng
adulation N sự/lời nịnh hót
adult N người lớn
adultery N tội ngoại tình/thông dâm
advance, to V tiến bộ, tiến lên, ứng trước
advance money, deposit N tiền đặt trước
advantage N sự thuận lợi
adventure N sự mạo hiểm, cuộc phiêu lưu
adverb N phụ từ
advertise, to V quảng cáo
advice N lời khuyên
advise, to V khuyên
advocate N người chủ trương
aerial N giây trời, ăng ten
aerobics N môn thể dục nhịp điệu
aeroplane, airplane N máy bay
affair N việc, công việc, sự việc
affect, to V ảnh hưởng
affection N tình cảm, lòng thương yêu
affidavit N bản khai trước toà
affirm, to V xác định/nhận
affirmative ADJ khẳng định
affix N phụ tố
afford, to V mua được
afraid ADJ sợ
Africa N châu Phi
after CONJ, ADV sau
aftermath N hậu quả
afternoon N buổi chiều
afterwards, then PREP sau đó
again ADV lại, nữa
age N tuổi

agency N cơ quan, sở, hãng, đại lí
agenda N chương trình nghị sự, nghị trình
agent N đại lí, đại lí, điệp viên
aggression N sự xâm lược/lăng
aggressive ADJ xâm lăng, hổ đồ
aggressor N kẻ xâm lăng
agile ADJ nhanh nhẹn, lẹ làng
ago ADV cách đây
agree, to V đồng ý
agree to do something, to V đồng ý làm
agreement N hiệp định, bản thoả thuận
agriculture N nông nghiệp, canh nông
ahead ADV ở phía trước
aid, to V giúp đỡ, cứu trợ
AIDS ABBREV (=Acquired Immune Deficiency Syndrome) bệnh liệt kháng
aim N mục đích, mục tiêu
air N không khí
air brake N thắng hơi
air-conditioning N máy lạnh
aircraft N máy bay, phi cơ
airfield N sân bay, phi trường
airline N đường hàng không
airmail N thư gửi máy bay
airplane N máy bay
airport N sân bay
airport security N an ninh phi trường
aisle N lối đi ở giữa
alarm, to V báo động, báo cho biết
alas INTERJ than ôi! chao ôi!
album N tập ảnh, tập đĩa nhạc, an-bum
alcohol, liquor N rượu
alcoholic N người nghiện rượu
alert N sự cảnh báo/báo động
algebra N đại số
align, to V ăn khớp, liên kết
alike ADJ như, giống nhau
alive ADJ còn sống, chưa chết
all PRON tất cả, toàn thể, hết thảy
allegation N lời cáo giác, sự vu cáo
allergy N dị ứng
alley, lane N ngõ
alliance N khối đồng minh/liên kết
allocate, to V cấp cho, phân phối, sắp xếp
allow, permit, to V cho phép
allowance N phụ cấp, tiền trợ cấp
allowed ADJ được phép
all right ADJ, ADV bình thường, khoẻ mạnh, không sao
ally, to V liên kết/minh
almond N quả hạnh nhân
almost ADV hầu hết
alone ADJ một mình

along PREP dọc theo
aloud ADV to tiếng, lớn tiếng
alphabet N bảng chữ cái, bang mẫu tự
already ADV rồi
also ADV cũng
altar N bàn thờ
alteration N sự sửa đổi/chữa (quần áo)
alternative ADJ tạm thời, đồng thời
although CONJ mặc dù/dầu
altogether, in total ADV tất cả
aluminum N nhôm
alumni N cựu sinh viên
always ADV luôn luôn, bao giờ cũng
Alzheimer's disease N bệnh mất trí nhớ
a.m ABBREV (=ante meridiem) buổi sáng
amalgamate, to V kết hợp, thống hợp
amateur ADJ tài tử, nghiệp dư
amaze, to V ngạc nhiên, sửng sốt
ambassador N đại sứ
ambiguous ADJ mơ hồ, tối nghĩa
ambition N hoài bão, tham vọng
ambulance N xe cứu thương
amend, to V bổ sung, tu chỉnh
America N Mỹ
American (person) N người Mỹ
amnesty N sự ân xá
among PREP trong, ở giữa, trong số
amount N số lượng, tổng số
amplifier N máy kkuyếch đại
amplify, to V khuyếch đại, mở rộng
amuse, to V làm vui thích, giải trí
amusement N sự vui chơi, trò giải trí
analyze, to V phân tích, giải thích
anatomy N khoa giải phẫu, thuật mổ xẻ
ancestor N tổ tiên
ancient ADJ cổ
and CONJ và
android (phones) ADJ hệ điều hành android
anesthetic N thuốc tê/mê
angel N thiên thần
anger N sự tức giận
angry ADJ tức giận
animal N động vật
ankle N mắt cá
annex N phần thêm, nhà phụ
anniversary N ngày kĩ niệm, kĩ niệm ngày cưới
annotate, to V chú thích, chú giải
announce, to V loan báo, công bố
announcer N xướng ngôn viên, người đọc tin tức
annoy, to V làm bực mình, làm phiền, quấy rầy
annual ADJ hàng năm, từng năm

annuity N tiền trả hàng năm, lương hưu
anode N cực dương, dương cực
anonymous ADJ dấu tên, nặc danh
another (different) ADJ khác
another (same again) ADJ nữa
answer, respond, to V trả lời, hồi âm
answer the phone, to V trả lời điện thoại
answering machine N mát nhắn tin
ant N con kiến
antenna N dây trời, ăng ten
antibiotic N thuốc kháng sinh/trụ sinh
antiques N đồ cổ
antiseptic N thuốc khử trùng
antler N sừng/gạc nai
antonym N từ trái/phản nghĩa
anus N đít
anxiety N sự lo lắng, lo âu
anxious ADJ lo lắng, lo âu, băn khoăn
anybody, anyone PRON ai, bất cứ ai
anything PRON cái gì, bất cứ cái gì
anywhere ADV ở đâu, bất cứ ở đâu
apart ADV riêng biệt
apartment N căn hộ
ape N khỉ, vượn
apologize, to V xin lỗi
apparently ADV hình như
appeal, to V lời kêu gọi, lời yêu cầu; sự chống án
appear, to V xuất hiện
appearance, looks N hình dáng, vẻ
appendix N phụ lục; ruột thừa
appetite N sự ngon miệng
applaud, to V vỗ tay khen ngợi
apple N táo
appliance N đồ dùng, đồ thiết bị máy móc
application N sự ứng dụng; đơn xin
apply, to V nộp đơn xin; ứng dụng
appoint, to V cử, bổ nhiệm, chỉ định
appointment N cuộc hẹn gặp; việc bổ nhiệm
appraise, to V khen ngợi; định giá
appreciate, to V cảm kích, biết thưởng thức
apprentice N người học nghề/học việc
approach (to go to), to V tiến đến
approach (method) N phương pháp
appropriate ADJ thích đáng, thích hợp
approval N sự tán thành/chấp thuận
approve, to V chấp thuận, chuẩn y
approximately ADV khoảng, gần
apricot N quả mơ, quả mận
April N tháng tư
aquarium N hồ/bể nuôi cá
Arab N người Ả-rập
Arabic N tiếng Ả-rập

arcade N dãy cửa hàng trong toà nhà
archbishop N tổng giám mục
architect N kiến trúc sư
architecture N kiến trúc
ardent ADJ nồng nàn, hăng hái, sôi nổi
area N khu, diện tích
argue, to V cãi, tranh luận, biện luận
argument N cuộc tranh luận, luận cứ
arm N cánh tay
armchair N ghế bành
armor N áo giáp
army N quân đội
around (approximately) ADV khoảng
around (nearby) ADJ gần
around (surrounding) PREP xung
  quanh
arrange, to V sắp xếp, tổ chức
arrangements, planning N sự sắp xếp
arrears N tiền còn thiếu
arrest, to V bắt giữ
arrival N sự đến
arrive, to V đến
arrogant ADJ kiêu ngạo, kiêu căng
arrow N mũi tên
art N mỹ thuật, nghệ thuật
artery N động mạch
article (in newspaper) N bài báo
artificial ADJ nhân tạo
artillery N pháo, trọng pháo
artisan N thợ thủ công
artist N nghệ sĩ
as soon as possible ADV càng sớm
  càng tốt
as well ADV còn nữa
ascend, to V lên, trèo lên dốc
ascendancy N uy thế/lực
ascertain, to V biết chắc, xác định
ASEAN N Hiệp hội các nước Đông
  Nam Á
ash N tro tàn, tro hoả táng
ashamed, embarrassed ADJ xấu hổ
Asia N châu Á
ask about, to V hỏi
ask for, request, to V xin
asleep ADJ ngủ
aspect N lãnh vực, khía cạnh, diện
  mạo
aspiration N khát vọng, chí hướng
aspirin N thuốc at-pi-rin, thuốc giảm
  đau/trị cảm cúm
assassinate, to V ám sát
assassination N vụ ám sát
assault, to V tấn công, làm nhục
assemble, gather, to V tập hợp
assemble, put together, to V lắp ráp
assembly N hội nghị, quốc hội
assess, to V đánh giá, chấm thi
assessment N sự đánh giá, thi cử

asset N của cải, tài nguyên sở hữu
assign, to V cắt đặt, phân công
assignment N nhiệm vụ được giao
  phó, bài làm
assimilate, to V đồng hoá
assist, to V giúp
assistance N trợ giúp
associate N, ADJ đồng sự; phó, trợ lí
association N hội, hiệp hội
assume, to V thừa nhận, nhận lấy
assumption N giả định/thuyết, dự
  đoán
assurance N sự bảo đảm/bảo hiểm,
  điều chắc chắn
assure, to V cam đoan, đảm bảo
asterisk N dấu sao, dấu hoa thị
asthma N bệnh suyễn, bệnh khó thở
astonish, to V làm ngạc nhiên
astronaut N nhà du hành vũ trụ
astronomy N thiên văn học
asylum N viện cứu tế, cảnh tị nạn
at PREP ở
at home ADV ở nhà
at night ADV ban đêm
at once ADV ngay
at the latest ADV muộn nhất
atheism N thuyết/chủ nghĩa vô thần
atheist N kẻ vô thần
athlete N vận động viên, lực sĩ
athletics N điền kinh
atlas N tập bản đồ
ATM ABBREV (=Automated Teller
  Machine) máy rút tiền tự động
atmosphere N không khí
atom N nguyên tử
atomic ADJ thuộc về nguyên tử
attach, to V gắn, đính kèm
attachment N lòng quyến luyến; tài
  liệu đính kèm
attack (in war), to V tấn công
attack (with words), to V chê bai, lên
  án
attain, reach, to V đạt tới
attempt N sự cố gắng
attempt, to V cố gắng
attend, to V dự
attendance N sự tham dự, số người
  tham dự
attention N sự chú ý
attentive ADJ chăm chú, lưu tâm
attest, to V chứng nhận/thực
attitude N thái độ
attorney N tư pháp, luật gia
attorney general N bộ trưởng tư pháp
attract, to V lôi cuốn, hấp dẫn, thu hút
attractive ADJ hấp dẫn, thu hút
aubergine, eggplant N cà
auction, to V bán đấu giá

auctioned off ADJ bán đấu giá
audience N khán giả
audio ADJ thuộc về âm thanh
audio-visual ADJ thính thị, nghe nhìn
audit, to V kiểm tra kế toán
auditor N kiểm tra viên, bang thính viên
auditorium N giảng đường, thính đường
August N tháng tám
aunt N cô, bác dì
Australia N nước Úc
Australian (person) N người Úc
Austria N nước Áo
authentic ADJ thật, xác thực
author N tác giả
authority (person in charge) N nhà chức trách
authority (power) N quyền
authorize, to V cho phép, ủy quyền
auto N xe hơi, ô tô
autobiography N tự truyện, tiểu sử
autocracy N chế độ chuyên quyền/ độc tài
autocratic ADJ độc tài, chuyên chế
automobile, car N xe ô tô
autonomous ADJ tự trị
autonomy N quyền tự trị
autumn N mùa thu
available ADJ có sẵn
avenge, to V trả/báo thù
avenue N đại lộ, đường lớn
average (numbers) ADJ trung bình
average (so-so, just okay) ADJ bình thường
aviation N hàng không, phi hành
avoid, to V tránh
avoidable ADJ có thể tránh được
awake, to V thức
awake, wake up, to V thức dậy
awaken, wake someone up, to V đánh thức
award N, V phần thưởng, giải thưởng; tặng, trao tặng
aware ADJ nhận thức, biết
awareness N sự nhận thức
away ADV xa cách, rời xa, mất đi
awesome ADJ kinh hoàng, khiếp sợ
awful ADJ kinh khủng, khủng khiếp, dễ sợ
awkward ADJ vụng về, lúng túng, ngượng
ax N cái rìu
axis N trục quay

B

BA ABBREV (=Bachelar of Arts) cử nhân văn khoa
baby N em bé, trẻ sơ sinh
babyhood N tuổi thơ
baby-sitter N người giữ trẻ
bachelor N người độc thân
Bachelor of Arts, BA N cử nhân văn khoa/nhân văn
Bachelor of Science, B.Sc N cử nhân khoa học
back (part of body) N lưng
back, rear ADJ phía sau
back, to go V về
back off, to V lùi
backache N chứng đau lung
backbone N xương sống, cột trụ
backdate, to V ghi ngày lui lại
background N nền, quá trình học hành
backpack N túi đeo lưng
backstroke N kiểu bơi ngữa
backup, to V hỗ trợ
backward ADV, PREP thụt lùi, chậm tiến, lạc hậu
bacon N thịt lợn/heo xông khói/muối
bacteria N vi khuẩn
bad ADJ không tốt, xấu, tồi
bad luck N rủi ro
badge N huy hiệu, phù hiệu
badminton N cầu lông, vũ cầu
bag N túi
baggage N hành lý
bail N tiền bảo lãnh cho tự do tạm
bake, to V nướng
baked ADJ nướng
bakery N lò bánh mì, hiệu bánh mì
balance N cái cân, sự thăng bằng; số còn lại
balcony N bao lơn, ban công
bald ADJ hói
ball N bóng, bi (in ball bearings)
balloon N quả bóng, khí cầu
ballpoint pen N bút bi
ballot N lá phiếu
bamboo N cây tre
ban, to V cấm, huỷ bỏ
banana N chuối
band N dải, băng; ban nhạc, đoàn
bandage N băng
bandit N kẻ cướp, băng đảng
bang, to V đập mạnh
bank (finance) N ngân hàng
bank (of river) N bờ
bankbook N sổ bang
banker N chủ nhà băng, giám đốc ngân hàng
banknote N giấy bạc

bankrupt ADJ vỡ nợ, phá sản
banner N biểu ngữ, bảng khẩu hiệu
banquet N bữa tiệc
baptize, to V rửa tội
bar (blocking way), to V ngăn chặn
bar (serving drinks) N quán rượu
barbecue N thịt nướng trên lò
barber N thợ cắt tóc
barcode N mã số sản phẩm
bare ADJ trần, trống không
bargain, to V mặc cả
bark (shout), to V sủa, quát tháo
bark (tree skin) N vỏ cây
barley N luá mạch
barracks N trại lính, doanh trại
barrel N thùng tròn
barren ADJ hoang vu, cằn cỗi
barricade N vật chướng ngại
barrier N sự trở ngại/cản trở
barrister N trạng sư
base, foundation N nền tảng
based on ADV dựa vào
basic ADJ cơ bản
basin N chậu, lưu vực
basis N cơ sở, nền tảng
basket N rổ, thúng
basketball N bóng rổ
bath (tub) N bồn tắm
bathe, take a bath, to V tắm
bathrobe N áo choàng tắm
bathroom (for bathing) N phòng tắm
bathroom (toilet) N nhà vệ sinh
battery (for car) N bình ác quy
battery (for flashlight) N pin
battle N trận đấu
battlefield N chiến trường
bay N vịnh
bayonet N lưỡi lê
bazaar N tiệm tạp hoá, cửa hàng bách hoá
BBC ABBREV (=British Broadcasting Corporation) đài BBC
be, exist, to V là, tồn tại
beach N bãi biển
bean N đậu
bean sprouts N giá đậu
beancurd N đậu phu, đậu hũ
bear N con gấu
beard N râu
beat (to defeat), to V thắng
beat (to strike), to V đánh
beautiful ADJ đẹp
beauty N sắc đẹp, nhan sắc, cái đẹp
because CONJ vì
become, to V trở thành
bed N giường
bedroom N phòng ngủ
bedsheet N khăn trải giường

beef N thịt bò
beer N bia
before (in front of) PREP phía trước
before (in time) PREP trước
beforehand, earlier ADV trước đó
beg, to V ăn xin, xin
beggar N người ăn xin/ăn mày
begin, to V bắt đầu
beginning N thời điểm bắt đầu
behave, to V cư xử, đối xử
behavior N cử chỉ, thái độ, cách cư xử
behind PREP, ADV đàng sau, sau
belief, faith N niềm tin, lòng tin
believe, to V tin tưởng
believer N tín đồ
bell N cái chuông, tiếng chuông
belly N bụng
belong, to V thuộc
belongings N đồ đạc
below, downstairs PREP, ADV tầng dưới
belt N thắt lưng, nịt
bench N ghế dài
benchmark N chuẩn mực, dấu vạch
bend, to V cong, cúi xuống
benefactor N ân nhân, người thừa hưởng
benefit N lợi ích, tiền trợ cấp
benevolence N lòng nhân từ
berth N giường ngủ trên tàu
beseech, to V cầu khẩn, van nài
beside PREP bên cạnh
besides CONJ ngoài ra
besiege, to V bao vây, vây hãm
best ADJ tốt nhất
best wishes N chúc may mắn
bestseller N sách/đĩa bán chạy nhất
bet, to V đánh cuộc, cá
betel N cây trầu không
betray, to V phản, phản bội
better ADJ tốt hơn
better, get (be cured) ADJ khỏi bệnh
better, get (improve) ADJ đỡ
between CONJ giữa
bias N thiên kiến, thành kiến
bible N kinh thánh, thánh kinh
bicycle N xe đạp
big ADJ lớn, to
bilateral ADJ song phương, hai bên
bilingual ADJ song ngữ, hai thứ tiếng
bill N hóa đơn, phiếu trả tiền, tờ quảng cáo
billiards N trò chơi bi-da
billion N tỷ
billionaire N tỷ phú
bin N thùng
bind, to V bó, buộc
bingo N trò chơi lô tô
binoculars N ống nhòm

B

biochemistry N hoá sinh
biography N tiểu sử, lí lịch
biology N sinh vật học
bird N chim
bird flu N dịch cúm gia cầm
birth, to give V sinh ra
birthday N sinh nhật
birthplace N nơi sinh
birthrate N tỉ lệ sinh sản
biscuit (salty, cracker) N bánh
biscuit (sweet, cookie) N bánh ngọt
bit (part) N phần nhỏ, miếng nhỏ
bit (slightly) ADJ ít, hơi
bite, to V cắn
bitter ADJ đắng
biweekly N bán nguyệt san, hai tuần một lần
black ADJ màu đen
black beans N đậu đen
black market N chợ đen
blackmail, to V tống tiền, hăm doạ
blackout N sự mất điện, sự che dấu
blacksmith N thợ rèn
bladder N bọng đái
blame, to V đổ lỗi, trách móc
bland ADJ nhạt
blank ADJ để trống/trắng
blanket N chăn
blaze N ngọn lửa
bleach N thuốc tẩy trắng
bless, to V ban phước lành, phù hộ cho
blind ADJ mù
blink, to V nháy mắt, chớp mắt
bloc N khối, khu vực
block N khối, khu phố
block, to V làm tắc nghẽn, ngăn chặn
blockade N sự phong toả
blond ADJ vàng hoe
blonde N cô gái tóc vàng hoe
blood N máu
bloom, to V ra hoa, nở hoa
blossom N hoa cây ăn quả
blouse N áo sơ mi phụ nữ
blow, to V thổi
blue ADJ màu xanh
blue-collar ADJ lao động chân tay
bluetooth N ống nghe không dây
board (bus, train), to V đáp
boarding pass N thẻ lên máy bay/tàu
boast, to V nói khoác, khoe khoang
boat N thuyền
boatman N người chèo thuyền
body N cơ thể
body language N ngôn ngữ bằng cử chỉ
bodyguard N vệ sĩ, người cận vệ
boil, to V luộc, nấu, đun, sôi *(water)*
boiled ADJ luộc *(food)*; chín *(water)*

bomb N bom
bon voyage! INTERJ thượng lộ bình an
bond N giao kèo
bonds (investment) N phiếu nợ/quốc trái
bone N xương
bonus N tiền thưởng
book N sách
bookcase N tủ sách
booking office N phòng bán vé
bookkeeper N nhân viên kế toán
booklet N tập sách nhỏ
bookmaker N người bán vé đánh cá ngựa
bookseller N người bán sách
bookshop N hiệu sách, tiệm sách
boost, to V tăng giá, nâng lên
boot N giầy ống; học trong xe hơi
booth N rạp, lều, phòng điện thoại, phòng bầu phiếu
border (between countries) N biên giới
border (edge) N bờ, rìa, viền
bored ADJ chán nản
boring ADJ chán
born, to be V sinh
borrow, to V mượn, vay
boss N sếp, chủ
botanic gardens N vườn bách thảo
both ADJ cả hai
both ... and CONJ cả … và
bother, disturb, to V quấy rối, làm phiền
bother, disturbance N sự rối loạn
bottle N chai, lọ
bottom (base) N đáy
bottom (buttocks) N mông
boundary, border N biên giới
bouquet N vòng hoa, lẵng hoa
bow, to V cúi đầu/mình, cúi chào
bowel N ruột, lòng
bowl N bát
box (cardboard) N hộp giấy bồi
box (case) N hộp, thùng
boy N con trai
boycott, to V tẩy chay
boyfriend N bạn trai
bra N xu chiêng, nịt ngực
bracelet N vòng tay
brain N não
brake N phanh, thắng
brake, to V phanh, thắng
branch N cành, chi nhánh
brand N nhãn hiệu, hiệu
brass N đồng thau
brave, daring ADJ dũng cảm, gan dạ
bravo INTERJ Hoan hô!
brawl, to V cãi nhau, gây lộn

bread N bánh mì
break, shatter, to V vỡ, gãy, đứt
break apart, to V phá vỡ
break down (car, machine), to V bị
hỏng
breakfast, morning meal N bữa ăn
sáng
breakfast, to eat V ăn sáng
breasts N vú, ngực
breathe, to V thở, hít
breed, to V gây giống, sinh đẻ, nuôi
brew N rượu bia
brew, to V chế, ủ rượu bia
brewery N nhà máy bia
bribe N tiền hối lộ, của đút lót
brick N gạch
bricklayer N thợ nề
bridal ADJ thuộc cô dâu/đám cưới
bride N cô dâu
bridegroom N chú rể
bridesmaid N cô phù dâu
bridge N cầu
brief ADJ ngắn
briefcase N cặp da
briefs N quần đùi
bright ADJ sáng
bring, to V mang theo
bring up (children), to V nuôi
bring up (topic), to V đề cập
British N Anh, người Anh
broad, spacious ADJ rộng
broadcast, to V phát thanh/hình
broadcast, program N chương trình
phát thanh/hình
brochure N tập tài liệu hướng dẫn,
sách chỉ dẫn
broccoli N cải hoa xanh
broken, does not work, spoiled ADJ
hỏng
broken, snapped (of bones, etc.) ADJ
gãy
broken off ADJ bị gãy
bronze N thau
broom N chổi
broth, soup N canh
brother N anh, em
brother-in-law (of a man) N anh,
em vợ
brother-in-law (of a woman) N anh,
em chồng
brown ADJ màu nâu
browser N trình duyệt
bruise N vết bầm
brush N bàn chải
brush, to V chải, đánh
bucket N thùng, sô, gàu
bud N chồi, nụ, lộc
Buddhism N Phật giáo

Buddhist N người theo đạo Phật
budget N ngân sách/quỹ
budget airline N hàng không giá rẻ
buffalo (water buffalo) N trâu
buffet N bữa ăn tự chọn
build, to V xây dựng
builder N người xây cất, chủ thầu
làm nhà
building N tòa nhà
bulb N bóng đèn
bulk N lượng lớn, phần lớn
bullet N đạn
bullet train N xe lửa tốc hành
bully, to V bắt nạt, hăm doạ
bun N bánh bao/mì nhỏ
bunch N bó, chùm, buồng
bungalow N nhà xếp phụ, bang-ga-lô
burglar N kẻ trộm
burn, to V cháy đốt
burned (injury) ADJ bị cháy
burned down, out ADJ cháy rụi
Burma N Mianma, Miến Điện
Burmese (person) N người Mianma
burn N vết bỏng/cháy
bury, to V chôn, mai táng
bus N xe buýt
bus station N bến xe
business N việc kinh doanh/buôn bán,
doanh nghiệp
businessperson N nhà doanh nghiệp
busy (crowded) ADJ đông người
busy (doing something) ADJ bận
busy (telephone) ADJ bận
but CONJ nhưng
butcher N người bán thịt
butter N bơ
butterfly N bướm
buttocks N mông
buy, to V mua
by (author, artist) ADV của
by means of ADV bằng
bye! GR chào tạm biệt
bypass N đường vòng
byte N đơn vị trữ lượng trong máy
vi tính

C

cab N xe tắc xi
cabbage N cải
cabbage, Chinese N cải thìa
cabinet (cupboard) N tủ tủ
cabinet (minister) N nội các
cable N dây cáp
cadet N sinh viên tập sự trường sĩ
quan
cadre N cán bộ
café N tiệm cà phê, quán giải khát

C

cafeteria N quán ăn/giải khát
cage N lồng, chuồng
cake, pastry N bánh ngọt
calculate, to V tính
calculator N máy tính
calendar N lịch
call, summon, to V gọi
call on the telephone, to V gọi điện thoại
called, named ADJ gọi là
calligraphy N thư pháp, lối viết mỹ thuật
calm ADJ bình tĩnh
calorie N chất ca-lo, nhiệt lượng
Cambodia N Cam pu chia
Cambodian (language) N tiếng Khmer
Cambodian (person) N người Khmer
Camellia N trà hoa nữ
camera N máy ảnh; máy quay phim
cameraman N người quay phim/chụp hình
camp N trại, chỗ cắm trại
campaign V, N vận động; chiến dịch
campus N khuôn viên trường
can, be able to V có thể
can, may V có thể
can, tin N lon
Canada N Gia Nã Đại
canal N kênh, sông đào
cancel, to V hủy bỏ, bãi bỏ
cancer N bệnh ung thư
candidate N ứng viên, thí sinh
candle N nến, đèn cầy
candy, sweets N kẹo
canoe N xuồng, thuyền máy
canteen N căn tin, quán ăn
cap N mũ lưỡi trai
capable of, to be V có khả năng
capacity N khả năng, sức chứa, dung lượng
capital (of country) N thủ đô
capital (of province) N thủ phủ
capsule N viên thuốc con nhộng
captain N đại uý, thuyền trưởng
capture, to V bắt
car, automobile N xe ô tô
carbon N các-bon, giấy than
card N thiệp, thẻ
cardboard N giấy bồi
cards (game) N cỗ bài
care for, love, to V yêu thương
care of, to take V chăm sóc
career N sự nghiệp
carefree ADJ vô tư
careful! INTERJ cẩn thận
careless ADJ bất cần, cẩu thả
cargo N tàu chở hàng hoá
carnival N hội hè, khu giải trí

carol N bài hát mừng Giáng sinh
carousel N thang dây chuyền hành lí ở phi trường
carpenter N thợ mộc
carpet N thảm
carriage N toa xe lửa
carrot N cà rốt
carry, to V mang, vác, xách (by arms); chở (by vehicles)
cart (horsecart) N xe ngựa
cart (pushcart) N xe thồ
carton N bìa cứng
cartoon N tranh vui/biếm hoạ
carve, to V chạm, khắc
carving N tác phẩm chạm trổ
case (box) N hộp, ngăn
case (situation) N trường hợp, hoàn cảnh, vụ kiện
cash, money N tiền mặt
cash a check, to V lĩnh sec
casino N sòng bài
cassette N băng ghi âm
castle N lâu đài
casual ADJ thường, tự nhiên
cat N mèo
catalogue N thư mục
catch, to V bắt, nắm
category N loại, phạm trù
cater, to V cung cấp thức ăn
cathedral N nhà thờ
Catholic N người theo đạo Thiên Chúa
cattle N trâu bò, súc vật
cauliflower N cải hoa
cause N, V nguyên nhân, lí do; gây ra
cautious ADJ thận trọng
cave N hang
cc ABBREV, (=cubic centimeters) phân khối
CD N (=Compact Disc) đĩa nhựa CD
CD-ROM N đĩa CD-ROM
cease, to V thôi, ngừng
ceiling N trần nhà
celebrate, to V ăn mừng, kỷ niệm
celery N cần tây
cell N tế bào; chi bộ, tổ
cell phone N điện thoại di động
Celsius N độ bách phân
cement N xi măng
cemetery N nghĩa địa, nghĩa trang
census N cuộc kiểm tra dân số
cent N xu
center, middle N giữa, ở giữa
center (of city) N trung tâm
Centigrade N bách phân
central N trung ương
centralization N sự tập quyền/trung
centralize, to V tập quyền/trung
century N thế kỷ

C

ceramics N đồ gốm, gạch lót nhà
cereal N ngũ cốc, bồng ăn sang với sữa
ceremony N lễ hội
certain, sure ADJ chắc chắn
certainly! EXCLAM chắc chắn
certificate N bằng, chứng chỉ
certify, to V chứng nhận, thị thực
chain N dây xích
chair N ghế
chairman N chủ toạ/tịch, chủ nhiệm
chalk N phấn viết
challenge, to V thách thức
chamber N phòng, nghị viện
champion N vô địch
championship N giải vô địch/quán quân
chance N sự may mắn/hên xui; ngẫu nhiên
chance, opportunity N cơ hội
change, small N tiền lẻ
change (conditions, situations), to V thay đổi
change, exchange (money), to V đổi tiền
change, switch (clothes), to V thay
change one's mind, to V đổi ý
channel N kênh TV; eo biển
chaos N sự lộn xộn/hỗn loạn
chap N gã, anh chàng, thằng
chapter N chương sách, mục
character (personality) N cá tính
character (written) N chữ
characteristic ADJ tính cách
charcoal N than củi
charge N tiền phải trả/thù lao
charge (to pay), to V (ok) nạp tiền/điện; tính tiền
charge (to fine), to V (ok) buộc tội
charger N bộ xạc pin
charity N lòng từ thiện, của bố thí
charm N duyên dáng, quyến rũ
chart N biểu đồ, đồ thị
charter V, N thuê bao; hiến chương
chase, to V đuổi
chase away, chase out, to V đuổi ra
chat, to V chuyện gẫu/phiếm
chatroom (Internet) N phòng đàm đạo/thảo luận trên mạng
cheap ADJ rẻ
cheat, to V ăn gian, lường gạt
cheat, someone who cheats N kẻ ăn gian
check, verify, to V kiểm tra
check (for money) N chi phiếu, ngân phiếu
checked (pattern) ADJ ca rô
checkup N sự kiểm tra sức khoẻ

cheek N má
cheers! INTERJ chúc mừng! Xin mời nâng ly
cheese N phó mát
chef N đầu bếp
chemical N hoá chất
chemistry N hoá học
cherry N anh đào
chess N cờ
chest (box) N hòm, tráp
chest (breast) N ngực
chew, to V nhai
chicken N gà
chief N thủ trưởng, người đứng đầu
child (offspring) N con
child (young person) N trẻ con, trẻ em
chili N ớt
chili sauce N tương ớt
chilled ADJ lạnh
chin N cằm
China N Trung Quốc
Chinese N người Trung Quốc, người Hoa
chocolate N sô cô la
choice N sự lựa chọn
choir N đội hợp xướng/ca
cholera N bệnh tả
choose, to V chọn
chop, to V chặt, bổ, chẻ
chopsticks N đũa
Christian (Catholic) N người theo đạo thiên Chúa
Christian (in general) N người theo đạo Cơ Đốc
Christianity (Catholicism) N thiên chúa giáo
Christianity (in general) N cơ đốc giáo
Christianity (Protestantism) N Tin lành
Christmas N lễ Nô-en/Giáng sinh
chrysanthemum N hoa cúc
church N nhà thờ
CIA ABBREV (=Central Intelligence Agency) cơ quan tình báo trung ương Mỹ
cigar N xì gà
cigarette N thuốc lá
cilantro, coriander N rau mùi
cinema N rạp chiếu phim
circle N vòng
circulate, to V lưu hành, phân phát
circumstance N hoàn cảnh, tình huống, trường hợp
circus N đoàn xiếc, rạp xiếc
citizen N công dân
citizenship N quốc tịch
citrus N cam quýt
city N thành phố

C

civil ADJ thuộc thị dân/công dân, dân sự

civilization N nền văn minh

claim, to V đòi hỏi, yêu cầu, khiếu nại

clan N thị tộc, gia phái

clap, to V đập, vỗ tay

clarify N làm sang tỏ, nói rõ

clash, to V xung đột, đụng chạm

class, category N loại

classes (at university) N lớp

classic ADJ cổ điển

classify, to V phân loại

classmate N bạn cùng lớp

classroom N phòng học

clean ADJ sạch

clean, to V đánh sạch

cleaner N người quét dọn nhà cửa

cleanliness N sạch sẽ

clear (bright) ADJ trong, quang, thông suốt

clear, tidy up, to V làm sạch, dọn dẹp

clearance N sự làm sạch, khoảng trống

clearance sale N bán hết hang

clear-cut ADJ rõ ràng, dứt khoát

clergy N giới tang lữ/thầy tu

clerk N thư ký

clever ADJ khéo, thông minh

click, to V bấm vào; kêu lách cách

client N khách hàng, thân chủ

climate N khí hậu, thời tiết

climb, to V leo, trèo

climb onto/into, to V lên

climb up (hills, mountains), to V leo lên, trèo lên

clinic N phòng mạch bác sĩ

clip N, V cái ghim/kẹp giấy; ghim, kẹp lại

cloak N nơi gởi đồ

clock N đồng hồ

clone N, V phôi bào; cấy phôi bào

close, cover, to V che, đóng kín

close to, nearby ADV gần

close together, tight ADJ chật

closed (door) ADJ đóng

closed (shop) ADJ đóng cửa

closed (road) ADJ cấm

clot N cục, khối, hòn

cloth N vải

clothes, clothing N quần áo

clothes line N dây phơi quần áo

clothes pin N cái kẹp quần áo

cloudy, overcast ADJ mây

cloves N nụ hoa

clown N thằng hề

club N câu lạc bộ, hội

clue N manh mối, đầu mối

clumsy ADJ vụng về

cluster N chum, cụm, đám

c/o ABBREV (=care of) nhờ chuyển giao

coach N, V huấn luyện viên; xe chở hành khách; huấn luyện

coal N than đá

coarse ADJ thô, lỗ mãng

coast N bờ biển

coat, jacket N áo khoác

coat, overcoat N áo choàng

cob N lõi ngô/bắp

cock N gà trống

cockroach N con gián

cocktail N rượu pha

coconut N dừa

code N mật mã, lễ giáo

co-education N nam nữ học chung

coffee N cà phê

coffin N quan tài, áo quan

coherent ADJ mạch lạc, dễ hiểu

coin N tiền đồng

coke N (=Coca cola) nước ngọt cô-ca cô-la

cold ADJ lạnh

cold, flu N cảm

collapse, to V sụp, đổ nát

collar N cổ áo

colleague, co-worker N đồng nghiệp

collect, to V thu góp, góp nhặt, sưu tầm

collect payment, to V thu tiền

collector N người thu tiền, người sưu tầm

college N trường cao đẳng/đại học/chuyên nghiệp

collide, to V đâm sầm, va chạm

collision N sự đâm sầm, sự va chạm

colon N dấu hai chấm (:)

color N mầu

column N cột, trụ, mục báo

coma N sự hôn mê

comb N lược

combine, to V bao gồm, kết hợp

come, to V đến

come back, to V về

come in COMMAND vào

come on, let's go EXCLAM tiếp tục, đi chứ

comedy N kịch vui, hài kịch

comfortable ADJ thoải mái

comic ADJ hài hước, khôi hài

command, order, to V ra lệnh

commander N người chỉ huy/tư lệnh

commence V bắt đầu

comment, to V bình luận, phê bình

commentary N bài bình luận, lời dẫn giải

commerce N thương nghiệp/mại

commission N tiền hoa hồng; sự uỷ nhiệm; uỷ ban, hội đồng

C

committee N uỷ ban
commodity N hang hoá, thương phẩm
common, frequent ADJ phổ biến, thường xuyên
communicate, to V truyền đạt, giao tiếp, liên lạc
communist N người cộng sản
community N cộng đồng, dân chúng, đoàn thể
commuter N người đi tàu/xe
companion N kẻ đồng hành, bạn đồng hành
company, firm N công ty
compare, to V so sánh
compared with ADJ so với
compassion N lòng trắc ẩn, cảm tính
compatible ADJ hợp, tương hợp, hài hoà
compensate, to V bồi thường, đền bù
compete, to V cạnh tranh
competence N khả năng, năng lực
competition N cuộc thi đấu
competitive ADJ cạnh tranh
compile, to V biên soạn
complain, to V phàn nàn, khiếu nại
complaint N đơn khiếu nại
complete (finished) ADJ xong
complete (thorough) ADJ trọn vẹn
complete (whole) ADJ toàn bộ
complete, finish, to V làm xong, hoàn thành
completely ADV hoàn toàn
complex N khu nhà/nhà máy; mặc cảm
complicated ADJ phức tạp, rắc rối
compliment N lời khen/ca tụng
comply, to V tuân theo, làm theo
component N thành phần, yếu tố
compose, write (letters, books, music), to V sáng tác
composition, writings N tác phẩm
comprehend, to V hiểu, lĩnh hội
compress, to V ép, nén
comprise, to V gồm có, bao gồm
compromise, to V thoả hiệp, dàn xếp
compulsory ADJ bắt buộc, cưỡng bách
computer N máy vi tính
comrade N đồng chí
concede, to V thừa nhận, chịu thua
concentrate, to V tập trung
concept N quan niệm, ý niệm
concern V, N liên quan, dính líu, quan tâm; sự quan tâm/lo ngại
concert N buổi trình diễn ca nhạc/hoà nhạc
concession N sự giảm bớt
concise ADJ giản yếu, ngắn gọn
conclude, to V kết luận, kết thúc, bế mạc

concrete N, ADJ bê tong; cụ thể
condemn, to V kết tội/án
condescend, to V hạ cố, chiếu cố
condition (pre-condition) N điều kiện
condition (status) N hoàn cảnh, tình hình
condolence N lời chia buồn/phân ưu
conduct, to V điều khiển, hướng dẫn
conductor N nhạc trưởng, người chỉ huy, người bán vé xe/tàu
confectionery N bánh kẹo
confer, to V ban, phong, cấp
confess, to V thú nhận/tội, xưng tội
confidence N niềm tin, chuyện riêng/tâm sự
confidence, to have V tin tưởng
confidential ADJ kín, mật
confirm, to V xác nhận
confiscate, to V tịch thu, sung công, trưng dụng
conflict V, N xung đột, mâu thuẫn; sự xung đột
confront, to V đương đầu, đối mặt
Confucianism N nho giáo
confuse, to V nhầm lẫn, lẫn lộn
confused (in a mess) ADJ lộn xộn
confused (mentally) ADJ bối rối
confusing ADJ rắc rối
congestion N sự tắc nghẽn/ứ động
congratulate, to V mừng, chúc mừng
congratulations! INTERJ chúc mừng
congress N hội nghị, đại hội, quốc hội
conjunction N lien từ, từ nối, sự liên kết
connect, to V nối, nối lại
conquer, to V xâm chiếm, chinh phục
conscience N lương tâm
conscious ADJ có ý thức, hiểu biết, tỉnh táo
consecutive ADJ liền, liên tiếp
consent, to V bằng lòng, ưng thuận
consequence N kết quả, hậu quả
conservative ADJ bảo thủ, thủ cựu
consider (have an opinion), to V nghĩ, cứu xét
consider (think over), to V xem, nghĩ ngợi
consist, to V gồm có, bao gồm
console, to V an ủi, giải khuây
constitute, to V cấu tạo, hợp thành, thiết lập
constitution N hiến pháp
construct, to V xây dựng, kiến thiết
consult, to V bàn thảo, hỏi ý kiến, tham khảo
consume, to V dùng, tiêu dùng/thụ
consumer N người tiêu thụ/dùng
consumption N sự tiêu thụ/tiêu dùng

contact, connection N người quen, sự tiếp xúc
contact, get in touch with, to V liên hệ, tiếp xúc
contagious disease N bệnh truyền nhiễm
contain, to V chứa đựng, bao gồm
container N thùng lớn chứa hàng, công-ten-nơ
contemporary ADJ đương thời, cùng thời, hiện đại
content N nội dung, mục lục, dung lượng
contest N cuộc thi/tranh đấu
context N hoàn cảnh, ngữ cảnh
continent N lục địa
continue, to V tiếp tục
continuous ADJ liên tục, liên tiếp, không ngừng
contraceptive N thuốc ngừa thụ thai
contract N giao kèo, hợp đồng
contrary ADJ trái ngược
contrast, to V tương phản, đối chiếu
contribute, to V đóng góp, góp phần
control, to V điều khiển, chỉ huy, kiểm soát
controller N người kiểm soát/quản lý
controversial ADJ trái ngược, không đồng thuận
convene, to V triệu tập, sáng lập
convenient ADJ tiện lợi, thuận tiện
convention N hội nghị, đại hội
conversation N cuộc nói chuyện, đàm thoại
converse, to V chuyện trò, đàm đạo
convert, to V biến đổi, đổi
convey, to V bày tỏ
convict N tù nhân, tội phạm
convince, to V thuyết phục, làm cho ai tin tưởng
cook (person) N người nấu bếp
cook (food), to V nấu
cookbook N sách dạy nấu ăn
cooked ADJ chín, nấu chín
cooker, stove N bếp, lò
cookie, sweet biscuit N bánh ngọt
cooking, cuisine N nấu ăn, nấu cơm
cool (food) ADJ nguội
cool (weather) ADJ mát
cool, to V làm nguội
cooperate, to V hợp tác, cộng tác
cooperative N hợp tác xã
coordinate, to V điều hợp, phối trí
coordinator N điều hợp viên, phối trí viên
cop N cảnh sát, công an
cope, to V đối phó, đương đầu với
copper N đồng

copy N, V bản chụp, chụp
copyright N bản quyền, quyền tác giả
coral N san hô
core N lõi, nòng cốt, chính
coriander, cilantro N rau mùi, ngò
corn, grain N hạt ngũ cốc
corn, maize N ngô, bắp
corner N góc
corpse N xác chết, thi hài
correct (right) ADJ đúng
correct, to V sửa
correspond (write letters), to V viết thư, thư từ
corridor N hành lang
corrupt ADJ, V tham nhũng, đút lót; hối lộ, tham nhũng
cosmetic N son phấn, mĩ phẩm
cost (expense) N kinh phí
cost (price) N giá
costume N trang phục
cottage N nhà tranh/lá
cotton N bông
couch, sofa N tràng kỷ
cough (sickness) N chứng ho
cough, to V ho
could, might V có thể
council N hội đồng
count, reckon, to V tính, đếm
counter (for paying, buying tickets) N quầy hang
counterfeit N giả mạo, bạc giả
counterpart N đối tác
counter-revolution N cuộc phản cách mạng
countless ADJ không đếm xuể, vô số
country (nation) N nước
country (rural area) N nông thôn, vùng quê
county N quận, hạt
couple N đôi, cặp
courage N lòng can đảm
courier N người đưa thư
course N lớp, khoá học; món ăn
court N sân, toà án
courtyard N sân
cousin N anh/em họ, bà con
cover, to V che, đậy, bao phủ
co-worker, colleague N đồng nghiệp
cow N bò
coward N hèn nhát
CPU ABBREV (=Central Processing Unit) đơn vị điều hành máy vi tính
crab N cua
cracked ADJ rạn, nứt
cracker, salty biscuit N bánh
crafts N đồ thủ công
craftsperson N thợ thủ công
crane N xe cần trục

C

crate N thùng
crazy ADJ điên
cream N kem
create, to V sáng tạo, tạo nên
credit card N thẻ tín dụng
creditor N chủ nợ, người cho vay
cremate, to V thiêu, hoả táng
crew N phi hành đoàn, đoàn thuỷ thủ
crime N tội ác
criminal, convict N tên tội phạm
crisis N cơn khủng hoảng
criterion N tiêu chuẩn
criticize, to V phê bình, chỉ trích
crocodile N cá sấu
cross, go over, to V qua
crowded ADJ đông người
cruel ADJ ác, hung dữ, tàn bạo
cruise N du lịch bằng tàu thuỷ
crush, to V nghiền nát,
cry, to V khóc
cry out, to V kêu
crystal N thuỷ tinh, pha lê
cube N hình lập phương
cubic N hình khối
cucumber N dưa chuột
cuddle, to V ôm ấp, nâng niu
cuisine, style of cooking N thức ăn, cách nấu ăn
cultivate, to V trồng trọt, mở mang; tu dưỡng
culture N văn hóa
cunning ADJ xảo trá, xảo quyệt
cup N tách; giải
cupboard N tủ kệ
cure (medical), to V chữa bệnh
cured, preserved ADJ bảo quản
curfew N lệnh giới nghiêm
curious ADJ tò mò, hiếu kì
curl N cong, quăn
currency N tiền tệ
current (electricity) N dòng nước/điện
current ADJ hiện thời/nay
curriculum N chương trình học
curriculum vitae N sơ yếu lí lịch/tiểu sử
curry N cà-ri
curtains, drapes N màn cửa sổ
cushion N gối nệm
custard apple N trái mãng cầu
custody N sự trông nom/chăm sóc
custom, tradition N truyền thống, phong tục
customer N khách hàng
customs N quan thuế
cut, slice N miếng
cut, to V cắt
cute, appealing ADJ hấp dẫn, xinh xắn
cutlery N dao nĩa

cuttlefish N con mực
cyberspace N phần trử liệu trong máy vi tính
cycle N vòng tròn, chu kì
cyclist N người đi xe đạp
cyclone N gió bão mạnh
Czech N Tiệp Khắc

D

dad, daddy N bố, cha, ba
daily ADV hàng ngày
dairy N bơ sữa
dam N đập nước
damage N thiệt hại
damage, to V gây thiệt hại
damp ADJ ẩm ướt
dance N khêu vũ
dance, to V nhảy, khêu vũ
danger N nguy cơ
dangerous ADJ nguy hiểm
dare, to V dám, thách
dark ADJ tối, đen
darling N người yêu, cưng
dash N gạch ngang
dashboard N dàn xe trước mặt người lái
data N dữ kiện, trử liệu
date (of the month) N ngày tháng
date of birth N ngày sinh, sinh nhật
dating N sự hẹn hò tìm hiểu
daughter N con gái
daughter-in-law N con dâu
dawn N bình minh, lúc rạng đông
day N ngày
day after tomorrow N ngày kia
day before yesterday N hôm kia
day care N nơi bệnh viện điều thị trong ngày
day of the week N ngày
day off N ngày nghỉ
daydream, to V mơ mộng
daytime N ban ngày
dazzle, to V chói/loà mắt
dead ADJ chết
deadline N hạn chót/cuối cùng
deadlock N sự bế tắc
deaf N điếc
deal N, V sự giao dịch; giao thiệp, buôn bán
dealer N người chia bài, người bán hàng
dean N trưởng khoa
dear ADJ thân mến/yêu
death N cái chết
debate, to V tranh luận, thảo luận
debit N món nợ, bên nợ
debt N nợ

ENGLISH – VIETNAMESE

D

debtor N con nợ, người mắc nợ
decade N thập niên, thời kì mười năm
deceased ADJ đã chết
deceive, to V lừa dối
December N tháng mười hai, tháng chạp
decentralize, to V phân/tản quyền
decide, to V quyết định
decimal ADJ thập phân
decision N sự quyết định
declaration N lời khai, tờ khai
declare, to V khai, tuyên bố
decline (get less), to V suy giảm
decline (refuse), to V từ chối
decorate, to V trang trí
decrease, to V giảm
decree N sắc lệnh, sắc luật
dedicate, to V cống hiến
deduct, to V trừ, khấu trừ
deed N việc làm, hành vi
deep ADJ sâu
deer N hươu, nai
defame, to V nói xấu, phỉ báng
defeat, to V đánh bại
defecate, to V ỉa, đại tiện
defect n khuyết tật, nhược điểm
defend (in war), to V bảo vệ, che chở
defend (with words), to V ủng hộ, bào chữa
deficit N tiền thiếu hụt/thâm thủng
define, to V định nghĩa
definite ADJ chắc chắn, xác định
defraud, to V ăn gian, lừa dối
defrost, to V làm tan đá tuyết
defy, to V bất chấp, coi thường
degrade, to V suy thoái; giáng chức
degree, level N mức độ, bằng cấp
degrees (temperature) N nhiệt độ
delay, to V trì hoãn, chậm trễ
delayed ADJ bị trì hoãn, chậm trễ
delegate N, V phái đoàn, đại biểu; uỷ thác, giao phó
delete, to V xoá, bỏ đi
delicious ADJ ngon
delight, to V thích, vui sướng
deliver, to V chuyển giao, phát; đỡ đẻ
delta N châu thổ
deluxe ADJ sang, xa xỉ
demand, to V đòi hỏi
demeanor N thái độ, cách ăn ở
demerit N sự trừ điểm
democracy N chế độ dân chủ
demolish, to V phá huỷ, đánh đổ
demonstrate, to V bày tỏ, biểu tình
demote, to V giáng cấp/chức
denial N sự từ chối/phủ nhận
denounce, to V tố cáo/giác
dense ADJ dày đặc, rậm

dentist N nha sĩ
deny, to V từ chối
depart, to V ra đi, khởi hành
department N khoa, bộ, cục, sở
department store N cửa hàng bách hóa
departure N sự ra đi/khởi hành
depend on, to V tùy, dựa vào
dependent N người lệ thuộc, vợ con
deploy, to V điều quân, chuyển quân
deport, to V trục xuất
deposit, to V tiền đặt cọc, gởi tiền trước
deposit (put money in the bank), to V ký gửi tiền
depot N trạm đậu xe
depreciation N sự sụt giá/giảm giá
depression N sự chán nản; tình trạng đình trệ
depth N chiều/bề sâu
deputy N đại biểu, dân biểu; phó
deregulate, to V giảm bớt qui tắc/luật lệ
derive, to V bắt nguồn, lấy được
descendant N con cháu
describe, to V miêu tả, tả
desert (land) N sa mạc
desert, abandon, to V bỏ đi
deserve, to V xứng đáng, đáng được
design N, V kiểu, mẫu; vẽ kiểu, thiết kế
desire N thèm muốn, ao ước
desire (wish), to V thèm khát, ham muốn, ao ước
desk N bàn giấy, bàn học/làm việc
desperate ADJ tuyệt vọng
dessert N tráng miệng
destination N nơi đến
destiny N số mạng, vận mệnh, số phận
destroy, to V tàn phá, tiêu diệt
destroyed, ruined ADJ bị tàn phá
detail N chi tiết, tiểu tiết
detain, to V giam giữ, giữ, cầm tù
detect, to V dò/tìm ra
detective N thám tử, trinh thám
detergent N xà phòng nước rửa/giặt
determine, to V. quyết định, định đoạt
determined, stubborn ADJ kiên quyết, bướng bỉnh
detour N đường vòng tạm thời
devaluate, to V giảm giá, phá giá
develop (film), to V rửa ảnh
develop (happen), to V phát triển
development N sự phát triển
device N máy móc, thiết bị; phương kế
devil N ma quỷ, tội phạm
devote, to V hiến dâng, dành cho

D

diabetes N bệnh tiểu đường
diagnosis N sự chẩn đoán
diagonal N đường chéo
diagonally ADV chéo
diagram N biểu đồ
dial (telephone), to v bấm/quay số
dialect N phương ngữ
dialogue N cuộc đàm thoại/đối thoại
diamond N kim cương
diarrhea N bệnh ỉa chảy
diary N sổ tay
diary, journal N tập nhật ký
dictator N kẻ độc tài
dictatorship N chế độ độc tài/chuyên
chính
dictionary N từ điển
die, to v chết
diet N ăn kiêng/chay
difference (discrepancy in figures) N
chênh lệch
difference (in quality) N sự khác biệt
different, other ADJ khác
difficult ADJ khó
dig, to v đào bới, xới
digital ADJ thuộc số điện tử
digital camera N máy hình kĩ thuật số
digital games, electronic games N trò
chơi điện tử
dignity N phẩm giá/cách
dike N con đê
dilemma N tình trạng khó xử
diligent ADJ siêng năng, cần cù
dim ADJ mờ, lờ mờ
dimension N chiều, kích thước
dining car N toa nhà hang trên xe lửa
dining room N phòng ăn
dinner N bữa ăn tối
dinner, evening meal N ăn tối
dip, to v nhúng
diploma N bằng, chứng chỉ
diplomatic ADJ ngoại giao
direct, non-stop ADJ trực tiếp, thẳng
direction N phía, phương hướng
director (of company) N giám đốc
directory N sách hướng dẫn, niên
giám điện thoại
dirt, filth N bụi
dirty ADJ bẩn, dơ; tục tĩu
disabled ADJ tàn tật
disadvantage N sự bất lợi, thiệt hại
disagree, to v không đồng ý, bất
đồng, không hợp
disappear, to v biến mất
disappointed ADJ thất vọng
disapprove, to v không chấp thuận,
phản đối
disaster N tai họa, tai ương
discard, to v bỏ, vứt bỏ

discharge, to v thải hồi, đuổi; xuất
viện
discipline N kỷ luật; môn học
disclose, to v tiết lộ
disconnect, to v cắt (điện, điện thoại),
tháo rời ra
discontinue, to v thôi, ngừng, đình chỉ
discount, to v giảm giá
discover, to v phát hiện, tìm ra
discriminate, to v kỳ thị, phân biệt
chủng tộc
discuss, to v bàn cãi, thảo luận
discussion N buổi bàn bạc/thảo luận
disease N bệnh tật
disgusting ADJ tởm, ghê tởm
dish (particular food) N món ăn
dish (platter) N đĩa
dishonest ADJ không thành thật, bất
lương
dishonor, to v làm nhục
dishwasher N máy rửa chén bát
disk, disc N đĩa máy
dislike, to v không thích
dismantle, to v tháo gỡ
dismiss, to v giải tán, sa thải
disobey, to v không vâng lời, không
tuân lệnh
disorder N sự bừa bãi/hỗn loạn
dispatch, to v gởi đi
disperse, to v giải tán, xua tan
display (exhibition) N hiện vật trưng
bày
display, to v trưng bày, triển lãm
disposition N tính tình, tính khí; thiên
hướng
dispute, to v tranh cãi, tranh chấp
dissatisfied ADJ bất mãn, không vừa
lòng
disseminate, to v phổ biến, quảng bá
dissolve, to v giải tán; làm tan ra
distance N khoảng cách, tầm xa
distinction N ưu tú, lỗi lạc, xuất sắc
distinguish, to v phân biệt
distribute, to v phân phối, phát hành
district N huyện, quận, miền
disturb, to v quấy rối
disturbance N sự rối loạn
divide, split up, to v chia
divided ADJ bị chia
dividend N số bị chia; tiền lời cổ phần
division (for separation) N sự chia rẽ/
phân chia; tính chia
division (department) N khu vực, bộ,
ban; sư đoàn
divorce, to v ly dị
divorced ADJ đã ly dị
DIY ADJ (=do it yourself) tự làm lấy
do, perform an action, to v làm

E

do one's best, to v phấn đấu, cố
gắng hết sức
doctor N bác sĩ
doctorate N bằng tiến sĩ
doctrine N học thuyết, chủ nghĩa
document N giấy tờ, văn thư
dog N chó
dogmatic ADJ giáo điều, võ đoán
dole N của bố thí, thất nghiệp
doll N con búp bê
dollar N đồng đô la
dolphin N cá heo
domain N phạm vi, lãnh vực
dome N vòm
domestic ADJ trong nhà/nước
dominate, to v chế ngự, thống trị
donate, to v cho, biếu, tặng
done (cooked) ADJ chín
done (finished) ADJ xong
don't! COMMAND đừng!
don't mention it! không có gì!
door N cửa
doorknob N quả nắm cửa
doorstep N ngưỡng cửa
dormitory N ký túc xá, nhà ở tập thể
dose N liều lượng
dot N chấm nhỏ, điểm
double ADJ đôi, kép
doubt, to v nghi ngờ
down, downward PREP, ADJ xuống
download (from computer), to v tải
xuống máy vi tính
downstairs N dưới nhà
downtown N trung tâm thành phố
dozen N chục, tá
draft (first writing) N bản dự thảo, sơ
đồ, bản nháp
draft, to v phác thảo, nháp
draftsman N hoạ viên, người vẽ đồ án
drag, to v kéo lê
drain N ống cống, mương
drama N kịch, tuồng
drapes, curtains N màn cửa sổ
draw, to v vẽ; rút thăm
draw (to be equal), to v hoà, huề
drawer N ngăn kéo
drawing N tranh vẽ
dream (desire) N sự ước mơ
dream, to v ước mơ
dress, frock N váy dài
dressed, to get v mặc
dressing gown N áo khoác ngoài
dressmaker N thợ may
drill, to v luyện tập; khoan
drink, to v uống
drink, refreshment N giải khát
drive (a car), to v lái
driver N người lái xe

drizzle N mưa phùn
drop, to v chảy nhỏ giọt, rơi xuống
drought ADJ hạn hán
drown, to v chết đuối
drowsy ADJ buồn ngủ
drug (medicine) N thuốc
drug (narcotics) N ma túy
drugstore, pharmacy N hiệu thuốc,
tiệm thuốc
drum N cái trống
drunk ADJ say
dry ADJ khô
dry (weather) ADJ hanh
dry, to v sấy khô, phơi khô
dry-clean, to v giặt tẩy khô
dry out (in the sun), to v phơi nắng
dual ADJ đôi, kép, tay đôi
duck N vịt
due ADJ đến hạn
dull (boring) ADJ chán
dull (weather) ADJ xấu
dumb ADJ câm, ngu
dumb-bells N quả tạ
dumpling N bánh bao
dung N phân thú vật
duplicate N, v bản sao, sao chụp lại,
trùng hợp
durable ADJ bền, vững chắc
duration N trong thời gian
durian N sầu riêng
during PREP trong khi
dusk N hoàng hôn
dust N bụi
duty (import tax) N thuế nhập khẩu
duty (responsibility) N trách nhiệm
duty-free ADJ được miễn thuế
DVD N (=Digital Video Disk) đĩa ghi
hình DVD
dwell, to v ở, cư ngụ
dye, to v nhuộm
dynamic ADJ năng động, sôi nổi
dynasty N triều đại

E

each ADJ mỗi, mọi
eager ADJ thiết tha, hăm hở
eagle N chim đại bàng
ear N tai
earache N chứng đau tai
earlier, beforehand ADJ trước đây
early ADJ sớm
early in the morning ADV sáng sớm
earn, to v kiếm được
earphone N ống nghe
earrings N hoa tai
earth, soil N đất
Earth, the world N trái đất, thế giới

E

- **earthquake** N động đất
- **earwax** N ráy tai
- **east** N đông
- **Easter** N lễ Phục sinh
- **easy** ADJ dễ
- **eat, to** V ăn
- **echo** N, V tiếng vang/rung; vang lại
- **economical** ADJ tiết kiệm, kinh tế
- **economy** N nền kinh tế
- **edge** N mép, cạnh, bờ
- **edit, to** V biên tập, hiệu đính
- **editor** N chủ bút, biên tập viên
- **educate, to** V giáo dục, dạy dỗ
- **education** N học thức, nền giáo dục
- **eel** N con lươn
- **effect, result** N tác dụng, kết quả
- **effective** ADJ có hiệu lực, có tác dụng
- **efficient** ADJ hiệu quả/lực
- **effort** N sự cố gắng
- **effort, to make an** V cố gắng
- **EFL** N (=English as a Foreign Language) tiếng Anh như một ngoại ngữ
- **egg** N trứng
- **eggbeater** N máy đánh trứng
- **eggplant** N cà tím
- **Egypt** N Ả rập
- **eight** NUM tám
- **eighteen** NUM mười tám
- **eighty** NUM tám mươi
- **either** CONJ hay, hoặc
- **either ... or** CONJ hoặc … hoặc
- **elastic** N, ADJ dây cao su; co giãn, đàn hồi
- **elbow** N khuỷu tay
- **elder** N người cao tuổi, người già
- **elect, to** V bầu chọn
- **election** N cuộc bầu cử
- **elective** N môn học nhiệm ý
- **electric** ADJ thuộc về điện
- **electrician** N thợ điện
- **electricity** N điện
- **electronic** ADJ điện tử
- **electronic games** N trò chơi điện tử
- **elegant** ADJ sang trọng, lịch sự
- **element** N yếu tố, nguyên tố
- **elementary** ADJ cơ bản, sơ cấp, trường tiểu học
- **elephant** N voi
- **elevator** N thang máy
- **eleven** NUM mười một
- **eligible** ADJ đủ tư cách/điều kiện
- **eliminate, to** V loại bỏ, xoá bỏ
- **elite** ADJ, N xuất sắc; tinh hoa
- **else: anything else** ADJ nữa, khác
- **email (message)** N điện thư, thư email
- **email (system)** N mạng điện thư, mạng email

- **email, to** V gửi điện thư email
- **email address** N địa chỉ điện thư, địa chỉ email
- **embargo, to** V cấm vận
- **embarrass, to** V bối rối, ngượng
- **embarrassing** ADJ gây bối rối
- **embassy** N đại sứ quán
- **emblem** N biểu tượng, huy hiệu
- **embrace, to** V ôm
- **embroidered** ADJ thêu
- **embroidery** N nghề thêu
- **emergency** N cấp cứu
- **emoticon** N biểu tượng cảm xúc
- **emotion** N cảm xúc, xúc động
- **emphasize, to** V nhấn mạnh
- **empire** N đế quốc
- **employ, to** V thuê, mướn, tuyển dụng
- **employee** N nhân viên, công nhân
- **employer** N chủ nhân
- **empty** ADJ trống
- **enable, to** V có thể
- **encircle, to** V bao quanh
- **enclose, to** V gởi kèm, đính kèm
- **encounter, to** V bắt gặp, gặp khó khăn
- **encourage, to** V khuyến khích, cổ vũ
- **encyclopedia** N bộ bách khoa từ điển
- **end (conclude), to** V kết thúc
- **end (tip)** N cuối
- **end, finish, to** V hết
- **endeavor, to** V cố gắng, nỗ lực
- **endure, to** V chịu đựng, cam chịu
- **enemy** N giặc, kẻ thù
- **energy** N sinh lực, sức mạnh
- **enforce, to** V thi hành, bắt tuân theo
- **engaged (telephone)** ADJ bận
- **engaged (to be married)** ADJ đính hôn
- **engagement** N đính hôn
- **engine** N động cơ, máy
- **engineer** N kỹ sư
- **England** N nước Anh
- **English** N tiếng Anh, người Anh
- **engrave, to** V khắc
- **enjoy, to** V thưởng thức, thích
- **enjoy oneself, to** V tận hưởng
- **enjoyable** ADJ thú vị
- **enlarge, to** V phóng lớn, phóng to
- **enlist, to** V đăng lính, tòng quân
- **enormous** ADJ to lớn, quá nhiều
- **enough** ADJ đủ
- **enquire, to** V hỏi
- **enrich, to** V làm phong phú, làm giàu thêm
- **enroll, to** V đăng kí, ghi tên
- **enter, to** V vào
- **enterprise** N doanh nghiệp, xí nghiệp, hãng
- **entertain, to** V chiêu đãi, giải trí
- **enthusiasm** N nhiệt tâm/tình

entice, to v dụ dỗ, cám dỗ
entire ADJ tất cả, toàn thể
entirety, whole N tất cả
entitle, to v được mang tên
entrance, way in N lối vào
entreat, to v van xin, khẩn khoản
entry N lối vào, cổng vào, cho vào sổ, mục từ
envelope N phong bì
envious ADJ ghen tị, đố kị
environment N môi trường
envy, to v ghen
epidemic ADJ dịch
episode N đoạn, hồi
EQ ABBREV (=Emotional Quotient) chỉ số cảm xúc
equal ADJ bình đẳng, ngang nhau
equality N sự bình đẳng
equator N xích đạo
equip, to v trang bị
equipment N trang thiết bị, dụng cụ
equitable ADJ công bằng
equivalent ADJ tương đương
era N thời đại, kĩ nguyên
erase, to v xoá, tẩy
erotic ADJ khiêu dâm, thuộc tình dục
error N lỗi
erupt, to v phun, bùng phát
escalator N thang máy
escape, to v trốn thoát, thoát khỏi
escort, to v hộ tống, đi theo
especially ADV đặc biệt là
essay N bài luận, luận văn
essential ADJ cần thiết, cốt yếu
establish, set up, to v thành lập
estate N bất động sản, công ty địa ốc
esteem N long quí mến
estimate, to v dự đoán, ước lượng
eternal ADJ vĩnh viễn, đời đời
ethnic group N dân tộc
euro N đơn vị tiền các nước Âu châu
Europe N châu Âu
evacuate, to v sơ tán, tản cư
evaluate (assess), to v đánh giá, lượng giá
even (also) ADV cũng
even (smooth) ADJ bằng phẳng
evening N buổi chiều, buổi tối
event N sự kiện, biến cô
ever, have already ADV bao giờ chưa
every ADJ mỗi, mọi
every kind of N các loại
every time N mọi khi
everybody, everyone PRON mọi người
everything PRON mọi thứ
everywhere ADV mọi nơi
evidence N chứng cớ, bằng cớ
evil N, ADJ điều ác/xấu; tội lỗi, ác

evoke, to v gợi lên
exact, exactly ADJ, ADV chính xác
exactly! Just so! INTERJ đúng rồi
examination, test N cuộc thi, bài thi
examine, to v kiểm tra, thi
example N ví dụ, gương mẫu
exceed, to v vượt quá/hơn
excel, to v trội hơn, xuất sắc
excellent ADJ tốt lắm, ưu tú
except ADV ngoài … ra, ngoại trừ
exchange (money, opinions), to v đổi, trao đổi
exchange rate N tỷ giá hối đoái
excited ADJ hồi hộp
exciting ADJ hay, hấp dẫn
excuse me! (apology) INTERJ xin lỗi
excuse me! (attracting attention) INTERJ xin cho tôi hỏi!
excuse me! (getting past) INTERJ xin lỗi
execute, to v chấp hành, thi hành
executive N, ADJ hành pháp, quản trị viên; hành pháp, quản trị
exempt, to v miễn, trừ cho
exercise N, v bài tập; tập luyện, tập thể dục
exhausted ADJ mệt lã
exhibition N cuộc triển lãm
exile N, v sự đày ải/li hương; lưu đày, lưu vong
exist, to v tồn tại
exit, way out N lối ra
expand, to v mở rộng, trải ra
expansion N sự bành trướng/phát triển
expansionism N chủ nghĩa bành trướng
expatriate N người đi làm nước ngoài
expect, to v mong chờ, mong muốn
expel, to v đuổi, trục xuất
expend, to v tiêu pha/dùng
expenses N chi phí, giá
expensive ADJ đắt
experience N kinh nghiệm
experienced ADJ từng trải
expert N chuyên gia
expertise N tài chuyên môn/ngành
explain, to v giải thích
exploit, to v bóc lột
exploration N sự khám phá/thăm dò
explore, to v thăm dò, thám hiểm
explorer N nhà thám hiểm
explosive N chất nổ
export, to v xuất khẩu
export (goods) N hàng xuất khẩu
expose, to v phơi bày, vạch trần
express, state, to v bày tỏ, thể hiện
express ADJ tốc hành, nhanh
expressway N đường hoả tốc

extend (visa), to v gia hạn, kéo dài, mở rộng

extension (house) N sự nới rộng/làm thêm

extension (telephone) N máy phụ

exterior ADJ bên ngoài nhà

external ADJ bên ngoài

extra ADJ thêm, phần thừa

extract N phần tóm lược, đoạn trích

extravagant ADJ phung phí, lãng phí

extremely ADV hết sức, tột cùng

extremist N người cực đoan/khá khích

eye N mắt

eyebrow N lông mày

eyeglasses, spectacles N kính mắt

eyelash N lông mi

eyesight N thị lực, sức nhìn

eyewash N thuốc rửa mắt, lời nói vớ vẫn

eyewitness N nhân chứng

F

fabric N vải

fabricate, to v bịa đặt, ngụy tạo

fabulous ADJ khó tin, bịa đặt

facade N mặt tiền, mặt chính

face N mặt, bộ mặt

face, to v đối diện, đương đầu

Facebook N mạng giao tiếp xã hội, mạng Facebook

facilitate, to v hướng dẫn, điều phối

facility N tiện nghi, cơ sở vật chất

facsimile N (=fax) bản sao gởi

fact N sự thật, thực tế

faction N phe nhóm, bè phái

factor N nhân tố, yếu tố

factory N nhà máy, xưởng, xí nghiệp

faculty N khoa, ban giảng huấn

fade, to v phai nhạt, héo úa

Fahrenheit N (=°F) đơn vị đo nhiệt độ

fail, to v hỏng, thất bại

failure N sự thất bại

faint ADJ ngất xỉu

faint-hearted ADJ nhút nhát, nhu nhược

fair N, ADJ hội chợ; công bằng, ngay thẳng

fairy N nàng tiên

fairyland N cõi tiên, tiên giới

faith N lòng tin, niềm tin

fake ADJ giả

fall (season) N mùa Thu

fall, to v ngã, té, rơi

fall over, to v ngã xuống

false (imitation) ADJ giả

false (not true) ADJ không đúng, sai

fame N danh tiếng, tiếng tăm

familiar ADJ quen thuộc, thông thường; suồng sã

family N gia đình

famine N nạn đói

famous ADJ nổi tiếng

fan (admirer) N khán giả, người ủng hộ

fan (for cooling) N quạt

fanatic N người cuồng tín

fancy ADJ tưởng tượng, thị hiếu

fantastic ADJ tuyệt vời

FAQ ABBREV (=frequently asked questions) câu thường hỏi

far ADJ xa

fare N giá vé

farewell N tạm biệt

farm N trang trại, nông trường

farmer N nhà nông, nông phu

farsighted ADJ viễn thị, nhìn xa

farther ADV xa hơn

fascinating ADJ tuyệt vời, quyến rũ

fashion N mốt thời trang

fashionable ADJ hợp thời trang, đúng mốt

fast, rapid ADJ nhanh

fasten, to v buộc chặt, cài chặt

fast-food store N tiệm bán thức ăn nấu sẵn

fat, grease N mỡ, chất béo

fat, plump ADJ béo

fate N số mệnh/phận

father N bố, cha

father-in-law (of man) N bố vợ

father-in-law (of woman) N bố chồng

fatherland N tổ quốc, quê hương

fatherless ADJ mồ côi cha

fatigued, tired ADJ mệt lã

fault N sai lầm, khuyết điểm

faulty ADJ hỏng, sai

favor N, v đặc ân, ân huệ; biệt đãi, tán thành

favorite N điều/vật ưa thích nhất

fax (machine) N máy fax

fax (message) N thư fax

fax, to v đánh/gởi tài liệu qua máy fax

feasible ADJ khả thi, có thể thực hiện

FBI ABBREV (=Federal Bureau of Investigation) cơ quan tình báo liên bang Mỹ

fear, to v sợ, lo ngại

feast N bữa tiệc, ngày hội

feather N lông chim, lông vũ

feature N nét mặt, nét đặc biệt

February N tháng hai

federal ADJ thuộc liên bang

federation N liên bang, liên đoàn

fee N lệ phí, tiền thù lao

feed, to v cho ăn, nuôi

F

feedback, to v phản biện, cho ý kiến
feel, to v cảm thấy
feeling N cảm giác
fellow N bạn, đồng bào/hương
fellowship N tình bạn; học bổng
female (animals, plants) N cái
female (people) N nữ
feminine ADJ đàn bà, giống cái
fence N hàng rào
ferry N phà, đò
fertile ADJ phì nhiêu
fertilizer N phân bón
festival N lễ hội
festive ADJ thuộc ngày hội
fetch, to v đi lấy, tìm kiếm
fête N ngày lễ tết
fever N sốt
few ADJ ít, một vài
fiancé N chồng chưa cưới
fiancée N vợ chưa cưới
fiction N tiểu thuyết
field N cánh đồng, ruộng; sân; khu vực
fieldwork N công tác điền dã, thực tập việc làm
fierce ADJ dữ dội, hung dữ
fifteen NUM mười lăm
fifty NUM năm mươi
fight (physically), to v đánh
fight over, to v tranh chấp
figure N số; hình ảnh
file N, v hồ sơ; xếp vào hồ sơ
filial ADJ thuộc đạo hiếu
fill, to v đổ đầy, rót đầy
fill out (form), to v điền
fillet N thịt nạc thăn
film (camera) N phim
film, movie N bộ phim
filter N máy lọc
fin N vây cá
final ADJ cuối, chung kết, tối hậu
finally ADV cuối cùng
finance N tài chánh
find, to v tìm thấy, khám phá ra
fine (okay) ADJ cũng được, tốt, hay
fine (punishment), to v phạt
finger N ngón tay
fingernail N móng tay
fingerprint, to v lăn tay
finish, to v xong, hoàn tất
finish off, to v làm xong
finished (complete) ADJ xong
finished (none left) ADJ hết
fire N lửa *(flame)*; đám cháy *(burning)*
fire someone, to v đuổi việc; bắn ai
fireman N lính cứu hoả/phòng cháy chữa cháy
fireplace N lò sưởi

firewall N bức tường lửa, ngăn chận hệ thống máy vi tính
firewood N củi
fireworks N pháo bông/hoa
firing squad N đội xử bắn
firm (definite) ADJ chắc chắn
firm (mattress) ADJ cứng
firm, company N công ty
first ADJ đầu tiên
first, earlier, beforehand ADJ trước khi
fish N cá
fish (with net), to v đánh cá
fish (with rod), to v câu cá
fish sauce N nước mắm
fisherman N ngư phủ, người đánh cá
fishery N ngư nghiệp, nghề cá
fishing boat N ghe/thuyền đánh cá
fishing rod N cần câu
fit, to v vừa, hợp
fitness N sự cân đối/thẩm mĩ
fitting, suitable ADJ thích đáng
five NUM năm
fix (repair), to v chữa, ấn định
flag N cờ
flame N ngọn lửa
flap N, v vạt áo, mép; vỗ
flashlight, torch N đèn pin
flat, apartment N căn hộ
flat, smooth ADJ phẳng, mềm
flatter, to v nịnh hót, tâng bốc
flavor N mùi vị
flee, to v bỏ trốn, chạy trốn
fleet N hạm đội, đội tàu
flesh N thịt sống
flexible ADJ linh động/hoạt, dễ uốn nắn
flier, flyer N tờ quảng cáo, bản tin
flight N chuyến bay
flirt, to v tán tỉnh, ve vãn
float N, v cái phao; nổi
flock N đàn, bầy, đám
flood N lụt
floor N sàn nhà
florist N người bán hoa
flour N bột
flow, to v chảy, trào ra
flower N hoa, bông
flu N bệnh cảm
fluctuate, to v thay đổi
fluent ADJ thạo, trôi chảy, lưu loát
fluid N chất lỏng
flush, to v giội/xối nước
flute N sáo
fly, to v bay
fly (insect) N ruồi
foam N bọt nước
focus, to v tập trung, điều chỉnh
fog N sương mù

fold, to v gấp, cuốn
folder N bìa đựng hồ sơ
folk ADJ dân tộc, dân gian
folklore N dân ca
follow along, to v theo
follow behind, to v theo đuổi
following N sau, tiếp theo
fond of, to be v thương, ưa
fondle, to v vuốt ve, mơn trớn
food N thức ăn
foot N chân, bàn chân
football N bóng đá, túc cầu
footnote N ghi chú, chú thích
footpath N đường nhỏ, lối đi
footstep N bước chân, bậc thềm
footwear N giày dép
for PREP cho, vì
forbid, to v cấm
forbidden ADJ bị cấm
force N sức mạnh, quyền lực
force, compel, to v bắt buộc
forecast, to v dự đoán/báo
forefather N cha ông, tổ tiên
forehead N trán
foreign ADJ nước ngoài
foreigner N người nước ngoài
foreman N cai, đốc công
foresee, to v thấy trước, đoán trước
forest N rừng
foretell, to v nói trước
forever ADV mãi mãi
foreword N lời tựa, lời nói đầu
forget, to v quên
forget about, to v quên mất
forgive, to v tha thứ, lượng thứ
forgiveness, mercy N sự tha thứ
forgotten ADJ bị quên
fork N nĩa
form (shape) N hình thể
form (to fill out) N đơn
formal ADJ nghi thức, chính thức
format N, v khuôn khổ; làm cho dĩa
    sử dụng được
former ADJ trước, nguyên
formula N công thức, thể thức
forthcoming ADJ sắp đến, nay mai
forthright ADJ thẳng thắn, trực tính
fortnight N hai tuần lễ, nửa tháng
fortress N pháo đài
fortunately ADV may mắn
fortune N vận mệnh, vận may
forty NUM bốn mươi
forward ADV tới, trước
foundation N nền tảng, cơ sở, sự
    thiết lập
fountain N máy nước, vòi nước
four NUM bốn
fourteen NUM mười bốn

fox N con cáo/chồn
fraction N phân số; sự chia rẽ
fragile ADJ dễ vỡ/gãy, mỏng manh
fragrance N mùi thơm, nước hoa
frame N khung hình, sườn
framework N sườn, khuôn khổ, cơ
    cấu tổ chức
France N nước Pháp
fraud N sự gian lận, tội lừa gạt
free, independent ADJ tự do
free of charge ADJ không mất tiền
free of restraints ADJ tự do
free time N rỗi
freedom N tự do
freeze, to v ướp lạnh
freezer N máy ướp lạnh
freight N tiền cước chuyên chở, hàng
    hoá chuyên chở
French N tiếng/người Pháp
frequent ADJ thường xuyên
fresh ADJ tươi, mới
freshwater N nước ngọt
Friday N ngày thứ sáu
fried ADJ rán, xào
friend N bạn, bằng hữu
friendly ADJ thân tình, thân mật
friendship N tình bạn, tình hữu nghị
frightened ADJ làm cho sợ, doạ
from PREP từ
front ADJ đằng trước, trước
frontier N biên giới/cương
frost N sương giá, sự đông tuyết
frown N cau có
frown, to v cau mặt
frozen ADJ ướp lạnh, đông lạnh
fruit N hoa quả
frustrate, to v làm khó khăn, làm
    thất vọng
fry, to v rán, chiên, xào
frying pan N chảo chiên
fuel N chất đốt, xăng dầu
fulfill, to v thỏa mãn, làm tròn
full ADJ đầy, tràn đầy
full, eaten one's fill ADJ no
fun N trò vui/buồn cười
function N chức năng, vận hành
fundamental ADJ cơ bản, chủ yếu
funds, funding N tiền tài trợ, ngân quỹ
funeral N đám tang
fungus N nấm
funny ADJ hài hước, buồn cười
furnish, to v trang bị/cung cấp đồ đạc
furniture N bàn ghế
further, additional ADJ hơn nữa
furthermore ADV hơn thế nữa
fury N cơn giận dữ/hung nộ
fuse N cầu chì
fussy ADJ khó tính

G

future N tương lai
FYI ABBREV (=For Your Information) xin thông báo

G

gab, to V bẻm mép
gabble, to V nói lắp bắp
gag N đồ bịt/khoá miệng
gain, to V kiếm/thu được
gait N dáng đi
gala N hội, buổi liên hoan
gale N cơn gió mạnh
gall N mật, túi mật
gallant ADJ hào hiệp, bảnh bao; nịnh đầm
gallery N phòng tranh, phòng triển lãm mĩ thuật
gallon N đơn vị đông xăng dầu
galvanize, to V mạ nhôm
gamble (play cards), to V đánh bạc
gambler N con bạc, người đánh bài
game N trò chơi, cuộc thi điền kinh
gang N đám, nhóm băng đảng
gangster N kẻ cướp, bọn du côn
gaol N nhà tù
gap N lỗ hổng, kẽ hở
garage (for parking) N nhà để xe
garage (for repairs) N chỗ sửa chữa xe
garage sale N bán đồ cũ ở nhà xe
garbage N rác
garden, yard N vườn
garden, park N công viên
gardener N người làm vườn
gardening N nghề làm vườn
garlic N tỏi
garment N quần áo
gas N khí đốt; hơi độc
gasoline N xăng
gasoline station N trạm bán xăng
gate N cổng, cửa lớn
gateway N lối vào, thong lộ
gather, to V tập hợp, gom lại
gay N người đồng tính nam
gazette N công báo
GDP ABBREV (=Gross Domestic Product) mức sản xuất nội địa
gear N hộp số
gem N đá quí, ngọc
gene N tế bào di truyền
gender N giới
general, all-purpose, (medicine) ADJ đa công dụng, đa khoa
generally ADV nói chung
generation N thế hệ, đời
generator N máy phát điện
generous ADJ rộng lượng, hào phóng
gentle ADJ nhẹ nhàng, dịu dàng

geography N khoa địa lí
geology N địa chất học
geometry N hình học
germ N mầm, phôi, vi trùng
Germany N nước Đức
gesture N cử chỉ, động tác
get, receive, to V nhận, có
get off (transport), to V xuống
get on (transport), to V lên
get up (from bed), to V thức dậy
get well soon! GR chúc mau khoẻ
ghetto N khu người da đen, khu người biệt lập
ghost N ma
giant ADJ khổng lồ
gift N quà tặng; thiên tài
gifted ADJ có tài/năng khiếu
giggle, to V cười khúc khích
ginger N gừng
ginseng N sâm
girl N con gái
girlfriend N bạn gái
give, to V cho, biếu, tặng
given name N tên
glad ADJ sung sướng, vui mừng
glance V, N liếc nhìn, nhìn qua; cái nhìn thoáng qua
glare, to V chói loà, nhìn trừng trừng
glass (material) N kính thủy tinh
glass (for drinking) N cốc, ly
glasses, spectacles N kính đeo mắt
glitter, to V lấp lánh, chói lọi
global ADJ thuộc toàn cầu
globalize, to V toàn cầu hoá
globe N địa cầu, trái đất
glory N danh tiếng, vinh dự, vẻ vang
gloss N nước bóng/láng
glossary N bảng chú giải, bảng từ
glove N bao tay
glue N hồ/keo dán
glutinous rice N gạo nếp
GMT ABBREV (=Greenwich Mean Time) giờ chuẩn để tính giờ
GNP ABBREV (=Gross National Product) giá trị sản phẩm quốc gia trong một năm
go, to V đi
go along, join in, to V tham gia, đi cùng
go around, visit, to V thăm
go back, to V về, trở về
go for a walk, to V đi bộ
go home, to V về nhà
go out, exit, to V đi ra
go to bed, to V đi ngủ
go up, climb, to V leo, trèo
goal N mục đích
goat N dê

G

God (Christian) N Chúa
god N thần
goddess N nữ thần
gold N vàng
golf N gôn
gone, finished ADJ hết
good ADJ tốt
good luck! INTERJ chúc may mắn
goodbye N chào, tạm biệt
goodness! INTERJ trời ơi
Google N mạng vi tính toàn cầu
    Google
goose N ngỗng
gossip V, N ngồi lê đôi mách; chuyện
    ngồi lê đôi mách
govern, to V cai/quản trị
government N chính phủ
gown N áo choàng/dài
GP ABBREV. (=General Practitioner)
    bác sĩ tổng quát
GPS ABBREV (=Global Positioning
    System) máy định vị vệ tình
grace N duyên, duyên dáng
gracious ADJ nhân từ, khoan dung
grade N cấp, bậc, lớp
gradually ADV dần dần
graduate V, N tốt nghiệp; người tốt
    nghiệp
graduation N lễ tốt nghiệp
graffiti N hình vẽ bậy trên tường
graft, to V ghép cây
grain N ngũ cốc, thóc luá
gram N đơn vị đo trọng lượng gam
grammar N văn phạm, ngữ pháp
grand, great ADJ vĩ đại
grandchild N cháu
granddaughter N cháu gái
grandfather N ông
grandmother N bà
grandparents N ông bà
grandson N cháu trai
granite N đá hoa cương
grant N, V tiền trợ cấp; cấp cho,
    cấp, ban
grapes N nho
graphic ADJ thuộc về đồ thị
grasp, to V nắm chặt/vững, nắm lấy
grass N cỏ
grateful ADJ biết ơn
gratitude N sự biết ơn/tri ân
grave N mộ, mả
gray, grey ADJ xám
grease N dầu/mỡ dơ
great, impressive ADJ vĩ đại, hùng vĩ
greed N lòng tham, thói háu ăn
green ADJ màu xanh, lá cây
green beans N đậu xanh
green light N đèn xanh được đi

green tea N trà xanh
greens N rau xanh
greet, to V chào, chào đón
greetings N lời chào hỏi
grenade N lựu đạn
grief N nỗi đau buồn
grill, to V nướng
grinder N máy xay/nghiền
grocery N hang tạp hoá
groom N chú rể
gross N tổng số, lợi tức chưa trừ thuế
ground, earth N đất
group N nhóm, đoàn
grow, be growing (plant), to V mộc lên
grow, cultivate, to V trồng
grow larger, to V lớn hơn lên
grow up (child), to V lớn lên
growth N sự trưởng thành
guarantee, to V bảo đảm
guarantee (assurance) N sự bảo đảm
guard, to V gác, canh giữ
guardian N người giám hộ
guava N ổi
guerrilla N du kích
guess, to V đoán
guest N khách
guest of honor N vị khách quí
guesthouse N nhà khách
guidance N sự dìu dắt/hướng dẫn
guide, lead, to V người hướng dẫn
guidebook N sách hướng dẫn
guilty (of a crime) ADJ có tội
guitar N đàn gi-ta/tây ban cầm
gulf N vùng vịnh
gum N lợi, nướu
gun N súng
gurgle, to V ọc ọc, làm ùng ục
gutter N máng xối, ống máng
guy N anh chàng, gã
gymnasium N phòng tập thể dục
gymnastics N môn thể dục

H

habit N thói quen, tập quán
habitant N cư dân
hack N búa, rìu
hacker N tin tặc/hacker
hail N mưa đá
hair (on the body) N lông
hair (on the head) N tóc
hairy ADJ nhiều tóc, rậm tóc
half N nửa
hall N đại sảnh, phòng lớn; hành lang
halt, to V ngập ngừng, dừng lại
ham N giăm bông, giò heo/lợn
hamburger N bánh mì thịt băm viên
hamlet N thôn xóm

hammer N, V búa; đóng
hammock N cái võng
hand N bàn tay
hand out, to V phát ra
hand over, to V chuyển giao
handbag N túi xách tay
handbook N sách hướng dẫn/chỉ nam
handicap N người tàn tật
handicraft N đồ tiểu thủ công
handkerchief N khăn tay
handle N, V cán, chuôi *(of utensils)*, nắm *(of door)*; cầm
handmade ADJ làm bằng tay
handset N bộ ống nghe
handsome ADJ đẹp trai
handwriting N viết tay
handy ADJ tiện lợi
hang, to V treo
happen, occur, to V xảy ra
happened, what happened? PHR cái gì xảy ra?
happening, incident N sự kiện
happy ADJ sung sướng
happy birthday! GR chúc sinh nhật
happy new year! GR chúc mừng năm mới
harass, to V quấy nhiễu, làm phiền nhiễu
harbor N cảng, bến tàu
hard (difficult) ADJ khó
hard (solid) ADJ cứng
hard disk N đĩa cứng máy vi tính
hardly ADV khó khăn, hầu như không
hardship N sự khó nhọc/gian khổ
hardware N đồ sắt thép; bộ phận máy vi tính
hardworking, industrious ADJ chăm chỉ
harm N điều tai hại
harm, to V làm hại
harmonious ADJ hài hoà, hợp
harsh ADJ khắt khe, gay gắt
harvest N mùa màng/gặt
harvest, to V gặt hái, thu hoạch
hat N mũ, nón
hate, to V ghét, căm thù
hatred N sự căm ghét
have, own, to V có
have been somewhere ADV đã đi
have done something ADV đã làm
have to, must V phải
hawker N người bán hang rong
hay N cỏ khô
hazard N sự nguy hiểm
he, him PRON anh ấy
head N đầu
head for, go toward, to V đi đến
headache N nhức/đau đầu

heading N đầu đề, tiêu đề
headlight N đèn pha xe
headline N đề mục, hang đầu trang báo
headmaster N hiệu trưởng
headphone N ống nghe
headquarter N tổng hành dinh
headword N từ chính trong từ điển
health N sức khoẻ
healthy ADJ khỏe mạnh
hear, to V nghe
heart N tim, lòng; trung tâm
heartbroken ADJ đau bu ồn/khổ
heartburn N chứng đau ngực
heartfelt ADJ thành tâm, chân thành
heat N sưởi
heater N lò sưởi
heaven N ông trời, thượng đế
heavy ADJ nặng
hectare N mẫu tây, héc-ta
height N độ/chiều cao
helicopter N máy bay trực thăng/lên thẳng
hell N địa ngục, âm phủ
hello, hi GR chào
hello! (on phone) GR a-lô!
helmet N nón/mũ an toàn
help! INTERJ giúp tôi!
help, to V giúp, cứu giúp
helper N người giúp đỡ
helpful ADJ có ích, giúp ích
helpless ADJ bất lực, vô ích
hemisphere N bán cầu
hen N gà mái
hence ADV từ đó/nay
hepatitis N bệnh viêm gan
her, hers PRON của cô ấy
herb N cây cỏ, thảo mộc
here ADV đây
heritage N di sản, tài sản thừa kế
hero N anh hùng
heroin N bạch phiến, chất hê-rô-in
hesitate, to V lưỡng lự, do dự
hibiscus N hoa dâm bụt
hiccup N nấc cụt
hidden ADJ giấu
hide, to V giấu, che
hierarchy N hệ thống quân chủ, quan liêu
hi-fi N độ âm thanh trung thực cao
high ADJ cao
highland N cao nguyên
highlight, to V nêu điểm nổi bật
high-rise ADJ cao óc, nhiều tầng
high-tech ADJ công nghệ/kĩ thuật cao cấp
highway N đường lớn, quốc lộ, xa lộ
hijack, to V cưỡng đoạt, ăn cướp
hill N đồi, gò đống

H

hillside N sườn đồi
him PRON anh/ông ấy, nó
hinder, to V cản trở
hindrance N sự cản trở
hinge N bản lề
hint, to V ám chỉ, nói bóng gió
hip N hông
hire, to V mướn, thuê
hire purchase N việc mua trả góp
his PRON của anh ấy
history N lịch sử
hit, strike, to V đánh; trúng
HIV ABBREV (=Human Immuno-
  deficiency Virus) bệnh liệt kháng
hoax N trò đánh lừa/chơi xỏ
hobby N sở thích
hoe N cái cuốc
hold, grasp, to V cầm
hold back, to V ngăn cản, giữ lại
hole N lỗ, hố
holiday (festival) N lễ hội
holiday (vacation) N nghỉ lễ
holy ADJ thần thánh
home, house N nhà
home page N trang nhà
homesick ADJ nhớ nhà
homework N bài làm ở nhà
homicide N kẻ/tội giết người/sát nhân
homosexual ADJ đồng tính luyến ái
honest ADJ thật thà
honey N mật ong
honeymoon N tuần trăng mật
Hong Kong N Hồng Kông
honor N, V danh dự; tôn kính, vinh
  danh
hood (car) N đầu móc xe
hood (clothes) N móc quần áo
hood (oven) N đồ gắp thức ăn
hook N cái móc
hope, to V hy vọng
hopefully ADV hy vọng
hopeless ADJ thất vọng, vô vọng
horizon N chân trời
hormone N kích thích tố, chất hóc-
  môn
horn N còi, sừng
horoscope N lá số tử vi
horrible ADJ ghê tởm, kinh khủng
horse N ngựa
horsepower N mã lực
hose N bí tất dài; vòi nước
hospital N bệnh viện
hospitality N tính hiếu khách; ngành
  du lịch nhà hàng/khách sạn
host, to V đứng làm chủ
hostage N con tin
hot (spicy) ADJ cay
hot (temperature) ADJ nóng

hot spring N suối nước nóng
hotel N khách sạn
hour N giờ
house N nhà
housekeeper N quản gia, người nội trợ
housemaid N người giúp việc/hầu
  phòng
housewife N bà nội trợ
housework N công việc nhà
housing N nhà chính phủ
how? như thế nào?
how are you? anh/chị thế nào?
how long? bao lâu?
how many? bao nhiêu?
how much? bao nhiêu?
how old? bao nhiêu tuổi?
however ADV mặc dù
hug, to V ôm chặt/ấp
huge ADJ lớn lắm
human N con người
humane ADJ nhân đạo/đức
humanitarian ADJ nhân đạo
humble ADJ khiêm nhường/tốn
humid ADJ ẩm, oi
humorous ADJ hài hước
hundred NUM trăm
hundred thousand NUM trăm nghìn/
  ngàn
hungry ADJ đói
hunt, to V săn bắt/lùng
hunter N thợ săn
hunting N việc đi săn
hurdle N rào cản
hurricane N bão lốc
hurry up! INTERJ nhanh lên!
hurt (injured) ADJ bị thương
hurt, cause pain, to V hại
husband N chồng
husk N trấu, vỏ
hut, shack N lều, chòi
hybrid ADJ hai giống, đôi
hydrogen N khinh khí, hít-rô
hygiene N phép vệ sinh
hygienic ADJ hợp vệ sinh
hyphen N gạch nối
hypnosis N sự thôi miên
hypothesis N giả thuyết

I

I, me PRON tôi
ice N nước đá
ice cream N kem
icebag N túi đá
icebox N tủ đá
ice-skating N môn trượt tuyết
icon N biểu tượng; hình trên màn vi
  tính

idea N ý nghĩ, ý tưởng, ý kiến
ideal N lí tưởng
idealism N chủ nghĩa duy tâm/lí tưởng
identical ADJ như nhau
identify, to V nhận biết, nhận diện
identity N sự đồng nhất
ideology N ý thức hệ, hệ tư tưởng
idiom N thành ngữ, quán ngữ
idiot N thằng ngốc
idle ADJ ở không, biếng nhác
idol N thần tượng
if CONJ nếu
ignite, to V mồi/nhóm lửa, đốt cháy
ignorant ADJ ngu dốt, không biết
ignore, to V không để ý
ill, sick ADJ ốm
illegal ADJ bất hợp pháp
illiteracy N nạn mù chữ, sự thất học
illness N bệnh
illogical ADJ không hợp lí, không lô-gic
illustrate, to V minh hoạ
image N hình ảnh/tượng
imagination N óc/sự tưởng tượng
imaginative ADJ giàu tưởng tượng
imagine, to V tưởng tượng
IMF ABBREV (=International Monetary Fund) quỹ tiền tệ quốc tế
imitate, to V bắt chước
immediately ADV ngay lập tức
immense ADJ rộng lớn, bao la
immigrant N di dân, dân nhập cư
immigration N sự nhập cư/di trú
immoral ADJ trái luân thường/đạo lí
immortal ADJ bất tử, bất diệt
immovable ADJ không di động được
immune ADJ miễn dịch
impact, to V tác động, ảnh hưởng
impatient ADJ nôn nóng, sốt ruột
impeach, to V bắt lỗi, buộc tội
imperative ADJ cấp bách, tính mệnh lệnh
imperfect ADJ không hoàn toàn
implant, to V cấy mô, trồng răng giả
implement, to V thi hành, thực hiện
implicit ADJ ngầm, tàng ẩn, ẩn ngôn
imply, to V ngụ ý, ý nói
impolite ADJ mất lịch sự, vô lễ
import (foreign goods) N hàng nhập khẩu
import, to V nhập khẩu
importance N sự quan trọng
important ADJ quan trọng
impossible ADJ không thể có được
impotent ADJ liệt dương, bất lực
impress, to V gây ấn tượng, làm cảm kích
impression N ấn tượng, gây ấn tượng

impressive ADJ đáng kể
improper ADJ không thích hợp/đáng
improve, to V cải thiện, trau dồi
in, at (space) PREP ở
in (time, years) PREP trong
in addition CONJ ngoài ra
in order that, so that CONJ để
inaccurate ADJ không đúng, sai
inactive ADJ không hoạt động
inappropriate ADJ không thích hợp
inaugural ADJ lễ nhậm chức
inauguration N lễ nhậm chức, lễ khánh thành
inborn ADJ bẩm sinh
incapable ADJ không đủ khả năng, bất lực
incarnation N sự luân hồi, sự đầu thai
incense N hương, nhang
incentive ADJ khích lệ, khuyến khích
inch N đơn vị đo độ dài, in-sơ (= 2.54 cm)
incident N sự kiện
included, including PREP bao gồm, gồm có
incoherent ADJ thiếu mạch lạc
income N thu nhập, lợi tức
incoming ADJ mới đến/vào
incompatible ADJ không hợp, xung khắc
incompetent ADJ không đủ sức, thiếu khả năng
inconsistent ADJ bất nhất, không liên tục
inconvenience N sự bất tiện/không thuận tiện
incorrect ADJ sai, không đúng
increase, to V tăng lên
increase, expansion N sự gia tăng
incredible ADJ khó tin
indebted ADJ mắc nợ, hàm ơn
indeed ADV tất nhiên
indefinite ADJ từ phiếm chỉ, bất định
independent ADJ độc lập, tự chủ
index N chỉ số, bảng liệt kê, mục lục
India N nước Ấn Độ
Indian N người Ấn Độ
indicate, to V chỉ ra, biểu thị, cho thấy
indifferent ADJ dửng dưng, lãnh đạm, thờ ơ
indigenous ADJ bản xứ
indirect ADJ gián tiếp
individual N cá nhân/thể
Indonesia N nước Nam Dương
Indonesian (language) N tiếng Nam Dương
Indonesian (person) N người Nam Dương
indoor ADJ trong nhà

indulge, to v nuông chiều
indulge oneself, to v ham mê
industrialization n sự công nghiệp hoá
industrialize, to v công nghiệp hoá, kỹ nghệ hoá
industry n công nghiệp, kỹ nghệ
ineffective ADJ không hiệu quả
ineligible ADJ không đủ tư cách/tiêu chuẩn
inexpensive ADJ rẻ
infant n trẻ con, hài nhi
infantry n bộ binh, lục quân
infect, to v nhiễm trùng/độc
inferior ADJ dưới, thấp
inflate, to v lạm phát, tăng giá
influence n sự ảnh hưởng
influence, to v ảnh hưởng
influenza, flu n bệnh cúm
inform, to v thông báo, báo tin
informal ADJ không chính thức, thân mật
informant n người cho tin
information n thông tin
information booth n quầy thông tin
inhabitant n dân cư
initial n chữ đầu của từ; tên viết tắt
inject, to v tiêm
injection n mũi tiêm
injured ADJ bị thương
injury n vết thương
injustice n bất công, không công bằng
ink n mực
in-law n thân nhân bên vợ hay chồng
inlay, to v dát, cẩn
inmate n bạn tù
inn n quán trọ
inner ADJ ở bên trong
innocent ADJ ngây thơ, vô tội
innovation n sự làm mới/đổi mới, tân trang
input n, v sự đưa vào/đóng góp vào; cung cấp, đưa vào
inquire, to v hỏi tin tức, hỏi thăm
inquiry n cuộc điều tra, việc hỏi thăm
insane ADJ điên
insect n côn trùng, sâu bọ
insecticide n thuốc trừ sâu/sát trùng
insecure ADJ bấp bênh, không vững chắc
insert, to v thêm vào, gài vào
in-service ADJ tại chức
inside PREP ở trong
insider n người bên trong
insight n sự hiểu biết sâu sắc
insist, to v năn nỉ, van nài
insolence n sự hỗn xược/láo
inspect, to v kiểm tra, thanh tra
inspector n thanh tra, kiểm tra viên

install, to v lắp đặt, cho vào (vi tính)
installment n trả góp từng phần
instead of CONJ thay vì
institute n viện, học viện
institution n trường, viện, cơ chế, định chế
instruct, tell to do something, to v bảo, chỉ dẫn
instructor n người dạy, giáo viên
instrument n dụng cụ, nhạc cụ, công cụ
insufficient ADJ không đủ, thiếu
insulate, to v làm cách nhiệt/điện
insult n lời xúc phạm/sỉ nhục
insult someone, to v xúc phạm, lăng mạ, làm nhục
insurance n sự bảo hiểm/đảm
insure, to v bảo hiểm/đảm
intact ADJ nguyên vẹn
intake n đầu vào, số nhận vào
integrate, to v hoà đồng, hội nhập
intellectual n trí thức
intelligence n trí thông minh; tình báo
intelligent ADJ thông minh, sáng trí
intend, to v dự định/tính
intended for v dành cho
intensive ADJ cấp tốc, tập trung (course)
intention n ý định
interact, to v tác động qua lại
interaction n cảm thán từ, sự ngạc nhiên
interchange n sự trao đổi; ngã tư xa lộ
intercom n hệ thống giao tiếp nội bộ
intercontinental ADJ xuyên lục địa
intercourse n giao hợp/lưu
interdepartment ADJ liên bộ/ngành
interest (paid to a bank) n tiền lãi/lời
interest rate (paid by a bank) n lãi suất
interested in ADJ thích, quan tâm
interesting ADJ hay
interim ADJ tạm thời, lâm thời
interior n bên trong, nội thất
interjection n cảm thán từ
intermediate ADJ trung cấp, ở khoảng giữa
intermission n thời gian ngừng/tạm nghỉ
intern n sinh viên y khoa nội trú
internal ADJ bên trong, nội bộ
international ADJ quốc tế
Internet n mạng vi tính toàn cầu/ internet
Internet café quán cho thuê internet có cà-phê
interpret, to v thông dịch, giải thích

interpreter N người phiên dịch
interrogate, to V tra hỏi, thẩm vấn
interrupt, to V ngắt lời/điện, làm gián đoạn
intersection N ngã tư/ba, chỗ giao nhau
interstate ADJ thuộc liên bang, giữa các nước
intervene, to V xen vào, can thiệp
interview, to V phỏng vấn
intestine N ruột
intimidate, to V hăm doạ, doạ nạt, đe doạ
into PREP vào, thành ra
intolerant ADJ không dung thứ/khoan dung
intonation N ngữ điệu, âm điệu
introduce oneself, to V tự giới thiệu
introduce someone, to V giới thiệu ai
invade, to V xâm lăng, xâm chiếm
invader N kẻ xâm lăng
invalid ADJ hết hiệu lực, vô giá trị
invalidate, to V làm cho có hiệu lực/giá trị
invaluable ADJ vô giá, quí báu
invasion N sự xâm lăng/lược
invent, to V phát minh, sáng chế
inventor N nhà phát minh, người sáng chế
invest (money, time), to V đầu tư
investigate, to V điều tra, nghiên cứu
investment N sự đầu tư
investor N người đầu tư
invitation N giấy/thiếp mời
invite (ask along), to V mời ai
invite (formally), to V mời chính thức
invoice N hóa đơn
involve, to V liên quan
involved ADJ có liên quan
iPod N máy nghe nhạc bỏ túi
IQ ABBREV (=Intelligence Quotient) chỉ số thông minh
Iran N nước I-ran
Ireland N Ái Nhĩ Lan, Ai-len
Irish (person) N người Á Nhĩ Lan, người Ai-len
iron (thing for ironing) N bàn là, bàn ủi
iron (metal) N sắt
iron (clothes), to V là, ủi
ironic ADJ mỉa mai, châm biếm
irregular ADJ không đều, không thường
irrelevant ADJ không thích hợp
irresponsible ADJ vô trách nhiệm, thiếu trách nhiệm
irrigate, to V dẫn thuỷ nhập điền
Islam N Hồi giáo
island N hòn đảo
isolate, to V cô lập, cách li

isolation N sự cô lập/cách li
Israel N nước Do Thái
issue N, V vấn đề, số báo; đưa ra, phát hành
IT ABBREV (=Information Technology) công nghệ tin học
it PRON nó, cái đó
itch, to V ngứa
item, individual thing N cái, món, mặt hàng
item N khoản, món; mẫu, tiết mục
itemize, to V ghi từng món, chia nhỏ ra
itinerary N hành trình, lộ trình
its PRON của nó
IVF N, ABBREV (=In Vitro Fertilization) phương pháp thụ thai trong ống nghiệm
ivory N ngà voi ngứa

J

jab, to V đâm/thọc mạnh
jack N cái kích, đòn bẩy
Jack of all trades IDIOM người biết nhiều nghề
jacket N áo khoác
jackknife N dao xếp
jackpot N độc đắc xổ số
jade N ngọc thạch
jail N nhà tù
jam N mứt
jamboree N đại hội hướng đạo
January N tháng Giêng
Japan N Nhật Bản
Japanese (language) N tiếng Nhật
Japanese (person) N người Nhật
jar N hũ, bình, lọ
jargon N tiếng lóng, biệt ngữ
jasmine N hoa lài/nhài
jaw N hàm
jazz N nhạc jaz
jealous ADJ ghen
jealousy N ghen ty
jeans N quần bò/jean
jeep N xe jíp
jelly N thạch, mứt
jellyfish N con sứa
jeopardize, to V làm hại
jerk, to V giật mạnh, xóc
jest, to V nói đùa
jester N người hay pha trò
jet N tia nước; phản lực
jetty N cầu tàu đậu
jeweler N thợ kim hoàn, người bán nữ trang
jewelry N đồ trang sức
Jewish ADJ thuộc người Do Thái
jigsaw N rang cưa

ENGLISH–VIETNAMESE

J

job N việc làm
jobless ADJ không có việc làm
jockey N người cưỡi ngựa đua
join, go along, to V tham gia
join together, to V kết hợp
joint N chỗ nối, chỗ tiếp hợp, khớp xương
joke N, V chuyện cười; nói đùa
jostle, to V xô đẩy, chen lấn
journal N tạp chí, tập san
journalist N nhà báo
journey N chuyến đi, cuộc hành trình
joy N sự vui mừng/hân hoan
judge N quan toà, thẩm phán
judicial ADJ thuộc về toà án/luật pháp
judiciary N ngành tư pháp
judo N nhu đạo
jug, pitcher N bình
juice N nước hoa quả
juicy ADJ nhiều nước
July N tháng Bảy
jumbo ADJ rất lớn
jumbo jet N máy bay phản lực khổng lồ
jump, to V nhảy
jumper N áo len/khoác ngoài (chui đầu)
junction N chỗ giao tiếp/nối
June N tháng Sáu
jungle N rừng nhiệt đới/rậm
junior ADJ cấp thấp, trẻ, cấp trung học cơ sở
junk N đồ bỏ/vô dụng
jury N bồi thẩm đoàn
just, fair ADJ công bằng
just, only ADV chỉ
just now ADV mới
justice N công bằng/lí
justification N sự chứng minh/biện minh
justify, to V bào chữa, biện hộ, điều chỉnh

K

kangaroo N chuột túi Úc, con căng-ga-ru
karaoke N hát nhạc bằng máy DVD
karate N món võ Nhật/ca-rat-tê
karma N nghiệp (theo đạo Phật)
kebab N bánh cuộn thịt nướng
keep, to V giữ gìn, giam giữ, bảo vệ
keeper N người gác, quản lí
kerb N lề đường
kerosene N dầu lửa/hôi
kettle N ấm đun nước
key (computer) N phím
key (to room) N chìa khóa

keyboard (of computer) N bàn phím
keynote N chủ yếu/đạo
keypad N bàn phím máy điện thoại
keyword N từ chính trong từ điển
Khmer N người Khmer/Cam-bốt
kick, to V đá, đạp
kid N trẻ con, con
kidnap, to V bắt cóc
kidney N thận
kidney beans N đậu tây
kill, murder, to V giết
killer N kẻ sát nhân/giết người
kiln N lò
kilogram N cân, ki-lô
kilometer N cây số, ki-lô mét
kin N dòng dõi, gia đình
kind, good (of person) ADJ hiền
kind, type N loại
kindergarten N nhà trẻ, mẫu giáo
king N vừa
kinship N quan hệ bà con thân thuộc
kiosk N quán, sạp
kiss N nụ hôn
kiss, to V hôn
kit N đồ nghề
kitchen N nhà bếp
kitchenware N đồ nhà bếp
kite N cái diều
kitten N mèo con
kiwi N trái ki-uy
knee N đầu gối
kneel, to V quì
knife N dao
knit, to V đan bằng len
knitwear N đồ đan, hang dệt may
knob N quả nắm cửa
knock, to V gõ, đánh
know, be acquainted with, to V quen
know, be informed, to V biết
knowledge N hiểu biết
Korea, North N Bắc Triều Tiên
Korea, South N Hàn quốc
Korean (language) N tiếng Hàn quốc
Korean (person) N người hàn quốc
kowtow, to V quì lạy
Kremlin N điện cẩm linh
kungfu N môn võ Tàu kung-phu

L

lab N (=laboratory) phòng thí nghiệm
label N, V nhãn hiệu, chiêu bài; gán cho là, chụp mũ
labor N lao động
laborer N lao công, người lao động
laborious ADJ chăm chỉ, siêng năng
lace N dây ren/đăng ten
lack N, V sự thiếu thốn; thiếu

L

lacquer N sơn mài
ladder N thang
lady N đàn bà, cô
lake N hồ
lamb, mutton N thịt cừu
lament N lời than van
laminate, to V bọc nhựa
lamp N đèn
lampshade N chụp đèn
LAN ABBREV (=Local Area Network) mạng liên lạc bằng vi tính
land N đất
land (plane), to V hạ cánh
landlord N chủ nhà/đất
landmark N địa giới; nơi đặc biệt
landscape N phong cảnh
landslide N sự lở đất/thắng phiếu lớn
lane (alley) N ngõ, đường hẻm
lane (of the highway) N làn, tuyến
language N ngôn ngữ
lantern N lòng đèn
Laos N Lào
Laotian (language) N tiếng Lào
Laotian (person) N người Lào
laptop N máy vi tính xách tay
large ADJ rộng lớn
laser N tiếng hồng tuyến/la-ze
laserdisc N dĩa nhựa la-se
last ADJ cuối cùng
last night N tối qua
last week N tuần trước
last year N năm ngoái
late ADJ muộn, trễ
late at night ADV khuya
later ADV sau
latitude N vĩ độ/tuyến
laugh, to V cười
laugh at, to V cười nhạo
launch V, N ra mắt, phóng; sự khai trương
laundry N tiệm giặt quần áo
lavatory N phòng rửamặt, nhà vệ sinh
law, legislation N pháp luật
lawful ADJ hợp pháp
lawmaker N nhà lập pháp/soạn luật
lawn N bãi cỏ, sân cỏ
lawsuit N vụ kiện, vụ án
lawyer N luật sư
lax ADJ lỏng lẻo, chùng, sao lãng
lay, to V đặt để, trải
lay the table, to V dọn bàn ăn
layer N lớp lót
layoff N sự cho thôi việc
layout, to V trình bày thành trang
lazy ADJ lười
lead (be the leader), to V lãnh đạo
lead, guide, to V hướng dẫn
leader N nhà lãnh đạo

leadership N sự lãnh đạo
leaf N lá
leaflet N bản tin/quảng cáo
league N đồng nghiệp, liên đoàn
leak, to V rỉ, lọt ra
lean N thịt nạc
learn, to V học
learner N học viên
lease V, N cho thuê; giao kèo cho thuê
least (smallest amount) ADJ ít/kém nhất
least, at least ADV ít nhất
leather N da
leave, depart, to V đi khỏi
leave behind, to V để mất/rơi
leave behind on purpose, to V để lại
lecture N bài giảng
lecturer (at university) N giảng sư
left (remaining) ADV còn lại
left (side) ADJ bên trái
leftover N thức ăn thừa
leg N chân
legal ADJ hợp pháp
legalize, to V hợp pháp hoá, hợp thức hoá
legend (myth) N huyền thoại
legislative ADJ lập pháp
leisure N nhàn rỗi
lemon, citrus N chanh
lemonade N nước chanh
lemongrass N sả
lend, to V vay
lender N người cho vay
length N chiều dài
lens N thấu kính, ống kính máy hình, kính lúp
lesbian N nữ đồng tính luyến ái
less (smaller amount) ADJ ít
less, minus ADJ bớt
lessen, reduce, to V giảm
lesson N bài học
let, allow, to V cho phép
let someone know, to V cho biết
let's (suggestion) V hãy đi
letter (mail) N thư
letter (alphabet) N chữ
level (even, flat) ADJ bằng phẳng
level (height) N ngang
level (standard) N trình độ, cấp
liability N trách nhiệm/nghĩa vụ pháp lí
liaise, to V liên lạc
liar N người nói dối/láo
libel, to V phỉ báng
liberal ADJ tự do, rộng rãi
liberation N giải phóng
liberty N tự do

L

librarian N quản thủ thư viện, thủ thư
library N thư viện
license (for driving) N bằng lái xe
license, permit N giấy phép
lick, to V liếm
lid N nắp, vung
lie, tell a falsehood, to V nói dối
lie down, to V nằm
lieu N thay cho
life N cuộc đời, cuộc sống
life support machine N máy duy trì
sự sống cho bệnh nhân
lifeguard N người cứu đắm
lifetime N cả đời
lift (elevator) N thang máy
lift (ride in car) N máy đưa dây cáp
lift (raise), to V nâng lên
light (for brightness), to V thắp sáng
light (lamp) N đèn
light (not heavy) ADJ nhẹ
lighter N bật lửa
lightning N sét
like, as ADV như
like, to V thích
likely ADJ thích hợp, gần như
likewise ADV cũng thế
lily N hoa huệ
limb N chân tay
lime, citrus N chanh
limit N, V giới hạn, hạn chế; giới hạn
limitation N sự hạn chế
limited ADJ hữu hạn
limitless ADJ vô hạn, không hạn chế
limousine N xe du lịch sang trọng dài
line (mark) N đường
line (queue) N hàng
line up, to V xếp hàng
linen N vải mỏng
lingerie N quần áo lót đàn bà
linguist N nhà ngôn ngữ học
linguistics N ngôn ngữ học
link, to V nối, liên kết
lion N sư tử
lips N môi
lipstick N son môi
liquid N chất lỏng
liquidate, to V bán tống, thanh toán
liquor, alcohol N rượu mùi
list N danh sách
listen, to V nghe, lắng nghe
listener N thính giả
literacy N sự biết chữ
literal ADJ nghĩa đen
literature N văn học/chương
litter, to V vứt rác, xả rác
little (not much) ADJ ít
little (small) ADJ nhỏ
live (be alive), to V sống

live (stay in a place), to V ở, cư trú
lively ADJ sinh động, hang hái, hoạt bát
liver N gan
lizard N con thằn lằn
load N vác, gánh
load up, to V để lên, chất chở, lắp phim
loading N việc chất hàng
loaf N ổ bánh mì
loan N, V tiền vay; vay, mượn
loathe, to V kinh tởm, ghê tởm
lobby, to V vận động để ảnh hưởng
đến quyết định
lobster N tôm hùm
local ADJ địa phương
locality N nơi chốn, địa phương
localize, to V địa phương hoá
locate, to V đặt để, định cư
location N vị trí, nơi chốn
lock N ổ khóa
lock, to V khóa
locked ADJ được khóa
locker N tủ có khoá để để đồ đạc
locksmith N thợ khoá
locust N châu chấu
lodge, small hotel N nhà trọ, nhà khách
logbook N sổ lộ trình xe/tàu
logical ADJ hợp lí/logic
login, to V mở chương trình/khoá
vào mạng
logistics N ngành hậu cần/vận chuyển
logo N bảng/huy hiệu của trường/
công ty, đoàn thể
logout, to V đóng chương trình/máy
vi tính
loiter, to V đi la cà/chơi rong
lonely ADJ cô đơn, lẻ loi
long (side) ADJ dài
long (time) ADJ lâu
longan N quả nhãn
longevity N sự sống lâu, trường thọ
long-sighted ADJ viễn thị, nhìn xa
thấy rộng
look, to V xem, nhìn
look, appearance N gương/bộ mặt,
dáng
look after, to V trông coi, chăm sóc
look at, see, to V xem, coi
look for, to V tìm kiếm
look like, to V giống như
look up (find in book), to V tra, xem
loop N đường hầm vòng
loose (not in packet) ADJ rời
loose (wobbly) ADJ lõng lẻo
lose, be defeated, to V thua, thất bại
lose, mislay, to V mất
lose money, to V thua lỗ
lost (can't find way) ADJ lạc đường
lost (missing) ADJ thất lạc, mất

lot N mớ, lô
lotion N nước hoa, dầu thơm
lots of ADV nhiều
lottery N xổ số
loud ADJ to tiếng, ồn
loudspeaker N loa
lounge N phòng ngồi chơi/đợi, phòng khách
love, affection N tình yêu, ái tình
love, to V yêu thương, ưa thích
lovely ADJ đẹp xinh, dễ thương
lover N người yêu/tình
lovesick ADJ tương tư
low ADJ thấp
lower, to V hạ xuống, giảm đi
loyal ADJ trung thành
LPG ABBREV (=liquefied petroleum gas) khí đốt/gas
luck N vận hên/may
lucky ADJ may mắn
luggage N hành lý
lullaby N bài hát ru con
lunar ADJ theo âm lịch
lunch, midday meal N bữa ăn trưa
lung N phổi
lure, to V nhử, quyến rũ
lust N tính ham nhục dục/đa dâm
lustful ADJ dâm dục/đãng
luxurious ADJ sang trọng, xa hoa
luxury N sự xa hoa/xa xỉ
lychee N trái vải
lyric ADJ trữ tình

M

MA ABBREV (=Master of Arts) phó tiến sĩ
macaroni N mì ống
machine N máy, cơ giới
machinery N máy móc
machinist N thợ máy
mad ADJ điên, khùng
mad cow disease N bệnh bò điên
madam (term of address) N bà
magazine N tạp chí
magic N ảo thuật, ma lực
magician N nhà ảo thuật
magistrate N toà sơ thẩm; thẩm phán
magnet N nam châm
magnificent ADJ nguy nga tráng lệ, lộng lẫy
mahjong N mạt chược
maid N con gái, thiếu nữ
mail, post N bưu chính, thư tín
mail, to V gửi thư
mailbox N hộp thư
main, most important ADJ chính, chủ yếu

mainly ADV chủ yếu
mainstream N, ADJ dòng chính; thuộc dòng chính
maintain, to V duy trì, bảo quản
maintenance N sự bảo trì/quản
maize N ngô, bắp
majestic ADJ oai vệ/nghiêm, uy nghi
major (important) ADJ quan trọng, chánh
majority N phần lớn, số đông
make, to V làm
make-up N cách trang điểm
malaria N bệnh sốt rét
Malaysia N nước Mã-lai
Malaysian (language) N tiếng Mã Lai
Malaysian (person) N người Mã Lai
male (animals, plants) N đực
male (people) N nam
malfunction N trục trặc, lỗi/sai chức năng
malicious ADJ hiểm độc, ác tâm
mall N trung tâm buôn bán
malnutrition N sự thiếu ăn/suy dinh dưỡng
maltreat, to V hành hạ, ngược đãi
man N đàn ông
manage, to V quản lý/trị, chế ngự
manager N nhà quản lý
mandarin N quan lại; quả quit
mandate N sự uỷ nhiệm/thác, sự tin tưởng
mango N xoài
manipulate, to V lèo lái, khuynh loát
mankind N loài người, nhân loại
manor N trang viên, dinh thự
manpower N nhân lực
mansion N lâu đài
manslaughter N tội ngộ sát
manual N sổ tay, cẩm nang
manufacture, to V sản xuất
manure N phân bón
manuscript N bản thảo/viết tay
many, much ADJ nhiều
map N bản đồ
marathon N cuộc chạy đua đường dài
marble N đá hoa, cẩm thạch
March N tháng Ba
margin N bờ, mép
marijuana N cây thuốc cần sa
marine N thuỷ quân lục chiến, hang hải
mark N, V dấu, nhãn hiệu, điểm; đánh dấu, cho điểm
marker N người ghi dấu/cho điểm
market N chợ, thị trường
marketing N môn học về thị trường, việc kiểm thị trường
marriage N việc kết hôn, hôn lễ, việc cưới hỏi

M

married ADJ đã kết hôn

marry, get married, to V lập gia đình, kết hôn

mart N chợ, trung tâm thương mại

marvelous ADJ tuyệt vời/diệu

Marxism N chủ nghĩa Mác-xít

masculine ADJ giống đực

mask N mặt nạ

mass N khối, số đông, dân chúng, đại chúng

mass transit rail N nơi chuyển đổi xe lửa

massage, to V xoa bóp

master N chủ, thầy giáo

mastermind N đầu óc siêu phàm, quân sư

masterpiece N kiệt tác, tác phẩm lớn

mat N chiếu, nệm

match, game N trận đấu

matches N diêm

matchmaker N người làm mai

mate N bạn

material N vật liệu/chất

materialism N chủ nghĩa vật chất

maternal ADJ thuộc về mẹ, bên ngoại

maternity N bảo sanh

mathematics N môn toán, toán học

matter, issue N vấn đề, vụ việc

mattress N đệm

mature ADJ chính chắn, già dặn

mausoleum N lăng tẩm

maximum ADJ tối đa, cực độ

May N tháng Năm

may V có lẽ

maybe ADV có thể

mayor N thị trưởng, chủ tịch thành phố

MC ABBREV (=Master of Ceremonies) người dẫn chương trình

me PRON tôi, tao

meadow N cánh đồng cỏ

meal N bữa ăn/cơm

mean (intend), to V định

mean (word), to V nghĩa là

mean, cruel ADJ ác

meaning N nghĩa

means N phương tiện

meanwhile CONJ trong khi

measure, to V đo

measurement N sự đo lường

meat N thịt

meatball N thịt viên

mechanic N thợ máy

medal N huy chương, mề đay

media N các phương tiện truyền thông

mediate, to V làm trung gian, hoà giải

medical N y khoa

medicine N thuốc, y học

meditation N thiền, sự trầm ngâm

medium ADJ giữa, trung, vừa

meek ADJ ngoan, nhu mì

meet, to V gặp

meeting N cuộc họp

megabyte N một triệu bit

melody N điệu hát, âm điệu

melon N dưa

melt, to V tan chảy

member N thành viên, hội viên

memoir N hồi kí

memorable ADJ đáng nhớ, không quên được

memories N kí ức

memorize, to V nhớ, thuộc lòng

mend, to V sửa, vá

menstruate, to V có kinh nguyệt

menswear N áo quần đàn ông

mental ADJ thuộc tân thần/trí tuệ

mention, to V nói đến, đề cập đến

mentor N người dìu dắt/hướng dẫn

menu N thực đơn

merchandise N hang hoá, phẩm vật

merchant N nhà buôn

mercy N lòng thương

merely ADV chỉ

merge, to V hợp vào, kết hợp

merit N giá trị, công trạng

merry ADJ vui vẻ, hớn hở

mess ADJ bừa bộn, lộn xộn

message N giấy báo, tin tức/nhắn

messenger N người đưa tin

messy ADJ bừa bãi, lung tung

metal N kim loại

metaphor N ẩn dụ, nghĩa bóng

meter (measurement) N mét

method N phương pháp, phương tiện

metro N xe điện ngầm

metropolitan ADJ thuộc thành phố

microchip N chip nhỏ nhất

microeconomics N kinh tế vĩ mô

microfilm N vi phim

microphone N mi-crô, máy ghi âm

microwave N lò nấu siêu tần

midday N buổi trưa

middle, center N trung tâm, giữa

midnight N nửa đêm, mười hai giờ đêm

midwife N cô đỡ, bà mụ

migrant N di dân

mild (not severe) ADJ nhẹ

mild (not spicy) ADJ dịu

mile N dặm Anh (=1,609 m)

milestone N cột mốc cây số

militant N giới quân sự

militarism N chủ nghĩa quân phiệt

military N quân sự/đội

milk N sữa

milkbar N tiệm bán hàng vặt
milkman N người giao sữa
million NUM triệu
millionaire N triệu phú
mince, to V xay nhỏ, băm vụn
mincemeat N thịt xay nhỏ
mind, brain N não, tâm trí, trí óc
mind, be displeased, to V quan tâm, để ý
mine N hầm mỏ
minefield N bãi mìn
miner N công nhân hầm mỏ
mineral ADJ khoáng chất
minibus N xe buýt mini
minimize, to V giảm đến mức tối thiểu
minimum ADJ tối thiểu, nhỏ nhất
minister N bộ trưởng, mục sư
ministry N bộ
minor (not important) ADJ không quan trọng
minority N số ít, thiểu số
minus, to V trừ
minute N phút
mirror N gương
misadvise, to V khuyên sai
misappropriate, to V lạm tiêu, biển thủ
misbehave, to V ăn ở không đàng hoàng
miscalculate, to V tính sai
miscarriage N sự sẩy thai
miscellaneous ADJ linh tinh, hỗn tạp
misconduct N cư xử xấu, quản lí kém
miscount, to V đếm sai
miserable ADJ khốn khổ, khổ sở
misfortune N sự rủi ro/bất hạnh
misinterpret, to V diễn dịch sai lạc
mislead, to V đánh lạc hướng
miss (bus, flight), to V nhỡ, trễ
miss (loved one), to V nhớ
missile N tên lửa, hoả tiễn
missing (absent) ADJ vắng, thiếu
missing (lost person) ADJ mất tích
mission N nhiệm vụ, sứ mệnh
misspell, to V đánh vần sai
mist N sương mù
mistake N sai lầm
mistaken ADJ lầm, sai
mistress N bà chủ; tình nhân
misunderstand, to V hiểu lầm
misuse, to V dung sai
mix, to V trộn, pha, hoà
mixed ADJ hỗn hợp
mobile phone N điện thoại di động
mobilize, to V huy động, động viên
mock, to V chế nhạo, nhạo bang
mode N kiểu, mẫu
model N kiểu mẫu; người mẫu

modem N máy chuyển tải đường dây điện thoại
moderate ADJ vừa phải, điều độ
modern ADJ hiện đại, tân thời
modernize, to V hiện đại hoá
modest ADJ giản dị, khiêm tốn
modify, to V làm cho rõ hơn
module N đơn vị, bài học
moist ADJ ẩm ướt
molding N đường viền
moment (in a moment) N lát, tý
moment (instant) N lúc, lát
monarchy N chế độ quân chủ
monastery N tu viện
Monday N thứ Hai
monetary ADJ thuộc về tiền tệ
money N tiền
Mongolia N nước Mông Cổ
monitor (of computer) N màn hình
monk N nhà sư
monkey N khỉ
monopoly N độc quyền
monorail N xe điện chạy trên cao
monosyllable N từ đơn tiết
monotonous ADJ buồn chán, đơn điệu
monsoon N gió mùa; mùa mưa
monster N quái vật
month N tháng
monument N đài kỷ niệm, tượng đài
moon N mặt trăng
moral ADJ thuộc đạo đức/luân lý
morality N đạo đức, phẩm hạnh
more (comparative) ADJ hơn
more or less ADJ ít nhiều
moreover ADV hơn nữa, ngoài ra
morning N buổi sáng
morphine N chất móc-phin, chất làm giảm đau
mortgage N sự cầm cố, tiền vay mua nhà
mosque N thánh đường Hồi Giáo
mosquito N muỗi
most (superlative) ADJ nhất
most (the most of) N phần nhiều, hầu hết
mostly ADV thường, nhiều khi
motel N quán trọ, khách sạn nhỏ
mother N mẹ, má
mother-in-law (of woman) N mẹ vợ
mother-in-law (of man) N mẹ chồng
motion N sự di động/di chuyển
motivate, to V thúc đẩy, tạo động lực
motor, engine N động cơ, máy
motor vehicle N xe ô-tô, xe hơi
motorcycle N xe máy
mountain N núi
mourn, to V thương tiếc, để tang
mouse N con chuột

ENGLISH–VIETNAMESE

M

- **mouth** N miệng, mồm
- **movable** ADJ có thể di chuyển
- **move, to** V dời, di chuyển
- **movement, motion** N chuyển động/dịch
- **movie** N phim, xi-nê
- **MP** ABBREV (=Member of Parliament) dân biểu, đại biểu quốc hội
- **MP3** N máy nghe nhiều nhạc loại nhỏ
- **Mr.** ABBREV (=Mister) ông
- **Mrs.** ABBREV (=Mistress) bà
- **MSG** N *(southern vernacular)* mì chính, bột ngọt
- **much, many** ADJ nhiều
- **mud** N bùn
- **mudguard** N tấm chắn bùn
- **muffin** N bánh xốp
- **muffler** N ống khói xe
- **mug** N cốc, tách
- **multi-channel** ADJ nhiều đài, đa hệ
- **multicolor** ADJ nhiều màu, sặc sỡ
- **multicultural** ADJ đa văn hoá
- **multilingual** ADJ đa ngôn ngữ, nói nhiều thứ tiếng
- **multimedia** N đa phương tiện
- **multiply, to** V nhân lên
- **multi-purpose** ADJ đa dụng, dùng cho nhiều mục tiêu
- **murder** N kẻ/vụ sát nhân/giết người
- **muscle** N bắp thịt
- **museum** N viện bảo tàng
- **mushroom** N nấm
- **music** N âm nhạc
- **musician** N nhạc sĩ, nhạc công
- **Muslim** N người theo Đạo Hồi
- **mussel** N con sò
- **must** V phải
- **mustache, moustache** N râu mép
- **mute** ADJ câm, lặng thinh
- **mutter, to** V lầm bầm, cầu nhàu
- **my, mine** PRON của tôi
- **mysterious** ADJ bí ẩn, huyền bí
- **mystery** N điều bí ẩn/huyền bí
- **myth** N huyền thoại

N

- **nab, to** V tóm/bắt quả tang
- **nag, to** V mè nheo, lải nhải
- **nail (finger, toe)** N móng tay, móng chân
- **nail (spike)** N đinh
- **naïve** ADJ ngây thơ, chất phác
- **naked** ADJ trần truồng
- **name** N tên
- **namely** ADV nghĩa là
- **nanny** N người giúp việc
- **nap** N giấc ngủ trưa

- **nape** N gáy, ót
- **napkin** N khăn ăn
- **nappy** N tã lót
- **narrate, to** V thuật, kể lại
- **narrative** N bài tường thuật
- **narrator** N người kể chuyện/thuyết minh
- **narrow** ADJ hẹp
- **NASA** ABBREV (=National Aeronautics and Space Administration) cơ quan không gian Hoa Kỳ
- **nasal** ADJ thuộc vềmũi
- **nasty** ADJ kinh tởm, dơ dáy; ác hiểm
- **nation, country** N nước, quốc gia
- **national** ADJ thuộc về quốc gia, công dân
- **nationalism** N chủ nghĩa dân tộc
- **nationality** N quốc tịch
- **nationalize, to** V quốc hữu hoá, cho nhập tịch
- **nationwide** ADJ toàn quốc
- **native** N người địa phương
- **NATO** ABBREV (=North Atlantic Treaty Organization) tổ chức hiệp ước Bắc Đại Tây ương
- **natural** ADJ tự nhiên
- **naturalization** N sự nhập quốc tịch
- **naturalize, to** V nhập quốc tịch
- **nature** N vạn vật, thiên nhiên; bản chất
- **naughty** ADJ hư, nghịch
- **nauseous** ADJ buồn nôn
- **naval** ADJ thuộc hải quân
- **navigation** N ngành hàng không/hải
- **navy** N hải quân
- **near** ADJ gần, sát
- **nearly** ADV gần, suýt
- **neat, orderly** ADJ gọn
- **necessary** ADJ cần thiết
- **necessity** N sự cần thiết
- **neck** N cổ
- **necklace** N dây chuyền
- **necktie** N cà vát
- **need** N nhu cầu
- **need (want), to** V cần
- **needle (of syringe)** N kim tiêm
- **needle (sewing)** N kim may
- **needless** ADJ không cần, vô ích
- **needlework** N việc vá may
- **needy** ADJ túng thiếu
- **negative** ADJ phủ định, tiêu cực, phim ảnh
- **neglect, to** V sao lãng, bỏ mặc
- **negotiable** ADJ có thể thương lượng, có thể lấy tiền được
- **negotiate, to** V điều đình, thương lượng
- **neighbor** N láng giềng

neighborhood N tình hang xóm

neither CONJ không cái nào

neither ... nor CONJ không .... mà cũng không ....

neoclassic ADJ cổ điển

nephew N cháu trai

nerve N dây thần kinh, gân

nervous ADJ run sợ, lo lắng

nest N tổ

nest egg N tiền để dành, quỹ tiết kiệm

net N lưới, mạng

Netherlands N nước Hà Lan

network N mạng lưới

neutral ADJ trung lập/tính

neutral (zero) N số không

neutralize, to V trung lập hoá, trung tính hoá

never ADV không bao giờ

never mind! INTERJ quên đi!, không quan tâm

nevertheless CONJ tuy thế/nhiên

new ADJ mới

newcomer N người mới đến

news N tin tức

newspaper N nhật báo

newsreel N phim thời sự

news-room N phòng tin tức

news-stand N sạp báo

New Zealand N nước Tân Tây Lan

next (in line, sequence) ADJ sau

next to ADV bên cạnh

next week N tuần sau

next year N sang năm

NGO ABBREV (=Non-Governmental Organization) tổ chức phi chính phủ

nice ADJ tốt, dễ thương

nickname N tên riêng, biệt hiệu

niece N cháu gái

night N đêm

nightclothes N quần áo ngủ

nightclub N hộp đêm, nơi giải trí về đêm

nightdress N áo ngủ

nightly ADJ mỗi đêm, mọi đêm

nightmare N cơn ác mộng

nil ADJ không, số không

nine NUM chín

nineteen NUM mười chín

ninety NUM chín mươi

nipple N núm vú, chop vú

nirvana N niết bàn

no, not ADV không

Nobel prize N giải thưởng Nô-ben

noble ADJ quí phái, sang trọng

nobody PRON không ai

nod, to V cúi đầu, gật đầu

noise N tiếng động

noisy ADJ ồn ào

nominate, to V đề cử, giới thiệu

nominee N người được đề cử

non-profit ADJ bất vụ lợi

non-refundable ADJ không trả tiền lại

non-smoker N nơi/người không hút thuốc

non-stop ADJ không ngừng

nonsense ADJ vô lý/nghĩa

noodles N mì, bún

noon N buổi trưa

norm N chuẩn, tiêu chuẩn

normal ADJ bình thường

normalize, to V bình thường hoá

normally ADV thường thường

north N bắc

north-east N, ADJ đông bắc

north-west N, ADJ tây bắc

nose N mũi

nostalgia N nỗi nhớ nhà/quê hương

nostril N lỗ mũi

not ADV không

not only ... but also PHR không chỉ ... nhưng mà ....

not yet ADV chưa

notary N công chứng viên

note (currency) N tiền mặt

note (written) N bản ghi chép

note down, to V ghi xuống

notebook (exercise book) N vở, tập

notebook (computer) N máy vi tính xách tay

nothing PRON không có gì

notice (announcement) N thông báo

notice, to V nhận thấy

notify, to V cho hay, thông báo

notion N ý niệm, khái niệm

noun N danh từ

nourish, to V nuôi dưỡng

novel N tiểu thuyết

November N tháng mười một

novice N người học việc, chú tiểu

now ADV bây giờ

nowadays ADV ngày nay

nowhere ADV không ở đâu cả

nuclear ADJ hạt nhân, nguyên tử

nude ADJ trần truồng

nugget N thỏi vàng

nuisance N sự phiền hà/rầy rà

numb ADJ tê, lặng người

number N số, con số

numeral N số, chữ số

numerous ADJ đông, nhiều

nun N ni cô/sư, nữ tu

nurse N y tá, điều dưỡng, bảo mẫu

nursery N nhà trẻ; vườn ương cây

nursing N điều dưỡng

nurture, to V nuôi nấng, dưỡng dục

nut N hạt, hột

N

nutrition N khoa dinh dưỡng, chất bổ dưỡng
nylon N ni lông

O

o'clock ADV giờ
oak N cây sồi
oar N mái chèo
oat N lúa mạch
oath N lời thề/tuyên thệ
obedience N sự vâng lời
obedient ADJ ngoan, vâng lời, tuân lệnh
obesity N sự béo phệ
obey, to V tuân theo, vâng lời
obituary N lời cáo phó
object, thing N đồ vật
object, protest, to V phản đối
objective (aim) N mục tiêu
objective ADJ khách quan
obligation N nghĩa vụ, bổn phận
oblige, to V bắt buột
observation N sự quan sát/theo dõi
observatory N đài khí tượng/thiên văn
observe, to V quan sát, nhận xét, theo dõi
observer N quan sát viên
obstacle N chướng ngại vật, trở lực/ngại
obstetrician N bác sĩ phụ khoa
obstetrics N sản khoa
obstruct, to V làm tắc/nghẽn
obtain, to V thu/giành được
obvious ADJ rõ ràng, hiển nhiên
occasion N dịp, cơ hội
occasionally ADV thỉnh thoảng
occupant N người chiếm giữ/ở trong nhà
occupation N công việc, chức vụ, nghề nghiệp
occupy, to V chiếm giữ, chiếm đóng
occur, to V xảy ra/đến
ocean N đại dương
October N tháng mười
octopus N con mực/bạch tuộc
odd ADJ lẻ, thừa
odor, bad smell N mùi hôi/thối
of PREP của
of course ADV tất nhiên
off (turned off) ADV tắt
offend, to V xúc phạm, vi phạm
offender N người phạm tội, thủ phạm
offense N sự phạm tội/vi phạm
offensive N cuộc tấn công
offer, suggest, to V đề nghị, cống hiến, cho
offering N lễ vật, hương hoa

office N văn phòng
officer N sĩ quan
official, formal ADJ chính thức
official (government) N công chức, viên chức
off-line ADJ làm việc ở nhà/không dùng máy vi tính
off-peak ADJ lúc ít đông người, ngoài mùa
offshore ADJ ngoài nước, xa bờ
offspring N con cháu
often ADV thường xuyên
oil N dầu
ointment N thuốc mỡ
okay ADV được, đồng ý
old (person) ADJ già
old (thing) ADJ cũ, xưa
olden times N ngày xưa
older brother N anh
older sister N chị
olive N quả ô-liu
Olympic Games N thế vận hội
ombudsman N nhân viên kiểm tra khiếu nại
omelette N trứng tráng/chiên
omission N sự bỏ sót/quên
omit, to V bỏ sót/quên
on, at PREP ở
on (of dates) PREP vào
on (turned on) ADV bật lên
on foot ADV đi bộ
on the way ADV trên đường
on time ADV đúng giờ
once ADV một lần
one NUM một
one-way ticket N vé một chiều
ongoing ADJ đang diễn tiến, liên tục
onion N hành tây
online ADJ nối mạng vi tính, được nối mạng
only ADJ, ADV chỉ, duy nhất
onshore ADJ trên bờ, trong nước
onward ADJ phía trước, trở đi
opal N đá ô-pan
open, to V mở, bắt đầu
open market N chợ trời
opener N cái mở hộp/chai
opening N khai mạc
openly ADV công khai, thẳng thắn
opera N sự hát giọng mũi/cao
operate, to V điều khiển, quản lý
operating system N hệ điều hành
operation N sự điều hành/hoạt động, việc phẫu thuật
operator N người điều khiển máy, điện thoại viên
opinion N ý kiến, quan điểm
opponent N đối thủ, đối phương

P

opportunity N cơ hội
oppose, to V đối lập, phản đối
opposed, in opposition ADJ đối lập
opposite (contrary) ADV ngược lại
opposite (facing) ADJ đối diện
opposition N phe đối lập
oppress, to V áp chế, đàn áp
optimist N người lạc quan
optional ADJ tùy ý, không bắt buộc
optometrist N y sĩ nhãn khoa, người đo thị lực
or CONJ hay, hoặc
oral ADJ nói miệng, vấn đáp, bằng lời
orange (fruit) N cam
orange (color) ADJ màu da cam
orbit N quĩ đạo
orchestra N dàn nhạc hoà tấu
orchid N hoa lan, phong lan
order (command) N lệnh
order (placed for food, goods), to V gọi món (food), đặt hàng (goods)
order, command, to V ra lệnh
order, sequence N trật tự, thứ tự
orderly, organized ADJ có trật tự, gọn gàng
ordinary ADJ thông thường, bình thường
organ N cơ quan, bộ phận
organic ADJ hữu cơ
organization N tổ chức, sự cấu tạo
organize, arrange, to V tổ chức, sắp xếp
orgasm N điểm cực khoái
orientation N sự hướng dẫn/định hướng
origin N nguồn gốc, xuất xứ
original N bản gốc
originate, come from, to V xuất xứ từ, nguồn gốc từ
ornament N đồ trang trí, trang sức
orphan N cô nhi, trẻ mồ côi
orphanage N cô nhi viện, viện trẻ mồ côi
other ADJ khác
otherwise ADV cách khác
ought to V nên, phải
our PRON của chúng tôi/ta
out PREP ra ngoài, đi vắng
outbreak N sự bùng nổ/nổi dậy/bộc phát
outcome N kết quả, hậu quả
outdated ADJ lỗi thời, xưa
outdoor ADJ ngoài trời
outlaw N ngoài vòng pháp luật, cấm đoán
outline N đề cương, dàn bài
outpatient N khu bệnh nhân ngoại chẩn/trú

outside ADJ bên ngoài
outsider N người ngoại cuộc
outskirts N ngoại ô/thành, vùng phụ cận
outspoken ADJ nói thẳng, bộc trực
outstanding ADJ nổi bật, xuất chúng
oval (shape) N hình trái xoan
oven N lò, bếp
over, finished ADV kết thúc, xong
over there ADV nơi ấy, bên ấy, bên kia
overall ADJ toàn bộ, tổng thể
overbook, to V hết vé rồi, không còn chỗ
overcharge, to V tính quá giá, tính tiền nhiều quá mức
overcome, to V khắc phục, vượt qua
overcook, to V nấu chin quá
overcrowded ADJ đông quá, chật quá
overdose, to V dùng quá liều lượng
overdraw, to V rút tiền quá tiền có trong trương mục
overdue ADJ quá hạn, hết hạn
overestimate, to V đánh giá quá cao, tính nhầm
overflow, to V tràn đầy
overlap, to V trùng lập, đè lên nhau
overload N lượng quá nặng
overlook, to V bỏ qua, xem nhẹ
overnight ADJ qua đêm
overpay, to V trả quá lố/nhiều
overseas ADJ nước ngoài
overtake, to V vượt, qua mặt
overthrow, to V lật đổ, đạp đổ
overtime ADJ ngoài giờ, làm thêm giờ
overturn, to V lật nhào, lật đổ
overvalue, to V đánh giá quá cao
overweight ADJ quá mập
overwhelming ADJ tràn ngập, bao phủ
owe (debt), to V nợ
own ADJ riêng
own, to V có, sở hữu
ownership N quyền sở hữu, sở hữu chủ
ox N con bò
oxtail N đuôi bò
oxygen N dưỡng khí, khí óc-xi
oyster N hàu, sò
oz ABBREV (=ounce) đơn vị đo lường oăn-xờ, (1 oz = 25 g)
ozone N khí ô-zôn

P

pace N bước đi, nhịp độ
pacemaker N máy nhắn tin
pacific ADJ thái bình, hoà bình
pacify, to V bình định, dẹp yên
pack, to V bó, gói

P

package N kiện hàng, gói, trọn gói
package tour N du lịch trọn gói
packer N người đóng bao bì
packet N gói nhỏ
packing N việc đóng/gói
pact N hiệp ước, công ước
pad N đệm, lót
paddock N bãi cỏ nuôi súc vật
paddy N thóc, lúa
page N trang sách/báo
pagoda N chùa, tháp
pain ADJ, N đau, nhức
painful ADJ đau đớn
paint N sơn
paint (house, furniture), to V sơn
paint (picture), to V vẽ
painter N thợ sơn
painting N bức tranh
pair N đôi, cặp
pajamas N quần áo ngủ
palace N hoàng cung, cung điện
palate N khẩu cái, vòm miệng
pale ADJ xanh xao, tái mét
pallet N khung gỗ để chất hàng, ổ rơm
palm N cây cau, lòng bàn tay
pamper, to V nuông chiều, chiều chuộng
pamphlet N tập sách nhỏ
pan N xoong, chảo
pancake N bánh kẹp bột mì
pandemic N bệnh truyền nhiễm
pander N ma cô, kẻ dắt gái
panel N ủy ban, nhóm
panelist N thành viên trong uỷ ban
panic N sự hốt hoảng/kinh sợ
panorama N phong cảnh, toàn cảnh
panties N quần lót, xi líp
pants N quần
pap test N việc thử nghiệm ung thư vú
papa N ba, cha
papaya N đu đủ
paper N giấy
paperback N sách bìa mỏng
paperwork N công việc giấy tờ
paracetamol N thuốc trị cảm cúm
parachute N nhảy dù
parade, to V diễn hành
paradise N thiên đường
paragraph N đoạn văn
parallel ADJ song song, song hành
paralysis N chứng tê liệt
paralyze, to V làm tê liệt
paramount ADJ tối cao/thượng
parcel N bưu kiện, kiện hàng
pardon, to V xin lỗi, tha thứ
parents N bố mẹ, cha mẹ, phụ huynh
parish N xứ đạo, giáo xứ

park (playground) N công viên, vườn hoa
park (car), to V đỗ xe, gởi xe (in parking lot)
parliament N quốc hội
parlor N hiệu, tiệm
parole N lời hứa danh dự
parrot N con vẹt
part (not whole) N phần
part (of machine) N bộ phận
participant N người tham dự
participate, to V tham gia
particle N tiểu từ
particularly, especially ADV nhất là, đặc biệt là
parting N sự chia tay/biệt li
partition N vách, tường ngăn
partly ADV một phần
partner (spouse) N chồng, vợ, nhà tôi
partnership N cổ phần, sự chung phần
party (event) N cuộc vui, tiệc
party (political) N đảng
pass (exam), to V đỗ
pass (go past), to V vượt qua
passbook N sổ băng
passenger N hành khách
passion N sự đam mê, tình cảm nồng nàn
passive ADJ thụ động, tiêu cực
passport N hộ chiếu, thông hành
password N khẩu lệnh, ám số/hiệu
past (is over) ADJ qua
past, former ADJ quá khứ
paste N mắm ruốc, hồ keo
path N đường nhỏ, lối đi
pathway N đường mòn
patient (calm) ADJ kiên nhẫn
patient (doctor's) N bệnh nhân
patriot N người yêu nước
patriotism N long yêu nước
patrol N đội tuần tra
pattern, design N mẫu, khuôn, mô hình
patterned ADJ theo mẫu
pause, to V ngừng, tạm nghỉ
pave, to V lát đường
pavement N vỉa hè, lề đường
pawn N đồ cầm, sự cầm đồ
pay, to V trả, thanh toán
pay attention, to V chú ý
pay back, to V trả lùi lại
pay-day N ngày trả lương
payment N món tiền trả
payoff N việc trả hết
pay-office N phòng trả lương
pay-roll N bảng trả tiền lương
PC ABBREV (=Personal Computer) máy vi tính cá nhân

peace N hòa bình
peaceful ADJ yên ổn, hòa bình
peach N quả đào; cây đào
peak, summit N đỉnh núi, thượng đỉnh, lúc bận rộn
peanut N lạc
pear N quả lê
pearl N ngọc trai
peas N hạt đậu
peasant N nông dân
pedagogy N sư phạm
pedal N, V bàn đạp; đạp
pedestrian N người đi bộ
pedicab N xe xích lô
peel, to V bóc vỏ, lột cỏ
peer N người cùng nhóm
pen N bút, viết
penalize, to V trừng phạt/trị
penalty N hình phạt, tiền phạt, quả bóng phạt
pencil N bút chì
pending ADJ còn để chờ, chưa giải quyết
penetrate, to V thấm qua/vào, thâm nhập
penicillin N thuốc trụ sinh
peninsula N bán đảo
penis N dương vật
penny N đồng xu/cắc
pension N hưu liễm, tiền trợ cấp
pensioner N người hưởng tiền già/ trợ cấp xã hội
pentagon N lầu năm góc, ngũ giác đài
people N nhân dân *(the mass)*; người ta *(in general)*
pepper N hạt tiêu
percent N phần trăm
percentage N tỷ lệ phần trăm
perfect ADJ hoàn hảo/toàn
perform, to V biểu diễn, trình diễn
performance N cuộc biểu diễn
perfume N nước hoa, dầu thơm
perhaps, maybe ADV có thể
perhaps, probably ADV có lẽ
period (end of sentence) N chấm
period (menstrual) N kinh nguyệt
period (of time) N thời gian
perm N tóc làn song, tóc quăn
permanent ADJ lâu đài, vĩnh viễn
permit, license N giấy phép
permit, allow, to V cho phép
perplexed ADJ lúng túng, bối rối
persecute, to V hành hạ, khủng bố
persecutor N người buộc tội
person N người
personality N cá tính
personnel N nhân viên/sự

perspective ADJ triển vọng, viễn cảnh
perspire, to V toát mồ hôi
persuade, to V thuyết phục
pessimistic ADJ bi quan, yếm thế
pest N sâu bọ
pet, animal N con vật nuôi trong nhà
petal N cánh hoa
petite ADJ nhỏ con
petition N đơn thỉnh nguyện, kiến nghị
petrol N xăng
petrol station N trạm bán xăng
petty ADJ lặt vặt, nhỏ mọn
petty cash N tiền mặt lẻ
petty thief N kẻ ăn cắp vặt
pharmacy, drugstore N hiệu thuốc
pharmacist N dược sĩ
pharynx N yết hầu
phase N giao đoạn, thời kì
PhD ABBREV (=Doctor of Philosophy) tiến sĩ
philanthropist N người vị tha
Philippines N nước Philippin/Phi Luật Tân
philosophy N triết học/lí
phone N điện thoại
photo N hình, ảnh
photocopier N máy chụp bản sao, máy phóng ảnh
photocopy N bản phô tô, bản chụp
photocopy (make a copy), to V phô tô
photograph N tấm ảnh
phrase N nhóm/cụm từ, mệnh đề
physical ADJ thuộc cơ thể/than thể
physician N thầy thuốc, y sĩ
physics N vật lí
pianist N nhạc sĩ dương cầm
piano N dương cầm/pia-nô
pick, choose, to V chọn
pick up (someone), to V đón
pick up, lift (something), to V nâng
pickpocket (people) N kẻ mốc túi
pickpocket, to V mốc túi
picnic N đi chơi và ăn ngoài trời
picture N hình ảnh, bức tranh
pie N bánh thịt nướng
piece, item N miếng, cái
piece, portion, section N phần
pierce, penetrate, to V xuyên/đâm, xỏ lỗ, thấm
pig N lợn
pigeon N chim bồ câu
piggy N con heo con
pile N chồng, đống, cọc
pilgrimage N cuộc hành hương
pill N viên thuốc, thuốc tránh thai
pillar N cột, trụ
pillow N gối

P

pilot N phi công, người lái máy bay
pimp N kẻ mối lái/cò mồi
pin N, V kim găm, kẹp giấy; ghim, cặp
PIN ABBREV (=Personal Identification Number) ẩn số cá nhân
pine N cây thông, gỗ thông
pineapple N dứa, thơm, khóm
pink ADJ hồng
pioneer N người tiên phong/đi đầu
pipe N ống dẫn nước
pipeline N ống dẫn dầu
pirate N, V kẻ cướp biển, hải tặc; ăn cắp bản quyền, cướp
piss, to V đi đái/tiểu
pit N hố, hầm
pitch N độ cao thấp của âm
pitcher, jug N bình
pitiful ADJ đáng thương
pity N lòng đáng thương, tiếc quá
pixel N độ nét máy hình
pizza N bánh nướng của Ý
placard N biển/bảng quảng cáo
place, location N chỗ
place, put, to V để
plagiarize, to V đạo văn, ăn cắp văn
plain (level ground) N bình nguyên
plain (not fancy) ADJ giản dị
plaintiff N người đứng kiện, nguyên cáo
plan (program) N kế hoạch
plan, to V lập kế hoạch
plane N máy bay
planet N hành tinh
plant (shrub, tree) N cây
plant, to V trồng cây
plasma N huyết tương, chất lân tinh
plaster N thạch cao, vôi
plastic N nhựa
plate N dĩa
platform N bục, bệ; sân ga
play, to V chơi
play back, to V chơi lại
playboy N tay chơi bời
player N cầu thủ, người chơi
playground N sân chơi/thể thao
playmate N bạn đồng đội
playstation N máy chơi trò chơi (games)
playtime N giờ ra chơi
playwright N nhà soạn kịch
plaza N trung tâm thương mại, khu phố/chợ
plead, beg, to V van xin
pleasant ADJ dễ chịu, thích thú, vui vẻ
please ADV xin, vui lòng
pleasure N niềm vui thích, sự khoái lạc
plenary ADJ toàn thể

plenary session N phiên họp khoáng đại
plentiful ADJ nhiều, dồi dào
plow, to V cày
plug (electric) N phích/nút cắm điện
plum N mận
plumber N thợ sửa ống nước
plumbing N nghề sửa ống nước
plural N số nhiều
plus ADJ, CONJ, N thêm, cộng
PM ABBREV (=Prime Minister) thủ tướng chính phủ
p.m. ABBREV (=post meridiem) từ 12 trưa đến 12 giờ đêm
pocket N túi
poem N bài thơ
poet N nhà thơ
poetry N thi ca
point (dot) N chấm, điểm
point of view N quan điểm
point out, to V chỉ ra
poison N chất độc
poisonous ADJ độc
police N cảnh sát
police officer N sĩ quan cảnh sát
policy N chính sách, đường lối
polish, to V đánh bóng
politburo N bộ chính trị
polite ADJ lịch sự, lễ phép
politician N chính trị gia, chính khách
politics N chính trị
poll N cuộc thăm dò ý kiến; phòng phiếu
pollen N phấn hoa
pollution N ô nhiễm
polo-shirt N áo thun ngắn tay
polymer N hoá chất po-li-me
polytechnic ADJ bách khoa
pond N ao hồ, vũng nước
pool N bể bơi; tiền vốn chung
poor ADJ nghèo
popcorn N bắp/ngô rang
popular ADJ phổ biến/quát/thông
population N dân số
pork N thịt lợn/heo
pornography N sách báo khiêu dâm
porridge N cháo
port N cảng; nút/phít máy vi tính
portable ADJ xách tay, mang đi được
porter N công nhân khuân vác
portion, serving N phần, phần ăn
portrait N ảnh, chân dung
position N địa vị, chỗ, vị trí, chức vụ
positive N, ADJ dương bản; tích cực
possess, to V có, mang
possessions N đồ đạc, của cải
possible ADJ có thể xảy ra/có được
possibly ADV có thể

post, column N cột
post, mail N bưu chính
post office N bưu điện
postage N tiền tem, bưu phí
postcard N bưu thiếp
poster N áp phít, bích chương
postgraduate ADJ sau đại học
postpone, to V hoãn
pot N nồi, bình, ấm
potato N khoai tây
potential ADJ có khả năng/tiềm lực
pottery N đồ gốm/sứ
pounce, to V vồ, chụp lấy
pound N đồng bảng Anh
poultry N gà vịt, gia cầm
pour, to V đổ, trút, rót
poverty N sự nghèo đói
powder N bột, phấn
power N quyền lực, khả năng, sức
mạnh
powerful ADJ hùng mạnh
practical ADJ thực tế, thực dụng, thiết
thực
practice N sự thực tập
practice, to V thực tập
praise N lời khen
praise, to V khen, ca ngợi
prawn N tôm
pray, to V cúng, cầu nguyện
prayer N lời cầu nguyện
preach, to V thuyết giảng/pháp
preamble N lời nói đầu
pre-arrange, to V sắp xếp trước
precedent ADJ tiền lệ
precinct N khu vực nổi bật
precious ADJ quí giá/báu
precise ADJ chính xác, tỉ mỉ
predecessor N người tiền nhiệm
predict, to V đoán trước, tiên đoán
prediction N lời tiên đoán
preface N lời nói đầu, lời tựa
prefer, to V thích hơn
preference N sự ưa thích/chuộng
prefix N tiền tố, tiếp đầu ngữ
pregnant ADJ có thai
prejudice N thành kiến, định kiến
preliminary ADJ công việc mở đầu/
sơ bộ
premier, Prime Minister N thủ hiến,
thủ tướng
premises N nhà cửa, dinh cơ
premium N tiền đóng bảo hiểm
prepaid ADJ trả trước
prepare, to V chuẩn bị
prepare, make ready, to V sửa soạn
preposition N giới từ
prerequisite N điều kiện tiên quyết/
có trước

preschool N nhà trẻ, mẫu giáo
prescription N đơn thuốc
present, to V trình bày
present, gift N quà, tặng phẩm
present (here) ADJ có mặt, hiện tại
preserve, to V giữ gìn, bảo tồn
preset, to V làm lại, lấy lại
preside, to V chủ trì, chủ toạ
president N tổng thống, chủ tịch
press, to V ép
press, journalism N báo chí
pressure N áp lực, sức ép
prestige N uy thế/quyền
pretend, to V giả vờ
pretty (attractive) ADJ xinh đẹp
prevent, to V đề phòng, ngăn ngừa
preview, to V xem trước, duyệt trước
price N giá
price-tag N bảng giá
price-war N sự cạnh tranh giá cả
priceless ADJ vô giá
pride N hãnh diện
priest N linh mục, thầy tu
primary ADJ đầu tiên, căn bản
prime minister N thủ tướng
prince N hoàng tử
princess N công chúa
principal, headmaster/mistress N
hiệu trưởng
principle N nguyên tắc
print, to V in, đăng báo
printer N máy in
priority N quyền ưu tiên
prison N nhà tù
prisoner N tù nhân
private ADJ riêng, cá nhân
privatize, to V tư nhân hoá
privilege N đặc quyền/ân
prize N giải thưởng, phần thưởng
pro rata ADV theo tỉ lệ
probable ADJ có lẻ/thể
probation N thời gian tập sự/tạm thời
problem N vấn đề, bài toán
procedure N thủ tục, nghi thức
proceed, to V tiếp tục/diễn, tiến hành
proceeding N kỉ yếu
process N quá/tiến trình
process (make), to V chế biến
procession N đám rước, cuộc diễn
hành
proclaim, to V công/tuyên bố
proclamation N tuyên bố/cáo
produce, to V sản xuất
product N sản phẩm
production N sự sản xuất/chế tạo
profession N nghề, chuyên nghiệp
professor N giáo sư đại học
proficiency N khả năng, năng lực

P

profit N lãi, lợi nhuận
profitable ADJ có lợi
profound ADJ sâu sắc, thâm thuý
program, schedule N chương trình, thời khóa biểu
programmer N thảo chương viên, người lập chương trình
programming N thảo chương, thiết kế chương trình
progress N sự tiến bộ/triển, diễn tiến
progressive ADJ tiến bộ, tiến hành/bộ
prohibit, to V cấm, ngăn cấm
project N dự án, đề án, công trình
projector N máy chiếu/rọi
promise, to V hứa, hẹn
promote, to V thăng chức, quảng cáo, khuyến mãi
pronoun N đại từ
pronounce, to V phát âm, công bố
proof N bằng/chứng cớ
propaganda, to V tuyên truyền
proper ADJ thích hợp/đáng
property N tài sản, nhà cửa
proposal N điều/bản đề nghị
propose, to V đề nghị/cử
prose N văn xuôi
prosecute, to V truy tố
prosecutor N công tố viên
prosperous ADJ thịnh vượng, phát đạt
prostate N tuyến tiền liệt
prostitute N gái điếm/mại dâm
protect, to V che chở, bảo vệ
protein N chất đạm/pro-te-in
protest, to V phản đối
protocol N nghi lễ, lễ tân
proud ADJ tự hào
prove, to V chứng tỏ, tỏ ra
proverb N tục ngữ
provide, to V cung cấp
provider N người/nhà cung cấp
province N tỉnh
provocative ADJ khiêu khích, xúi dục
provoke, to V khêu gợi, kích thích
proxy N sự uỷ quyền
pseudonym N bút hiệu
psychiatrist N bác sĩ tâm thần
psychic N ông/bà đồng bóng
psychology N tâm lí học
pub N quán rượu
public ADJ công cộng, công khai, quần chúng
publication N sự xuất bản, tác phẩm xuất bản
publicize, to V quảng bá, phổ biến
publish, to V xuất bản
publisher N nhà xuất bản
pudding N bánh pu-ding/ga-tô
pull, to V kéo, lôi

pullover N áo len chui đầu
pulse N mạch
pump, to V bơm
pumpkin N quả bí đỏ
punch, to V đấm, thụi
punctual ADJ đúng giờ
punish, to V phạt, trừng phạt
pup N chó con
pupil N học sinh
puppet N bù nhìn, con rối
purchase, buy, to V mua, tậu
purchase order N phiếu đặt mua hàng
pure ADJ thuần túy, tinh khiết
purple ADJ tím
purpose N lý do, mục đích
purse (for money) N túi sách tay
pursue, to V theo đuổi
pus N mủ
push, to V đẩy, xô
pussy N con mèo
put, place, to V để
put off, delay, to V hoãn
put on (clothes), to V mặc
puzzle N câu đố, khó xử
pyjamas N quần áo ngủ
pyramid N kim tự tháp, hình chóp

Q

Q&A ABBREV (=Question and Answer) hỏi và trả lời
quadrangle N hình bốn cạnh
quadruple ADJ bốn bên, tay tư
quaff, to V nốc một hơi dài
quail N chim cút
quake, to V rung, run
qualification N điều kiện
qualifier N người đủ tư cách/khả năng
qualify, to V có đủ khả năng/tiêu chuẩn
qualitative ADJ định tính, về phẩm chất
quality N phẩm chất, chất lượng, định lượng
quantitative ADJ định lượng, về số lượng
quantity N lượng, số lượng, định lượng
quantum N túc số, định mức
quarantine N sự kiểm dịch
quarrel, to V cãi nhau/lộn
quarrelsome ADJ thích cãi nhau, hay sinh sự
quarry N mỏ/hầm đá
quart N lít Anh, một phần tư ga-lon
quarter (fraction) N một phần bốn, 15 phút, quí 3 tháng
quarter (of city) N khu phố
quarterly N quí ba tháng

quartz N thạch anh
quay N bến cảng/tàu
queen N nữ hoàng
query V, N hỏi, chất vấn; câu hỏi, thắc mắc
question N câu hỏi
questionable ADJ đáng nghi ngờ, khả nghi
questionnaire N bảng câu hỏi
queue, line N hàng
queue, line up, to V xếp hàng
quick ADJ nhanh, lẹ
quick-tempered ADJ nóng tính, dễ cáu
quick-witted ADJ nhanh trí
quickly ADV nhanh
quiet ADJ yên
quiet please INTERJ vui lòng giữ yên lặng
quilt N mền/chăn bông
quit, to V bỏ, thôi, ngừng
quite ADV khá, hoàn toàn
quite a few N một số khá nhiều
quiz N câu hỏi thi/trắc nghiệm
quorum N túc số, đủ số cần thiết
quota N số qui định, chỉ tiêu
quotation N lời trích dẫn
quotation mark N dấu ngoặc kép
quote, to V trích dẫn

R

rabbit N con thỏ
race, run N, V cuộc chạy đua; chạy thi
race, ethnic group N nòi giống, chủng tộc
racism N chủ nghĩa kì thị chủng tộc
racist ADJ (ok) kì thị chủng tộc
rack N cái móc áo
racket N vợt đánh banh
radar N máy ra-da
radiation N sự phóng xạ/phát sáng
radiator N bộ giảm nhiệt xe hơi
radio N máy thu thanh
radioactive ADJ phóng xạ
radiologist N bác sĩ quang tuyến
radish N củ cải đỏ
raffle N cuộc xổ số
rag N giẻ rách
rage, to V nỗi cơn thịnh nộ, giận điên lên
ragged ADJ rách rưới, tả tơi
raid N sự tấn công/đột kích/bố ráp
rail N đường sắt
railroad, railway N đường sắt
rain N cơn mưa
rain, to V mưa
rainbow N cầu vòng
rainy ADJ nhiều mưa, hay mưa

raise (children), to V nuôi dưỡng
raise (lift up), to V nâng lên
raise one's head, to V ngẩng đầu lên
rake N cái cào
rally N cuộc tập hợp/mít ting
RAM ABBREV (=Random Access Memory) bộ nhớ máy vi tính
rambutan N trái chôm chôm
ramp N bờ dốc; bệ phóng
random ADJ bất ngờ, không định trước
range N hàng, dãy
ranger N nhân viên kiểm lâm, người bảo vệ rừng
rank N chức vị, cấp bậc
ranking N hạng
rape, to V hiếp dâm, cưỡng hiếp
rapid ADJ nhanh, mau
rare (scarce) ADJ hiếm
rare (uncooked) ADJ tái
rarely, seldom ADV hiếm
rash N chứng rôm/phát ban
rat N chuột
rat-trap N cái bẫy chuột
rate, tariff N giá cả
rate of exchange (for foreign currency) N tỷ giá hối đoái
rate-payer N người đóng thuế nhà đất
rather, fairly ADV khá, hơi
ratify (to approve), to V phê chuẩn, thông qua
ratio N tỉ lệ, tỉ số
ration N khẩu phần
rational N lí do
rationalize, to V hợp lí hoá
rave, to V mê sảng, nói sảng
raw, uncooked, rare ADJ sống
ray N tia sáng
raze, to V san bằng, phá trụi
razor N dao cạo
reach, get to V đạt đến
react, to V phản ứng
reaction, response N sự phản ứng
reactionary N kẻ phản động
reactor N lò phản ứng hạt nhân/ nguyên tử
read, to V đọc
reader N độc giả
ready ADJ sẵn sàng
ready, to get V chuẩn bị
ready, to make V sửa soạn
reaffirm, to V tái xác nhận
real ADJ thật, thực tế, chân chính
realism N chủ nghĩa hiện thực
realistic ADJ thực tế
reality N thực tế/tại
realize, be aware, to V nhận ra
really (in fact) ADV thực ra
really? INTERJ thế à?

reapply, to v nộp đơn lại
rear, tail N đuôi, phía sau
rearrange, to v sắp xếp lại
reason N lý do
reasonable (price) ADJ vừa phải
reasonable (sensible) ADJ có lý
reassure, to v làm yên lòng
rebate, to v hoàn lại tiền hoàn lại
rebel N người nổi loạn
reboot, to v cho máy vi tính chạy lại
rebound, to v trở lại/về
rebuild, to v tái thiết, xây dựng lại
recall, to v triệu hồi, gọi về
receipt N hóa đơn, biên nhận
receive, to v nhận
receiver N người nhận
recent ADJ mới đây, vừa rồi
reception N tiếp/lễ tân, sự chiêu đãi
receptionist N tiếp viên lễ tân
receptive ADJ dễ tiếp thu
recess N giờ ra chơi
recession N kính tế suy thoái/khủng
  hoảng
recharge, to v nạp/nộp thêm
recipe N công thức nấu ăn
recipient N người nhận/được thừa
  hưởng
reckless ADJ táo bạo, liều mạng
reckon, to v nghĩ, cho là, đoán
reclaim, to v đòi lại, lấy lại
recognition N sự công nhận/thừa nhận
recognize, to v nhận ra, công nhận
recollect, to v thu lại
recommend, to v khuyên, giới thiệu,
  tiến cử
recommendation N sự giới thiệu/đề
  bạt
reconcile, to v giảng hoà, hoà giải
recondition, to v làm mới lại, tu bổ lại
reconnect, to v nối lại
reconsider, to v xem xét lại, cứu xét
reconstruct, to v tái thiết, xây dựng lại
record N đĩa hát, hồ sơ
record, to v ghi chép, thu âm/hình
recorder N máy ghi âm/thu băng
recover, cure, to v khỏi bệnh
recovery N sự bình phục/lấy lại
recreation N sự giải trí/tiêu khiển
recruit, to v tuyển mộ
rectangle N hình chữ nhật
rectify, to v sửa cho đúng
rector N viện/hiệu trưởng
recycle, to v tái chế biến
red ADJ đỏ
red wine N rượu nho đỏ
red-card N thẻ đỏ đuổi cầu thủ khỏi sân
red-carpet N thảm đỏ dành cho
  thượng khách đi

Red-Cross N hội chữ thập đỏ
red-light camera N máy chụp hình xe
  chạy quá tốc độ
redeem, to v trừ bớt
redial, to v quay lại
reduce, to v giảm
reduction N sự giảm bớt
redundancy N sự cắt bớt/giảm bớt
re-educate, to v cải tạo
re-education camp N trại cải tạo
reel N ống, cuộn
re-elect, to v được bầu lại
re-employ, to v tái tuyển dụng
re-examination N việc thi lại/kiểm tra
  lại
refer, to v chuyển đến, tham chiếu
referee N trọng tài, người tham khảo
reference N sự tham khảo/chiếu
referendum N cuộc trưng cầu dân ý
refill, to v đổ đầy lại
refinance, to v chuyển vay tiền
refine, to v lọc, tinh chế
refinery N nhà máy lọc
reflect, to v phản ánh/chiếu
reform, to v cải cách/tổ
reformer (for changes) N nhà cải
  cách, người cấp tiến
refrain, to v hạn chế, kiềm chế
refresh, to v làm cho tỉnh lại, giải lao
refreshment N sự/đồ giải lao
refrigerator N tủ lạnh
refuel, to v đổ xăng/dầu
refugee N dân tị nạn
refund, to v trả lại, bồi hoàn
refusal N sự từ chối
refuse, to v từ chối
refuse, rubbish N từ chối
regain, to v lấy lại, thu hồi
regard, to v lòng kính mến, lời thăm
  hỏi
regardless ADV bất chấp, không quan
  tâm
regime N chế độ, chính thể
region N miền, vùng
register, to v đăng kí, ghi tên
registered post N thư bảo đảm
regret, to v ân hận, hối tiếc
regrettably ADV đáng ân hận
regular, normal ADJ bình thường,
  đều đều
regulation N luật lệ, qui tắc
rehearse, to v tập dượt, diễn thử
reheat, to v hâm nóng lại
reimburse, to v hoàn trả, trả lại
reinstate, to v phục hồi, đem trở lại
reject, to v từ chối, bác bỏ
relation N mối quan hệ/liên lạc
relatives, family N họ hàng

relax, to v nghỉ, thư giản
relay, to v chiếu lại, cho quay lại
release, to v thả, phóng thích; phát hành
relevant ADJ thích hợp
reliable ADJ đáng tin cậy
religion N tôn giáo
reluctant ADJ miễn cưỡng, bất đắc dĩ
rely, to v tin cậy, dựa vào
remain, to v còn lại, lưu lại
remainder, leftover N phần còn lại
remains (historical) N di tích/hài
remark N bài phát biểu, lời nhận xét
remarkable ADJ đáng chú ý
remarry, to v tái giá, lấy vợ khác
remember, to v nhớ
remembrance N sự hồi tưởng/tưởng nhớ
remind, to v nhắc, lưu ý
remit, to v gởi trả
remittance N giấy đòi tiền/nợ
remote ADJ xa xôi, hẻo lánh
remove, to v di dời, loại bỏ
rename, to v thay tên, đổi tên
rendezvous N chỗ hẹn gặp
renew, to v đổi mới, gia hạn
renewable ADJ có thể gia hạn, đổi mới được
renovate, to v tân trang, cải tiến
renovation N việc tân trang/làm mới lại
rent, to v thuê
rental N tiền thuê
reopen, to v mở lại, khai giảng lại
reorganization N sự tổ chức lại/tái tổ chức
reorganize, to v cải tổ, sắp xếp lại
repair, to v sửa chữa, tu bổ
repeat, to v nói/nhắc/lặp lại
replace, to v thay thế
reply, response N sự trả lời
reply (in speech), to v trả lời, phúc đáp
report, to v báo cáo
report (paper) N bản báo cáo
reporter N nhà báo
represent, to v thay mặt, đại diện
representative N đại biểu/diện, dân biểu
republic N cộng hoà
reputation N danh tiếng, thanh danh
request (formally), to v nhờ
request (informally), to v xin, yêu cầu
require, to v đòi hỏi
requirement N điều kiện bắt buộc/phải có
rescue, to v cứu giúp/nạn
research N việc nghiên cứu
research, to v nghiên cứu

researcher N nhà nghiên cứu
resell, to v bán lại
resemble, to ADJ giống
resent, to v không bằng lòng, phật ý
resentment N mối căm thù
reservation N việc đặt trước
reserve (for animals) N khu vực bảo tồn
reserve (ask for in advance), to v đặt trước
reshuffle, to v cải tổ
reside, to v ở, cư ngụ
residence N nhà ở, nơi cư trú
resident, inhabitant N dân cư
resign, to v từ chức, xin thôi việc
resolution N nghị quyết, sự quyết tâm
resolve (problem), to v giải quyết
resort N nơi nghỉ mát; phương sách
resource N tài nguyên
respect N sự tôn/kính trọng
respect, to v tôn trọng, kính trọng
respond, react, to v trả lời, phản ứng
response, reaction N phản ứng, sự đáp lại/hưởng ứng
responsibility N trách nhiệm
responsible ADJ có trách nhiệm
rest, remainder N phần còn lại
rest, relax, to v nghỉ ngơi
restaurant N nhà hàng
restore, to v khôi phục, sửa chữa lại
restrain, to v kiềm chế/lại
restriction N sự hạn chế/giới hạn
restroom N phòng vệ sinh
restructure, to v tái phối trí cơ quan, sắp xếp lại
result N kết quả, hậu quả
résumé N bản sơ yếu lí lịch, tiểu sử
retail N sự bán lẻ
retailer N người bán lẻ
retain, to v cầm/giữ lại, duy trì
retaliate, to v trả thù
retell, to v kể lại
rethink, to v suy nghĩ lại
retire, to v về hưu
return (give back), to v trả lại
return (go back), to v trở về
return home, to v về nhà
return ticket N vé khứ hồi
reunification N tái thống nhất
reunify, to v thống nhất
reunion N sự sum họp/đoàn tụ
reveal (make known), to v bày tỏ, cho biết
reveal (make visible), to v cho thấy
revenge, to v trả/báo thù
revenue N thu nhập, lợi tức
reverse (back up), to v lùi, trở ngược
reversed, backwards ADJ đảo ngược

R

review, to v xem lại, xét lại
revise, to v tu chính, sửa đổi
revolution n cuộc cách mạng
revolutionist n nhà cách mạng
reward n tiền thưởng
reward, to v thưởng
reword, to v viết lại, chỉnh lại câu văn
rewrite, to v viết lại
ribbon n băng
rice (cooked) n cơm
rice (plant or paddy) n lúa
rice (uncooked grains) n gạo
rice fields n ruộng lúa
rich ADJ giàu
ride (animal), to v cưỡi
ride (in car), to v lái
ridiculous ADJ lố lăng, buồn cười
right (correct) ADJ đúng
right (side) n bên phải
right now ADV bây giờ
rights n quyền lợi
ring (jewelry) n nhẫn
ring (bell), to v reo
ring (on the telephone), to v gọi
ringleader n thủ lãnh băng đảng
ringtone n nhịp chuông reo
rinse, to v súc miệng, vắt quần áo
riot n sự rối loạn/náo loạn
ripe ADJ chín
rise, ascend, to v lên
rise, increase, to v tăng
risk (danger) n sự mạo hiểm/rủi ro
risk, to v liều
rite n nghi thức, lễ nghi
rival n đối thủ
river n sông
river bank n bờ song
river front n trước bờ sông
road n đường đi/phố
road map n bản đồ chỉ đường
road work n công tác làm đường
roast, grill, to v nướng, quay
roasted, grilled, toasted ADJ nướng, quay
rob, to v cướp, ăn cướp
robot n người máy
rock n đá
rock, shake, to v lúc lắc, đu đưa
rocket n tên lửa, hoả tiễn
rod n cây que/roi, cần câu
role n vai trò
roll n cuộn, cuốn
roller n trục lăn
rollover n chuyển tiền qua trương mục khác
ROM ABBREV (=Read Only Memory) bộ nhớ máy vi tính
romantic ADJ lãng mạn, mơ mộng

roof n mái nhà
room n phòng
room mate n người ở cùng phòng
room service n việc dọn phòng
roomy ADJ rộng rãi
rooster n gà trống
root (of plant) n rễ, căn nguyên
rope n dây thừng
rose n hoa hồng
rotate, to v luân phiên, xoay quanh
rotten ADJ thối
rough ADJ gồ ghề, nhám
roughly, approximately ADV khoảng, gần
round (around) ADJ xung quanh
round (shape) ADJ tròn
round trip n khứ hồi
routine ADJ thói quen hàng ngày, thường lệ
row n hàng, dãy
royal ADJ thuộc hoàng gia
royalty n tác quyền, bản quyền tác giả
rub, to v xoa, lau
rubber n cao su
rubbish n rác
rudder n bánh lái
rude ADJ mất dạy, vô lễ, thô lỗ
rug n tấm thảm
ruin n sự đổ nát/tiêu tan
rule n quy luật, lệ thường, qui tắc
ruler n cái thước; nhà cầm quyền
rumor n tin đồn
run, to v chạy
run away, to v chạy thoát
runway n phi đạo, đường máy bay đáp
rural ADJ thuộc miền quê
rush, to v đổ xô, xông lên
Russia n nước Nga
Russian n người Nga
rust n gỉ, sét
rustic ADJ quê mùa, mộc mạc
rusty ADJ han gỉ, sét
ruthless ADJ tàn nhẫn

S

sack (bag) n bao tải, túi
sack (to discharge), to v sa thải
sacred ADJ thần thánh, thiêng liêng
sacrifice n sự hy sinh
sacrifice, to v hy sinh
sad ADJ buồn, u sầu
sadness n nỗi đau buồn
safe ADJ an toàn
safe (for keeping money) n két sắt
safety n sự an toàn
sail n buồm
sail, to v đi tàu buồm

S

saint N thánh
salad N xa lách
salami N xúc xích Ý
salary N lương
sale (reduced prices) N bán giảm giá
sales assistant N người bán hàng
salmon N cá hồi
salon N phòng khách, cửa tiệm
salt N muối
saltish ADJ hơi mặn
salty ADJ mặn
salute, to V chào
salvation N sự cứu rỗi
Salvation Army N đội quân từ thiện
same ADJ như nhau, giống nhau
sample N mẫu hàng
sand N cát
sandals N dép, săn-đan
sandpaper N giấy nhám
sandstorm N bão cát
sandwich N bánh mì thịt/xăn-uých
sanitary ADJ vệ sinh
sardine N cá mòi
sarong N váy quấn Thái, Lào. . .
SARS ABBREV (=Severe Acute Respiratory Syndrome) bệnh nhiễm vi khuẩn cấp tính màng óc
satellite N vệ tinh
satire N lời châm biếm
satisfaction N sự bằng lòng/toại nguyện
satisfied ADJ hài lòng, thoả mãn
satisfy, to V chiều lòng, thoả mãn
saturate, to V bão hoà
Saturday N thứ bảy
sauce N tương, nước chấm
saucepan N cái chảo/xoong
sauna N sự tắm hơi
sausage N xúc xích, dồi
save (keep), to V giữ, để dành, tiết kiệm
save, rescue, to V (ok) cứu đỡ/vớt
saw N cái cưa
say, to V nói
say goodbye, to V chào tạm biệt
say hello, to V chào
say sorry, to V xin lỗi
say thank you, to V cám ơn
scabies N bệnh ghẻ
scaffold N dàn thang xây nhà
scales N vảy
scallop N con điệp
scan, to V chụp hình, quét hình
scandal N chuyện gièm pha
scanner N máy chụp lại hình ảnh
scar N sẹo
scare, to V sợ, lo sợ
scarf N khăn quàng cổ/trùm đầu

scarlet N màu đỏ tươi
scatter, to V gieo rắc, rãi
scenario N tình huống, kịch bản, quang cảnh
scene N cảnh, cảnh tượng
scenery N phong cảnh
scenic ADJ ngoạn mục
scent N mùi thơm, hương thơm
schedule N thời khóa biểu, chương trình
scheme N kế hoạch, chương trình, mưu đồ
scholar N học giả, môn sinh
scholarship N học bổng
school N trường
school year N năm học
school zone N khu vực trường học
schoolboy N nam sinh
schoolgirl N nữ sinh
school-age N tuổi đi học
science N khoa học
scientist N khoa học gia
scissors N kéo
scold, to V la mắng, rầy
scooter N xe gắn máy
score N số điểm, số bàn thắng
Scotland N nước Tô Cách Lan
Scottish, Scots ADJ, N người Tô Cách Lan
scout N hướng đạo sinh
scratch, to V cạo, gãi
screen (of computer) N màn hình, bình phong
screen saver N tiết kiệm điện trên màn hình vi tính
screw N đinh ốc/vít
script N chữ viết tay, bản thảo
scrub, to V chùi, cọ
sculpt, to V điêu khắc
sculptor N nhà điêu khắc
sculpture N điêu khắc
sea N biển
seafood N đồ biển, hải sản
seal (stamp) N, V dấu; đóng dấu
seal (animal) N hải cầu
seaport N hải cảng
search engine N công cụ tìm kiếm, máy dò tìm
search for, to V tìm
seasick ADJ say sóng
season N mùa
seasonable ADJ đúng mùa, hợp thời vụ
seasoning N nước gia vị
seat N ghế, chỗ ngồi
seat belt N dây an toàn trên xe/máy bay
seaweed N rong biển
second (order) N thứ hai, hạng nhì

S

second (time) N giây
secondhand ADJ đồ dùng cũ
second language N ngôn ngữ thứ hai
secret ADJ bí mật
secret, to keep a V giữ bí mật
secret police N cảnh sát chìm, công
an mật
secretariat N ban bí thư
secretary N thư ký
sect N môn phái, giáo phái
section N đoạn, phần
secure, safe ADJ an toàn, vững chắc
security N an ninh/toàn
seduce, to V rủ rê, cám dỗ
seductive ADJ có sức quyến rũ, làm
say đắm
see, to V thấy
see you later! INTERJ tạm biệt, hẹn
gặp lại
seed N hạt
seedling N cây giống
seek, to V tìm kiếm
seem, to V hình/dường như
seize, to V chiếm đoạt, tịch thu
seldom ADJ ít khi
select, to V chọn, tuyển lựa
selection N sự tuyển chọn/tuyển lựa
self N bản thân mình
self-discipline N kỉ luật tự giác
self-employed ADJ làm việc cho mình
self-esteem N sự tự trọng
self-government N chế độ tự trị
self-help N sự tự lực cánh sinh
selfish ADJ ích kỉ
self-service ADJ tự phục vụ, tự làm lấy
self-taught ADJ tự học
sell, to V bán
seller N người bán hang
semantics N ngữ nghĩa học
semester N học kì, lục cá nguyệt
semi N một nửa, bán kết
semicolon N dấu chấm phẩy
seminar N hôi thảo
semi-official ADJ bán chính thức
semi-trailer N xe tải nhỏ
semi-vowel N bán nguyên âm
senate N thượng viện
senator N thượng nghị sĩ
send, to V gửi
sender N người gởi
senior ADJ lớn tuổi, thâm niên
sensational ADJ giật gân, gây xúc động
sense N giác quan, cảm giác
sensibility N tính nhạy cảm
sensible ADJ có lý, hợp lí
sensitive ADJ nhạy cảm, dễ cảm động
sensor N sự nhạy cảm, sự phản ứng
do điều khiển từ xa

sentence N câu; án toà
sentiment N tình cảm
separate, to V chia ra, tách ra
separate (individual) ADJ riêng biệt
separation N sự chia rẽ/phân li, li thân
September N tháng chín
sequence, order N thứ tự
series N loạt, dãy, nhóm
serious (not funny) ADJ nghiêm trọng
serious (severe) ADJ nghiêm trọng
servant N đầy tớ, người giúp việc
serve, to V phục vụ
server (computer network) N máy
chủ mạng (vi tính)
service N dịch vụ, công việc
service charge N phụ phí
service station N trạm xăng có sửa
chữa xe
serviette N khăn giấy
serving N phục vụ
sesame oil N dầu vừng, dầu mè
sesame seeds N hạt vừng, hạt mè
session N khoá họp, học kì
sessional ADJ làm theo giờ
set (of glasses) N bộ
set (set up), to V lập nên, tạo dựng
set up, to V bố trí, thiết kế
settle, to V giải quyết, hoà giải, thanh
toán tiền
settlement N sự thanh toán/giàn xếp,
việc định cư
seven NUM bảy
seventeen NUM mười bảy
seventy NUM bảy mươi
several ADJ vài
severe ADJ nghiêm trọng/khắc
sew, to V may, khâu
sex, gender N giới tính
sex, sexual activity N sự giao hợp
sexy ADJ khêu gợi/dâm
shack N lều, chòi
shade N bóng tối
shadow N bóng mát
shadow play N kịch bóng
shake, to V lắc, lung lay
shake hands, to V bắt tay
shall, will V sẽ
shallow ADJ cạn, nông
shame, disgrace N nỗi nhục nhã/xấu
hổ
shameful ADJ đáng xấu hổ
shameless ADJ không biết xấu hổ,
trơ trẽn
shampoo N dầu gội đầu
shape N hình thể
shape, form, to V đúc khuôn, tạo nên
shark N cá mập
sharp ADJ sắc, bén, nhọn

sharpen, to v mài, gọt
shave, to v cạo
shaver N dao cạo râu
she, her PRON cô ấy
shear, to v xén lông cừu
shearer N người xén lông cừu
sheep N cừu
sheet (for bed) N khăn trải giường
sheet (of paper) N trang/tờ giấy
shelf N kệ sách
shell N vỏ óc/đậu
shelter N chỗ ẩn núp
sheriff N cảnh sát thành phố
shift, to v thay đổi, đổi chỗ
shiny ADJ loáng, bóng
ship N tàu thủy
shipment N việc gởi hang bằng tàu
shipyard N khu đóng tàu/bến tàu
shirt N áo
shit N cứt, phân
shiver, to v run
shock N sự sửng sốt/bất ngờ
shocking ADJ làm sửng sốt
shoes N giày
shoot, to v bắn
shop, store N cửa hàng
shopkeeper N chủ tiệm
shopping N đi mua hàng, đi chợ
short (concise) ADJ ngắn
short (not tall) ADJ thấp
shorten, to v thu/rút ngắn lại
shortfall N sự thiếu hụt
shortly ADV không lâu
shorts (short trousers) N quần đùi
shot N phát súng/đạn
shotgun N súng lục
shoulder N vai
shout, to v quát, la
show, to v cho xem, chỉ cho biết
show (live performance) N cuộc biểu diễn
shower (of rain) N mưa rào
showgirl N nữ diễn viên
showtime N giờ trình diễn/chiếu
shrimp, prawn N tôm
shrine N lăng, chỗ linh thiêng, điện thờ
shut, to v đóng, khép, đậy lại
shut ADJ dẹp rồi, đã đóng cửa
shutdown N sự đóng cửa
shutters N màn cửa cuốn
shuttle N con thoi; xe đưa rước
shy ADJ nhút nhát, e thẹn
sibling N anh, em
sick, ill ADJ ốm
sick-leave N nghỉ bệnh
sickness N bệnh, bệnh tật
side N phía, bên

side by side ADV sát cánh
side order N món gọi thêm
sidewalk N bờ/vỉa hè
siesta N giấc ngủ trưa
sight N thị lực, cảnh tượng
sighted ADJ đã xem rồi
sightseeing N tham quan
sign, symbol N ký hiệu
sign, to v ký
signal N dấu hiệu
signature N chữ ký
signboard N biển quảng cáo
significant ADJ nổi bật, quan trọng, đầy ý nghĩa
signpost N biển chỉ đường
silent ADJ im lặng
silk N lụa, tơ
silly ADJ ngu, ngớ ngẩn
silver N bạc
Silver Age N Thời đại đồ bạc
SIM card N thẻ nối mạng điện thoại di động
similar ADJ gần giống, tương tự
similarity N sự giống nhau/tương đồng
simple (easy) ADJ đơn giản
simple (uncomplicated, modest) ADJ giản dị
simplify, to v đơn giản hoá
sin N tội lỗi/ác
since ADV từ khi/đó
sincere ADJ thành thật, chân thành
sincerely ADV một cách chân thành
sing, to v hát
Singapore N Xin-ga-pore, Tân Gia Ba
singer N ca sĩ
single (not married) ADJ độc thân
single (only one) ADJ riêng lẻ
single father/mother N cha/mẹ đơn chiếc
singlet N áo lót/may-ô
singular N số ít
sink, to v chìm
sink N chậu rửa bát
sir (term of address) N thưa ông
sister N chị, em
sister-in-law (of a man) N chị, em vợ
sister-in-law (of a woman) N chị, em chồng
sit, to v ngồi
sit down, to v ngồi xuống
site N nơi, chỗ, địa điểm
situation N tình hình
six NUM sáu
sixteen NUM mười sáu
sixty NUM sáu mươi
size N cỡ, số, kích thước
skate N giày trượt
skateboard N tấm trượt

skeleton N bộ xương, khung, sườn
sketch, to V phác thảo, vẽ phác hoạ
skew N xiên
ski, to V trượt tuyết
skill N kĩ năng
skillful ADJ thạo, giỏi
skin N da, vỏ
skinny ADJ gầy
skirt N váy
sky N trời, bầu trời
Skype N giao tiếp bằng điện thoại/
   truyền hình qua mạng Skype
skyscraper N cao ốc
slander, to V nói xấu, phỉ báng
slang N tiếng lóng
slap, to V tát tai, vỗ
slaughter, to V chém giết, tàn sát
slave N người nô lệ
sleep, to V ngủ
sleeping bag N túi ngủ
sleeping pill N viên thuốc ngủ
sleepless ADJ không ngủ
sleepy ADJ buồn ngủ
slender ADJ gầy
slice (piece) N miếng, lát
slice, to V thái, cắt mỏng thành miếng
slight ADJ nhẹ; thanh mảnh
slightly ADV hơi
slim ADJ gầy, thon
slip (petticoat, underskirt) N váy trong
slippers N dép
slogan N khẩu hiệu
slope N dốc
slow ADJ chậm
slowly ADV chậm
slump N sự xuống cấp/giá
sly ADJ ranh mãnh, mánh lới
small ADJ nhỏ
smart ADJ thông minh; diện lịch sự
smartphone N điện thoại thông minh
smash, to V đập tan/mạnh
smash repair shop N tiệm làm đồng xe
smear, to V bôi bẩn/nhọ
smell, bad odor N mùi hôi
smell, to V ngửi
smile, to V cười
smoke, to N khói
smoke (tobacco), to V hút thuốc
smooth (surface) ADJ mềm, láng
smooth (unproblematic) ADJ êm thấm
SMS ABBREV (=Short Message Service)
   lời nhắn qua điện thoại di động
smuggle, to V buôn lậu
snack N quà, ăn chơi
snail N con ốc
snake N rắn
sneak, to V lén lút, ăn vụng
sneeze N cái hắt hơi

sneeze, to V hắt hơi
snore N ngáy
snow N tuyết
snow (snow falls), to V tuyết rơi
snowpeas N đậu xanh
so, therefore CONJ cho nên
so that CONJ để mà
soak, to V ngâm
soap N xà phòng
soccer N bóng đá
social ADJ thuộc tính xã hội
social networking N mạng xã hội
socialism N chủ nghĩa xã hội
socialist N chủ nghĩa xã hội
socialize, to V xã hội hoá, giao tế xã
   hội
society N xã hội, hội đoàn
sociologist N nhà xã hội học
sociology N xã hội học
socket (electric) N ổ cắm điện
socks N tất, vớ
sofa, couch N tràng kỷ
soft ADJ mềm, dịu
soft drink N nước ngọt
software N phần mềm máy vi tính
soil N đất
solar ADJ thuộc mặt trời
sold ADJ bán rồi
sold out ADJ bán hết
soldier N lính
sole, only ADJ duy nhất
solemn ADJ long trọng, nghiêm trang
solicitor N trạng/luật sư
solid ADJ bền, cứng
solo ADJ một mình
solution N giải pháp, cách giải quyết;
   sự hoà tan
solve (problem), to V giải quyết
some ADJ một vài
somebody, someone PRON người nào
   đó
something PRON điều gì, cái gì
sometimes ADV đôi khi
somewhere ADV đâu đó
son N con trai
son-in-law N con rể
song N bài hát
soon ADV sắp
sore, painful ADJ đau
sorrow N nỗi buồn
sorry! INTERJ xin lỗi
sorry, to feel regretful ADJ ân hận
sort, type N loại
sort out, deal with, to V giải quyết
SOS ABBREV (=Save Our Soul) hiệu báo
   nguy, hãy cứu chúng tôi
soul N linh hồn, tâm hồn
sound, noise N tiếng động

soup (clear) N canh, phở
soup (spicy stew) N súp
sour ADJ chua
source N nguồn gốc
south N nam
south-east N, ADJ đông nam
south-west N, ADJ tây nam
souvenir N đồ lưu niệm
sovereign ADJ có chủ quyền
soy sauce (salty) N nước tương
spa N bồn tắm nước bơm
space (cosmos) N vũ trụ, không gian
space (room) N chỗ trống
spacious ADJ rộng
spaghetti N mì xài thịt băm
spam N điện thư vô dụng
speak, to V nói
speaker N diễn giả, loa; chủ tịch hạ viện
special ADJ đặc biệt
specialist N chuyên gia/khoa
specially ADV một cách đặc biệt
spectacles, eyeglasses N kính đeo mắt
speech N bài phát biểu
speed N tốc độ
speed camera N máy chụp tốc độ xe
speed limit N tốc độ hạn chế
spell, to V đánh vần
spend, to V tiêu pha
spices N gia vị
spicy ADJ cay
spider N con nhện
spin, to V quay
spinach N cải bó xôi
spine N cột sống
spiral N xoáy trôn ốc
spirit N tinh thần; rượu mạnh
spit, throw up, to V khạc nhổ
split, to V tách rời, phân hoá
spoil, damage, to V làm hư
spoiled (of food) ADJ thối
spokesman N người phát ngôn
sponge N bọt biển
sponsor, to V bảo lãnh
sponsorship N việc bảo lãnh
spoon N thìa, muỗng
sports N thể thao
spot N dấu, vết, nơi chốn
spotted (pattern) ADJ đốm, lấm chấm
spouse N chồng, vợ, người phối ngẫu
spray, to V phun, xịt
spread, to V trải/giăng ra, truyền bá
spring (metal part) N lò xo
spring (of water) N suối
spring (season) N mùa xuân
sprinkle, to V tưới
sprinkler N hệ thống phun nước
sprint, to V chạy nước rút

sprout N giá, mầm non, chồi
spy (keep eyes on), to V do thám, theo dõi
spy N sự do thám/theo dõi/gián điệp
square (shape) ADJ vuông
square, town square N quảng trường
squeeze, to V ép, vắt
squid N mực
stability N sự ổn định/vững chắc
stable ADJ vững chắc, ổn định
stadium N sân vận động
staff N nhân viên, nhân sự
stage N giai đoạn; sân khấu
stain N vết dơ
stairs N cầu thang
stall (of vendor) N quầy bán hàng
stamp (ink) N dấu
stamp (postage) N tem
stand, to V đứng
stand up, to V đứng lên
standard N tiêu chuẩn, chuẩn mực
stapler N máy đóng xấp giấy
star N sao
start, beginning N sự bắt đầu
start, to V bắt đầu
starter N món ăn đầu tiên
starve, to V chết đói, bỏ đói
state N tình trạng, trạng thái
state (country) N nhà nước, tiểu bang
statement N lời nói, bản tuyên bố
station N nhà ga, bến, trạm
stationery N văn phòng phẩm
statistics N thống kê
statue N tượng
status N tình trạng, địa vị
stay (remain), to V ở lại
stay overnight, to V ở lại qua đêm
steady ADJ vững chắc
steak N thịt bít tết
steal, to V ăn cắp
steam N hơi
steamed ADJ hấp
steel N thép
steer, to V lái
steering committee N ban chỉ đạo/lãnh đạo
steering wheel N tay lái
step, to V (v) bước
step N bước chân, bậc thang
steps, stairs N cầu thang
stereo N âm thanh nổi
sterilize, to V khử trùng
steward N tiếp viên, chiêu đãi viên
stewardess N nữ tiếp viên hang không
stick, pole N sào
stick, to V dán dính
stick out, to V nổi lên
sticker N nhãn dán

S

sticky ADJ dính
sticky rice (uncooked) N gạo nếp
stiff ADJ cứng
still, even now ADV vẫn
still, quiet ADJ yên
stimulate, to V kích thích, khích lệ
stimulus N tác dụng, kích thích
stingy ADJ hà tiện, keo kiệt
stink, to V hôi
stipend N tiền thù lao/lương
stir, to V khuấy, khích động
stock N kho, cổ phiếu
stockbroker N người đại diện mua
  bán cổ phiếu
stockholder N cổ đông, người có cổ
  phiếu
stocking N bít tất dài
stocktaking N kiểm hang tồn kho
stomach, belly N dạ dày, bụng
stone N hòn đá
stool N dụng cụ, đồ nghề
stop (bus, train) N trạm dừng
stop, cease, to V dừng lại, kết thúc
stop, halt, to V dừng, ngưng
stop by, pay a visit, to V ghé qua
stop it! INTERJ dừng lại
stopover N nơi ghé lại
store, shop N cửa hàng, cửa hiệu
store, to V trữ, chứa
storehouse N nhà kho
storekeeper N quản kho
storm N bão
story (of a building) N tầng
story (tale) N chuyện
storyteller N người kể chuyện
stout ADJ béo
stove, cooker N bếp
straight (not crooked) ADJ thẳng
straight ahead ADV thẳng tới trước
strait N eo biển
strange ADJ lạ, kì dị
stranger N người lạ
strategic ADJ chiến lược
straw N rơm; ống hút
strawberry N dâu tây
stream N dòng nước/suối
street N đường
streetlight N đèn đường
streetwalker N gái điếm
strength N sức mạnh
strengthen, to V làm cho mạnh thêm,
  tăng cường, củng cố
stress, to V nhấn mạnh
strict ADJ nghiêm khắc
strike, hit, to V đánh
strike, to go on V đình công
strike, stop working N cuộc đình công
string N dây, chuỗi

striped ADJ sọc
strong (muscular) ADJ mạnh, kiên cố
strong (of flavor) ADJ đặc
structure N cấu trúc, kết cấu
struggle, to V tranh đấu, vùng vẫy
stubborn, determined ADJ lì, ngoan cố
stuck, won't move ADJ kẹt
student N sinh viên
studio N xưởng vẽ/phim, phim trường
study, learn, to V học, nghiên cứu
stupid ADJ ngu
stylish ADJ đúng mốt, diện
subcommittee N tiểu ban
subcontract, to V thầu lại, hợp đồng
  phụ
subdivide, to V chia thành nhỏ
subdivision N chi nhánh, phân hiệu
subject N đề tài, chủ đề
subjective ADJ chủ quan
submit, to V nộp, đệ trình
subordinate N thuộc viên, cấp dưới
subscribe, to V mua dài hạn
subsidize, to V trợ cấp, phụ cấp thêm
suburb N ngoại ô, vùng phụ cận
subway N đường xe điện ngầm
succeed, to V thành công; kế tiếp
success N thành công
successor N người nối nghiệp
such PRON như
such as, for example ADV như là
suck, to V hút, mút
suddenly ADV ngẫu nhiên
sue, to V kiện, thưa
suffer, to V chịu đựng
suffering N nỗi đau khổ
sufficient ADJ đầy đủ
sugar N đường
sugarcane N mía
suggest, to V đề nghị
suggestion N sự đề nghị
suicide N việc tự tử/sát
suit (clothes) N bộ com-lê, vét
suitable, fitting, compatible ADJ phù
  hợp, thích hợp
suitcase N va ly, cặp xách tay
sulky ADJ hay dỗi/hờn
sultana N nho khô không hột
sultry ADJ oi bức
sum N tổng số
summarize, to V tóm tắt
summer N mùa hè
summit, peak N đỉnh núi, thượng đỉnh
sun N mặt trời
sunbathe, to V tắm nắng
sunbeam N tia nắng
Sunday N chủ nhật
sunlight N ánh sáng
sunny ADJ nắng

sunrise N lúc mặt trời mọc
sunset N lúc mặt trời lặn, hoàng hôn
supermarket N siêu thị
superpower N siêu cường
superstar N siêu sao, tài tử nổi tiếng
supervise, to V giám sát, trông nom
supply, to V cung cấp
support, to V ủng hộ; cấp dưỡng
supporter N người ủng hộ
suppose, to V cho là, giả sử
suppress, to V đàn áp, nén
supreme ADJ tối cao
surcharge, to V phụ thu
sure ADJ chắc
surf N môn lướt sóng
surface N mặt
surface mail N thư thường
surgeon N bác sĩ giải phẫu
surgery N phẫu thuật, khoa mổ xẻ
surname N họ
surplus N số thừa/thặng dư
surprise, to V ngạc nhiên
surprising ADJ gây ngạc nhiên
surrender, to V đầu hàng
surroundings N hoàn cảnh
surveillance N sự theo dõi/giám sát
survive, to V sống sót
suspect, to V tình nghi
suspect N sự nghi ngờ/tình nghi
suspend, to V hoãn lại, đình chỉ
suspicion N sự nghi ngờ
swallow, to V nuốt
swap, to V đổi
swear, to V thề; nói tục
sweat N mồ hôi
sweat, to V toát mồ hôi
sweater N áo len
sweep, to V quét
sweet (taste) ADJ ngọt
sweet and sour ADJ chua ngọt
sweetcorn N ngô ngọt
sweetheart N người yêu
sweets, candy N bánh kẹo
swim, to V bơi
swimming costume, swimsuit N quần
  áo bơi
swimming pool N bể bơi
swing, to V đánh đu
Swiss N Thuỵ sĩ
switch N nút bật
switch, change, to V thay
switch on, turn on, to V bật
swollen ADJ sưng lên
sword N gươm, kiếm
syllable N vần
syllabus N giáo/chương trình học
symbol N biểu tượng, tượng trưng
symbolize, to V tượng trưng cho

sympathy N lời chia buồn/phân ưu
symptom N triệu chứng
syndicate N cùng chơi chung xổ số
syndrome N hội chứng
synonym N từ đồng nghĩa
syntax N cú pháp
synthesis N sự tổng hợp
synthetic ADJ nhân tạo
syringe N ống tiêm/chích
system N hệ thống, chế độ
systematic ADJ có hệ thống
systematize, to V hệ thống hoá

T

table N bàn; bảng
tablecloth N khăn bàn
tablet N máy vi tính bảng, máy vi
  tính cầm tay Tablet
tablet PC N máy tính bảng
tabloid N tin ngắn
taboo N điều kiêng
tackle, to V túm lấy, chặn
tact N tài khéo léo
tactic N chiến thuật, sách lược
TAFE ABBREV (=Technical And Further
  Education) trường cao đẳng/dạy nghề
tag N nhãn, thẻ
tail N đuôi
tailor N thợ may
take care of, to V chăm sóc
take off (clothes), to V cởi
take out, remove, to V lấy, lấy, giữ,
  mang
takeaway N mang về nhà
tale N truyện
talent N tài giỏi, thiên tài
talk, to V nói chuyện
talk about, to V nói về
talkative ADJ hay nói, ba hoa
tall ADJ cao
tamarind N trái me
tame ADJ hiền, đã thuần
tank (container) N thùng/phi đựng
  nước
tank (vehicle) N xe tăng
Taoism N Lão giáo
tap N vòi nước
tap water N nước máy
tape, adhesive N băng keo
tape recorder N máy thu băng
target N, V mục tiêu; chỉ tiêu cần đạt
  được
tariff N thuế quan
taro N khoai môn
task N nhiệm vụ, bài làm
taste N khẩu vị
taste (salty, spicy) N mùi vị

taste (sample)

taste (sample), to v nếm
tasteless ADJ nhạt, vô vị
tasty ADJ ngon
tattoo N, v hình xâm; xâm hình trên người
tavern N quán rượu
tax N, v thuế; đánh thuế
tax invasion N sự trốn thuế
tax return N việc khai thuế
taxpayer N người đóng thuế
taxi N xe taxi
tea N trà
teach, to v dạy, giáo dục
teacher N giáo viên
team N đội, nhóm
tear, rip, to v xé
tears N nước mắt
tease, to v chọc/trêu ghẹo
teaspoon N muỗng cà-phê
technic ADJ kĩ thuật, công nghệ
technical ADJ kĩ thuật
technician N thợ chuyên môn
technology N kĩ thuật học, khoa công nghệ
teenager N thanh thiếu niên, tuổi choai choai
teeth N răng
telecommunication N viễn thông
teleconference N hội nghị qua điện thoại
telephone N máy điện thoại
telephone number N số điện thoại
televise, to v truyền hình trực tiếp
television N ti vi, vô tuyến truyền hình
tell (a story), to v kể
tell (let know), to v bảo
teller (story teller) N người kể chuyện
teller (bank cashier) N người thâu phát tiền ở ngân hàng
temperature N nhiệt độ
temple (Buddhist) N chùa, đền thờ
temple (at sides of face) N cạnh má
temporary ADJ tạm/lâm thời
ten NUM mười
ten thousand NUM mười nghìn
tenant N người thuê nhà
tendency N xu/khuynh hướng
tendon N gân
tennis N quần vợt
tens of, multiples of ten ADJ mấy chục
tense ADJ căng thẳng
tense (grammar) N thì của động từ
tension N sự căng thẳng
tent N lều vải, rạp
tenure N biên chế, vĩnh viễn
term N từ; thời kì, nhiệm/học kì
terminal N trạm cuối, sân bay

terminal (incurable and often fatal) ADJ kết thúc
terminate, to v kết thúc, chấm dứt
terminology N thuật ngữ, danh từ chuyên môn
terrible ADJ khủng khiếp, kinh sợ
territory N lãnh địa, khu vực
terrorist N tên khủng bố
tertiary ADJ thuộc đại học
tertiary education N bậc đại học
TESOL ABBREV (=Teaching English to Speakers of Other Languages) dạy tiếng Anh cho người nói ngôn ngữ khác
test N bài thi
test, try, to v thử, thi
testament N di chúc
testicles N tinh hoàn
testimony N lời cung khai, bằng chứng
text N văn bản, đoạn ngắn
text (SMS), to v gởi tin nhắn
textile N hang dệt, vải
Thai N tiếng Thái
Thailand N Thái Lan
than CONJ hơn
thank, to v cảm ơn
Thank you N cảm ơn
that (introducing a quotation) CONJ rằng
that, those PRON đấy, đó
that which, the one who PRON mà
theater (drama) N kịch
theft N ăn cắp/trộm
their, theirs PRON của họ
theme N chủ đề, đề tài
then ADV sau đó
theory N lí thuyết
therapy N phép trị bệnh
there ADV đấy, đó, đằng kia
there is, there are v có
therefore CONJ cho nên, vậy thì
thesis N luận văn/án
they, them PRON họ, chúng nó
thick (of liquids) ADJ đặc
thick (of things) ADJ dày
thief N kẻ trộm
thigh N đùi
thin (of liquids), dilute ADJ loãng
thin (of persons), slender ADJ gầy
thing N vật
think, have an opinion, to v nghĩ rằng
think, ponder, to v suy nghĩ
third ADJ thứ ba
thirsty ADJ khát
thirteen NUM mười ba
thirty NUM ba mươi
this, these PRON cái này, những cái nầy
thong N dép nhựa

though CONJ mặc dù
thoughtful ADJ đáng suy gẫm
thoughts N ý nghĩ
thousand NUM nghìn
thread N sợi, chỉ, dây
threaten, to V đe dọa
three NUM ba
threshold N ngưỡng cửa; mức lợi tức căn bản
thrifty ADJ tiết kiệm, tần tiện
thrill N sự khoái chí/rùng mình
throat N cổ họng
through PREP qua, suốt
throw, to V ném, quăng, liệng
throw away, to V vứt đi
thud, to V ngã uych
thumb N ngón tay cái
thunder N sấm sét
Thursday N thứ năm
thus, so CONJ cho nên, như vậy
ticket N vé, phiếu, giấy phạt
tickle, to V cù lét
tidy ADJ gọn gàng, ngăn nắp
tidy up, to V dọn dẹp sạch
tie, fasten, to V thắt, cột, buộc
tie, necktie N cà vát
tiger N hổ, cọp
tight ADJ chặt
tighten, to V buộc chặt
tile N ngói
tiler N thợ lót gạch
timber N gỗ
time (duration) N thời gian
times (multiplying) N lần
timetable N thời khóa biểu
timid ADJ nhút nhát, e lệ
tin N thiếc
tiny ADJ nhỏ xíu
tip (end) N đầu, cuối
tip (gratuity) N tiền hoa hồng
tire N lốp xe
tired (sleepy) ADJ buồn ngủ
tired (worn out) ADJ mệt mỏi
tissue N giấy vệ sinh, khăn giấy
title (of book, film) N tựa đề
title (of person) N chức vị
to, toward PREP tới, đến
toast N bánh mì nướng
toaster N lò nướng bánh mì
tobacco N thuốc lá
tobacconist N người bán thuốc lá
today N hôm nay
toe N ngón chân
tofu N đậu phụ
together ADV cùng nhau
toilet, restroom N nhà vệ sinh
token N đồng xu
tolerance N lòng khoan dung

tolerant ADJ khoan dung
tolerate, to V tha thứ
toll N thuế qua đường/cầu; số nạn nhân
tollbooth N trạm thâu lộ phí
tomato N cà chua
tomato juice N nước cà chua
tomato sauce N xốt cà chua
tomb N mồ, mã
tomorrow N ngày mai
ton N tấn
tone N thanh điệu, dấu giọng
toner (printer's) N mực máy in
tongue N lưỡi, tiếng, ngôn ngữ
tonight N tối nay
too (also) ADV cũng
too (excessive) ADV quá
too much ADJ nhiều quá
tool, instrument N dụng cụ
tooth N răng
toothbrush N bàn chải đánh răng
toothpaste N kem đánh răng
top N đỉnh, đầu
topic N chủ đề
topless ADJ không mặc áo
topsoil N đất trên cùng
torch, flashlight N đèn pin
tornado N bão lốc/xoáy
tortoise N rùa
torture, to V tra tấn, hành hạ
toss, to V tung, ném lên
total N tổng số
totalize, to V tổng cộng
touch, to V sờ, mó, vuốt ve
touch screen N màn hình cảm ứng
touchdown N máy bay hạ cánh
tough ADJ khó khăn, bướng, ương ngạnh
tour N cuộc du lịch
tourist N khách du lịch
tournament N cuộc tranh tài
tow, to V kéo đi
toward PREP hướng, đối với
towel N khăn tắm
tower N tháp
town N thị trấn/xã
town hall N tòa thị chính
town house N ngôi nhà nhỏ ít đất
town planning N quy hoạch đô thị
toxic ADJ độc hại
toy N đồ chơi
tractor N xe/máy kéo
trade, business N kinh doanh
trade, exchange, to V mua bán
trade-in N sự đổi cũ lấy mới
trademark N nhãn hiệu thương mại
traditional ADJ truyền thống
traffic N giao thong, xe cộ
trafficker N con buôn

tragedy N bi kịch, thảm trạng
trailer N xe kéo
train N tàu hỏa, xe lửa
train, to V huấn luyện, đào tạo
train station N ga xe lửa
trainee N học viên, thực tập viên
training N thực tập, huấn luyện
traitor N kẻ phản bội/phản quốc
tram N xe điện
transaction N sự chuyển tiền/rút tiền
transfer, to V chuyển nhượng/giao, di chuyển
transferable ADJ có thể chuyển nhượng được
transformer N máy biến thế/điện
transit N sự quá cảnh/ghé lại
translate, to V thông/phiên dịch
translator N phiên dịch viên
transmit, to V truyền, chuyển tải
transplant, to V cấy, ghép
transport N sự chuyển vận/chuyên chở
transport (carry), to V chuyên chở, vận vải
travel, to V du lịch
traveler N khách du lịch
tray N mâm, khay
treasurer N thủ quĩ, tổng trưởng ngân khố
treasury N châu báu, ngân khố, kho bạc
treat (behave towards), to V đối xử, thiết đãi
treat (medically), to V điều trị
treatment N sự đối đãi, việc điều trị
treaty N hiệp ước
tree N cây
trend N chiều hướng, xu hướng
trial N sự thử nghiệm
triangle N tam giác
tribe N bộ tộc/lạc
tribunal N toà hoà giải/án
tribute N lời chúc tụng, cống lễ
trick N mưu mẹo, thủ đoạn, trò ảo thuật
tricky ADJ mánh lưới, láu cá, xỏ lá
trim, to V tỉa cây/tóc
trip, journey N chuyến đi
triumph N chiến thắng, đại thắng
trolley N xe đẩy mua hàng
troop N quân lính; bọn, lũ
trophy N cúp, giải thưởng
tropical ADJ thuộc nhiệt đới
trouble ADJ phiền toái, rắc rối
troublesome ADJ phiền phức
trousers N quần
truck N xe tải
true ADJ thật
truly ADV thật sự

trunk N thân cây
trust, to V tin cậy
trustworthy ADJ đáng tin cậy
truth N sự thật
try, to V thử
try on (clothes), to V mặc thử
T-shirt N áo thun ngắn tay
tsunami N sóng thần
tub N bồn tắm
tube N ống, ruột xe
tuberculosis N bệnh lao
Tuesday N thứ ba
tuition N việc dạy học
tuition fee N học phí
tumor N khối u, bướu
tuna N cá thu
tunnel N đường hầm
turn, make a turn, to V rẽ, quẹo
turn around, to V quay lại
turn off, to V tắt
turn on, to V bật lên
turnover N doanh thu
turtle N rùa
tutor N phụ giáo/khảo
tweet N giao tiếp trên mạng twitter
twelve NUM mười hai
twenty NUM hai mươi
twice ADJ hai lần, gấp hai
twilight N hoàng hôn
twin N cặp sinh đôi
twinkle, to V lấp lánh, long lanh
twist, to V xoắn, vặn
Twitter N mạng giao tiếp xã hội Twitter
two NUM hai, cặp
type, sort N loại, kiểu
type, to V đánh máy
typhoon N bão
typical ADJ thông thường
typist N thư kí đánh máy
tyrant N bạo chúa

U

ugly ADJ xấu
UK ABBREV (=United Kingdom) nước Anh
ulcer n loét
ultimate ADJ tối hậu
ultrasound N siêu âm
umbrella N ô, dù
umpire N trọng tài
UN ABBREV (=United Nations) liên hiệp quốc
unacceptable ADJ không thể chấp nhận được
unaccompanied ADJ không mang theo
unanimous ADJ nhất trí, hoàn toàn đồng ý

U

unbalanced ADJ không thăng bằng

unbeatable ADJ không thắng nổi

unbelievable ADJ không tin được, khó tin

unbreakable ADJ không bể được

unbroken ADJ nguyên vẹn

uncertain ADJ không chắc chắn

uncle N bác, chú, cậu

unclear ADJ không rõ

uncomfortable ADJ khó chịu, không thoải mái

unconditional ADJ vô điều kiện

uncooked ADJ còn sống, chưa chín

uncountable ADJ không tính/đếm được

under PREP dưới

underdeveloped ADJ chậm tiến, kém mở mang/phát triển

underestimate, to V đánh giá thấp, coi thường

undergo, to V trải qua

undergraduate N bậc đại học/cử nhân

underground N, ADJ dưới đất; xe điện ngầm

underpaid ADJ trả lương thấp

underpants N quần đùi

understand, to V hiểu, thông cảm

underwear N quần đùi

underworld N địa ngục; bọn xã hội đen

undeveloped ADJ không mở mang, kém phát triển

undisciplined ADJ vô kỉ luật

undisclosed ADJ không phổ biến, giữ bí mật

undo, to V tháo, cởi ra, cho trở lại

undress, to V cởi quần áo, thoát y

uneasy ADJ khó chịu, băn khoăn

unemployed ADJ thất nghiệp

unequal ADJ không đồng đều/công bằng

unexpected ADJ không ngờ

unfair ADJ bất công, không công bằng

unfaithful ADJ không trung thành, phản bội

unfamiliar ADJ không quen/biết

unfortunate ADJ không may, bất hạnh

unfurnished ADJ không có đồ đạc

ungrateful ADJ vô ơn, bạc nghĩa

unhappy ADJ bất hạnh, khổ sở

uniform (official wear) N đồng phục

uniform (even, consistent) ADJ đồng bộ

unify, to V hợp/thống nhất

union N công/nghiệp đoàn, liên minh

unique ADJ duy nhất

unisex ADJ cả nam lẫn nữ

unit N đơn vị

unite, to V liên kết, kết hợp

United Kingdom N Vương quốc Anh

United States N Hoa Kỳ

universe N vũ trụ, thế giới

university N trường đại học

unknown ADJ không biết, vô danh

unlawful ADJ bất hợp pháp, trái luật

unless CONJ trừ khi

unlimited ADJ không hạn chế/giới hạn

unlucky ADJ không may

unnecessary ADJ không cần thiết

unoccupied ADJ trống, chưa có ai

unpaid ADJ chưa trả/thanh toán

unpleasant ADJ khó chịu, không thoải mái

unpopular ADJ không thịnh hành, không được ưa chuộng

unqualified ADJ không đủ trình độ/tiêu chuẩn

unreal ADJ không thực

unregistered ADJ không đăng kí/trước bạ

unreliable ADJ không đáng tin cậy

unripe ADJ chưa chín

unsafe ADJ không an toàn

unsold ADJ không bán được

unstable ADJ không vững chắc

unsuccessful ADJ không thành công, thất bại

until CONJ, PREP cho đến

untouched ADJ còn nguyên, chưa ai đụng đến

up, upward PREP lên

update, to V cập nhật

upgrade, to V nâng cấp, thăng cấp

upholster, to V bọc nệm

upload, to V chuyển trữ liệu vào máy

upper ADJ trên

uprising N cuộc nổi dậy

upset, unhappy ADJ giận hờn, buồn phiền

upside down ADV đảo ngược

upstairs N trên gác

urban N đô thị

urge, push for, to V yêu cầu

urgent ADJ gấp, khẩn

urinate, to V đi tiểu

urn N bình đun nước lớn

use, to V dùng

used to, accustomed ADJ quen

useful ADJ có ích

useless ADJ vô ích

user N người dùng

username N tên đăng nhập tài khoản

usual ADJ thông thường

usually ADV thường thường

U-turn N quay xe ngược hình chữ u

uterus N dạ con

utility N tiện ích

utmost ADJ tột cùng/bực

utter, to V nói /thốt ra

V

vacancy N chỗ trống, phòng/nhà trống
vacant ADJ trống, bỏ không
vacation N kì nghỉ, thời gian nghỉ hè
vaccine N thuốc chích ngừa, vac-xin
vacuum, to V hút bụi
vagina N âm đạo
vague ADJ mơ hồ, mập mờ
Valentine N ngày lễ tình yêu
valid ADJ có giá trị/hiệu lực
validate, to V làm cho có giá trị/ hiệu lực
valley N thung lũng
valuable N vật có giá trị/quí báu
value (price) N giá trị, giá cả
value (assess), to V đánh giá, định giá
van N xe nhỏ chở hang
vanilla N chất va-ni
vanity N bồn rửa mặt; tính kiêu căng
vapor N hơi nước
variable ADJ thay đổi
variation N sự thay đổi/biến đổi
variety N tính/sự đa dạng
various ADJ khác nhau
vary, to V thay đổi, biến đổi
vase N bình cắm hoa
VAT ABBREV (=Value Added Tax) thuế trị giá gia tang
VCR N (=Video Cassette Recorder) máy ghi/quay hình
vegetable N rau
vegetarian N người ăn chay/không ăn thịt
vehicle N xe cộ, xe
veil N khăn che mặt
vein N tĩnh mạch, mạch máu
vending machine N máy bán hàng
vendor N người bán hàng rong/nhà
venereal ADJ bệnh phong tình/hoa liễu
vent N lỗ thông thoát, lối thoát
venture, to V liều lĩnh, mạo hiểm
venue N địa điểm
veranda N hiên nhà
verb N động từ
verdict N lời tuyên án/phán quyết
verify, to V xác nhận, kiểm lại, xác minh
vermicelli N miến, bún
verse N thơ
version N bản văn/dịch
vertical ADJ đường thẳng đứng
very ADV rất, nhiều, lắm
Vesak N ngày Phật đản sinh
vest N áo gi-lê/lót
veteran N cựu chiến binh/bộ đội
veto (right) N quyền phủ quyết
veto (vote), to V bỏ phiếu phủ quyết

via PREP qua, quá cảnh
Viagra N thuốc cường dương
vibrate, to V rung, lúc lắc
victim N nạn nhân
victory, win N sự chiến thắng/thắng lợi
video N băng hình
video camera N máy quay/ghi hình
Vietnam N nước Việt Nam
Vietnamese (language) N tiếng Việt
Vietnamese (person) N người việt
view, panorama N phong cảnh
view, look at, to V trông, coi
viewpoint N quan điểm, lập trường
villa N biệt thự
village N làng
vinegar N giấm
vineyard N vườn nho
vinyl N chất nhựa vai-nin
violate, to V vi phạm, bạo loạn
violin N đàn vĩ cầm/vi-ô-lông
VIP N (=Very Important Person) thượng khách
virgin N trinh nữ, gái còn trinh
virtue N đức hạnh, tính tốt, đạo đức
virtuous ADJ có đạo đức
virus N vi-rút, chất độc, sự phá hoại
visa N thị thực, chiếu khan
vision N thị lực, tầm nhìn xa, ào tưởng
visit, call on, to V thăm, tham quan
visitor N khách, người đến thăm
visual ADJ thuộc thị giác
vitamin N thuốc bổ
vocabulary N từ vựng
vocational ADJ thuộc nghề nghiệp
voice N tiếng nói
voice mail N như bằng lời nói
void N chỗ/khoảng trống
volcano N núi lửa
volley N môn bóng chuyền
voltage N điện thế/áp cao
volume N quyển, cuốn, dung tích; âm lượng
voluntary ADJ tự nguyện, tự giác, xung phong
volunteer N người tình nguyện
vomit, throw up, to V nôn, ói
vote, to V bầu cử, bỏ phiếu
voter N người đi bầu
voucher N phiếu trả tiền
vowel N nguyên âm
voyage N chuyến di lịch/đi

W

wafer N bánh quế/kẹp
wage N tiền lương/công
wager, to V đánh cá/cuộc

wagon N xe bò/có thùng
waist N eo, chỗ thắt lưng
wait for, to V chờ, đợi
waiter, waitress N người phục vụ
waive, to V miễn, bỏ
wake up, to V thức dậy
wake someone up, to V đánh thức
Wales N xứ Wales
walk, to V đi bộ
Walkman N máy nghe nhạc bỏ túi
wall N tường, vách
wallet N ví
wander, to V đi lang thang
want, to V muốn, cần có
war N chiến tranh
wardrobe N tủ quần áo
warehouse N nhà kho
warm ADJ ấm; nồng hậu
warm-up N khởi động
warmth N hơi ấm
warn, to V cảnh cáo, báo trước,
  khuyến cáo
warranty N sự bảo đảm/cam đoan
wash, to V rửa
wash the dishes, to V rửa bát
waste, to V bỏ phí, phung phí
watch (wristwatch) N đồng hồ đeo tay
watch (look, see), to V nhìn, coi
watch (show, movie), to V xem
watch over, guard, to V canh gác
water N nước
water buffalo N trâu
waterfall N thác nước
watermelon N dưa hấu
waterproof ADJ chống nước, không
  thấm nước
wave (in sea) N sóng
wave, to V vẫy
wax paraffin N sáp ong
way N đường, chiều
way, method N phương pháp
way in N lối vào
way out N lối ra
W.C. ABBREV (=Water Closet) nhà vệ
  sinh/cầu
we, us (excludes the one addressed)
  PRON chúng tôi chúng tôi
we, us (includes the one addressed)
  PRON chúng ta
weak ADJ yếu
wealthy ADJ giàu
weapon N vũ khí
wear, to V mặc, mang, đội
weary ADJ mệt mỏi
weather N thời tiết
weave, to V dệt
weaving N sự dệt
webcam N máy hình trên máy vi tính

webmaster N chủ nhân mạng vi tính
webpage N trang mạng vi tính
website N mạng internet/vi tính toàn
  cầu
wedding N đám cưới
Wednesday N thứ tư
weed N cỏ dại
week N tuần
weekend N cuối tuần
weekly ADV hàng tuần
weep, to V khóc
weigh, to V cân
weight N cân nặng
welcome! GR xin mời, xin đón chào
welcome, to V mời, chào đón
well, good ADJ tốt
well (for water) N giếng
well-behaved ADJ ngoan
well-cooked, well-done ADJ nấu chín
well done! INTERJ tốt lắm, giỏi lắm
well-mannered ADJ lễ phép
well-off, wealthy ADV khá giả
Welsh N người Wales
west N, ADJ phía tây, tây phương
westerner N người phương tây
wet ADJ ướt
whale N cá voi
wharf N bến/cầu tàu
what? cái gì? Như thế nào?
what kind of? loại nào?
what time? mấy giờ?
wheat N lúa mì
wheel N bánh xe/lái, tay lái
when? bao giờ?
when, at the time CONJ khi
whenever ADV bất cứ khi nào
where? ở đâu?
which? cái nào?
while, during CONJ trong khi
whisper, to V nói thầm, xì xào
white ADJ trắng
who? ai?
whoever PRON bất cứ ai
whole, all of PRON cả
whole, be complete ADJ hoàn toàn
wholesale N bán buôn/sỉ
why? vì sao?
wicked ADJ ác
wide ADJ rộng
wide screen N màn ảnh rộng
width N chiều rộng
widow N góa phụ
widowed N góa
widower N góa vợ
wife N vợ
Wi-fi N kết nối không dây
wild (fierce) ADJ hung dữ
wild (untamed) ADJ hoang dã

W

- **will, shall** v sẽ
- **win, to** v thắng
- **wind, breeze** N gió
- **window (in house)** N cửa sổ
- **window-shopping** N dạo phố xem chơi
- **windy** ADJ gió nhiều
- **wine** N rượu nho
- **wing** N cánh
- **winner** N người thắng
- **winter** N mùa đông
- **wipe, to** v lau, quét
- **wire** N dây
- **wireless** ADJ không có dây
- **wise** ADJ thông minh/thái
- **wish, to** v chúc, hy vọng
- **with** PREP với
- **withdraw, to** v rút lại/tiền
- **within** PREP trong, bên trong
- **without** PREP không có
- **witness** N nhân chứng
- **witness, to** v chứng kiến
- **woman** N phụ nữ
- **wonderful** ADJ tuyệt vời
- **wood** N gỗ, củi
- **wooden** ADJ bằng gỗ
- **wool** N len, lông cừu
- **word** N từ, chữ, lời nói
- **work, labor, to** v làm việc
- **work, occupation** N công việc
- **worker** N công nhân, thợ
- **workforce** N lực lượng lao động
- **world** N thế giới
- **worn out (clothes, machine)** ADJ hỏng, mòn, rách
- **worn out (tired)** ADJ mệt
- **worry, to** v lo
- **worse** ADJ xấu hơn
- **worship, to** v thờ cúng, sùng bái
- **worst** ADJ xấu nhất
- **worth** ADJ giá
- **wound** N vết thương
- **wrap, to** v gói, bọc
- **wrinkle** N vết nhăn/nhàu
- **wrist** N cổ tay
- **write, to** v viết, ghi chép
- **writer** N nhà văn
- **wrong (false)** ADJ sai
- **wrong (mistaken)** ADJ nhầm
- **WTO** ABBREV (=World Trade Organization) tổ chức mậu dịch quốc tế
- **www** ABBREV (=World Wide Web) mạng vi tính toàn cầu/internet

X

- **x-axis** N trục hoành
- **x-chromosome** N chất phân biệt giới tính x
- **xenophobia** N tính bài ngoại
- **xerox** N máy chụp hình xê-róc
- **Xmas** N (=Christmas) lễ Giáng Sinh/ Nô-en
- **x-rated** ADJ loại phim ảnh xấu/khiêu dâm
- **x-ray** N tia x, quang tuyến x
- **xylophone** N mộc cầm, đàn phiến gỗ

Y

- **yacht** N thuyền buồm
- **Yahoo** N người trẻ giàu có; trang mạng yahoo
- **yam cha** N bữa ăn trưa tự chọn
- **yard (measurement)** N thước Anh (=0.914 mét)
- **yard (part of house)** N sân
- **yawn, to** v ngáp
- **year** N năm
- **yell, to** v quát, la
- **yellow** ADJ vàng
- **yes** ADV vâng
- **yesterday** N hôm qua
- **yet** ADV chưa
- **yield** N hoa lợi, sản lượng
- **yogurt** N sữa chua
- **yoke** N ách, đòn gánh
- **you (female)** PRON chị, cô, bà
- **you (male)** PRON anh, ông
- **young** ADJ trẻ
- **younger brother** N em trai
- **younger sister** N em gái
- **your (female)** PRON của chị, của bà
- **your (male)** PRON của anh, của ông
- **youth (state of being young)** N tuổi trẻ
- **youth (young person)** N thanh niên
- **yuan (Chinese currency)** N đồng tiền Trung Quốc
- **yummy** ADJ quá ngon

Z

- **zeal** N lòng hang hái, nhiệt tâm
- **Zen** N môn phái thiền Zen
- **zero** NUM không
- **zinc** N kẽm
- **zip** N giây/khoá kéo
- **zone** N miền, vùng, khu vực
- **zoo** N sở thú
- **zoom (enlarge), to** v làm cho lớn hơn
- **zoom (for camera)** N ống kính chụp hình lớn nhỏ
- **zucchini, courgette** N bí ngợt